വിനീത അനിൽ

കണ്ണൂർ ജില്ലയിലെ പേരാവൂരിൽ ജനനം. അച്ഛൻ കെ കെ രാഘവൻ. അമ്മ സി ശാരദ. ബിരുദ പഠനത്തിനുശേഷം നാട്ടിലും ആന്ധ്രപ്രദേശിലുമായി 12 വർഷത്തോളം സ്കൂൾ ടീച്ചറായി ജോലി നോക്കി.

ഹാഷേപ്സുറ്റ് എന്ന ആദ്യ നോവൽ കൈരളി ഇന്റർനാഷണൽ നോവൽ മത്സരത്തിൽ ചുരുക്കപ്പട്ടികയിൽ വന്നിട്ടുണ്ട്. അഞ്ചാമത്തെ പുസ്തകമാണ് മഹാകവി ശ്രീ രമേശൻ നായർ ട്രസ്റ്റ് സാഹിത്യ പുരസ്കാരത്തിന് അർഹമായ സതി. ഷാർജ ഇന്റർനാഷണൽ ബുക്ക് ഫെസ്റ്റിവലിൽ വച്ച് 2022 നവംബർ അഞ്ചിനാണ് സതി പ്രകാശനം ചെയ്യപ്പെട്ടത്. ബോധി ഒറ്റത്താൾ പുരസ്കാരത്തിനും സതി അർഹമായിട്ടുണ്ട്.

മറ്റു രചനകൾ: അവളിലേക്കുള്ള യാത്രയിൽ, സെമിത്തേരിയെ സ്നേഹിച്ച പെൺകുട്ടി, ഞാൻ വാളയാറമ്മ പേര് ഭാഗ്യവതി, കഥ പറയുന്ന കണ്ണുകൾ.

എട്ടു വർഷത്തോളമായി സോഷ്യൽ മീഡിയയിൽ വളരെ സജീവമായി എഴുതിക്കൊണ്ടിരിക്കുന്നു. നിരവധി ചെറുകഥകളും പ്രസിദ്ധീകരിച്ചിട്ടുണ്ട്.

സഹോദരങ്ങൾ : വിനോദ്, വിജിനി മനോജ്

ഭർത്താവ് : അനിൽകുമാർ

മകൻ : അമൽജിത്ത്

വിലാസം : അമ്പാടിയിൽ ഹൗസ്, വെള്ളൂർ വള്ളി പി.ഒ., പേരാവൂർ

Mob : 7907088049

Malayalam Language
Kegi
(Novel)
by
Vineetha Anil

♦

Published in October 2023
Second Impression December 2023
by Kairali Books Private Limited
Thalikkavu Road, Kannur.
Ph : 0497-2761200
Email : kairalibooksknr@gmail.com

♦

Cover Design
Rajesh Chalode

♦

95/23-24/Sl.No.1520/200/NS 18.6
ISBN 978-93-5973-660-0

കേഗി

വിനീത അനിൽ

കൈരളി ബുക്സ്

"ജീവിതത്തെ ഇത്രമേൽ സ്നേഹിക്കാൻ
പഠിപ്പിച്ച എന്റെ അനിയേട്ടന്..."

കാപ്പിപ്പൊടിക്കണ്ണുകളിലെ പ്രണയം
സുകുമാരൻ പെരിയച്ചൂർ

സിഗ്മണ്ട് ഫ്രോയിഡും അദ്ദേഹത്തിന്റെ ശിഷ്യനുമായ കാൾ ഗുസ്താഫ് യൂങ്ങുമാണ് മനസ്സിന്റെ പഠനത്തിൽ സ്വപ്നത്തിന്റെ പ്രാധാന്യം പാശ്ചാത്യ ലോകത്തിന് പരിചയപ്പെടുത്തിക്കൊടുത്തത്.

ഫ്രോയിഡിന്റെ ഇന്റർപ്രെറ്റേഷൻ ഓഫ് ഡ്രീംസ് എന്ന വിശ്രുതമായ പഠനം സ്വപ്നത്തെക്കുറിച്ചുള്ള കാഴ്ചപ്പാടുകൾ മാറ്റിമറിച്ചു. സി ജി യൂങ്ങ് തന്റെ ആത്മകഥയ്ക്ക് പേരിട്ടത് സ്വപ്നവുമായി ബന്ധപ്പെട്ടതായിരുന്നു.ഓർമ്മകൾ സ്വപ്നങ്ങൾ വിമർശനങ്ങൾ അതാണ് ആത്മകഥ.

മനുഷ്യന്റെ ബോധസത്തയിൽ സ്വപ്നത്തെ ഒരു മനോ നിയന്ത്രണ സാമഗ്രിയായി കണ്ടു വ്യാഖ്യാനിച്ചിട്ടുള്ളത് ഇംഗ്ലണ്ടിലെ ടോണി ക്രിപ്സ് ആണ് എന്ന് നിത്യചൈതന്യ യതി പറയുന്നുണ്ട്. 'മനുഷ്യന്റെ എല്ലാ സർഗാത്മക ശക്തിയുടെയും പിന്നിൽ സ്വപ്നം ഉണ്ട്.' എന്ന് യൂങ്ങ് പറയുന്നു.

യൂങ്ങിന്റെ ഈ ചിന്താഗതി ഭാരതീയ ചിന്താഗതിയോട് ചേർന്നു നിൽക്കുന്നുണ്ടെന്നാണ് യതി നിരീക്ഷിക്കുന്നത്.

വിനീത അനിലിന്റെ 'കേഗി' എന്ന നോവൽ വായിക്കുമ്പോൾ വായനക്കാരനെ ഒരു സ്വപ്നലോകത്തിലേക്കാണ് കഥാകാരി ഭ്രാമാത്മകമായി നയിക്കുന്നത്. വിനീത അനിലിന്റെ നോവലുകളിൽ പൊതുവായി കാണുന്ന ഗുണപരമായ ഒരു സത്ത, അത് ചരിത്രത്തിന്റെ പല ഘടകങ്ങളിലൂടെയും സഞ്ചരിക്കുന്നു എന്നതാണ്. കേവലം ചരിത്രാഖ്യായിക യിലൂടെ മാത്രം സഞ്ചരിക്കാതെ ചരിത്രത്തിനകത്തെ സ്വപ്ന ചിന്തകളിലൂടെയുള്ള നവരസപ്രയാണമാണ് വിനീതയുടെ നോവലുകൾ. കേഗി നമ്മെ വിസ്മയിപ്പിക്കുന്നു.

ചില പ്രയോഗങ്ങൾ നോക്കൂ .ആരും ഇതുവരെ പറയാത്തതുപോലെ ഒരു വീക്ഷണം.റാണ വീർസിംഗിന്റെ കണ്ണുകൾ കാപ്പിപ്പൊടിക്കണ്ണുകൾ.

കാപ്പിപ്പൊടിക്ക് എന്തോ ഒരു ആകർഷകമായ സുഗന്ധം ഉള്ളതുപോലെ നോവലിൽ ഉടനീളം ഒരു ഗന്ധം കാണാം. ഇനി റാണി റുദയുടെ ക

ണ്ണുകളെ വർണിച്ചിരിക്കുന്നത് വെള്ളിക്കണ്ണുകൾ എന്നാണ്. കാപ്പിപ്പൊടി ക്കണ്ണുകളും വെള്ളി കണ്ണുകളും മാത്രം മതി കഥാപാത്രങ്ങൾ എന്നും വായനക്കാരന്റെ നെഞ്ചിൽ ഛായക്കൂട്ടുകൾ തീർക്കാൻ.

'ഭൂമിക്കടിയിലേക്ക് അഞ്ചു നിലകളിൽ ഒരു കിണർ' എത്ര മനോഹ രമായ ഫാന്റസി ആണ് വിനീത അനിൽ ചരിത്രാഖ്യായിക യിലൂടെ കി ണറിലേക്ക് വായനക്കാരെ മെല്ലെ മെല്ലെ ഇറക്കിവിടുന്നത്. കിണർ എ ന്ന വാക്കിന്റെ ഉല്പത്തി ഓർത്തു പോകുന്നു. കിണഞ്ഞ് കിണഞ്ഞ് നീർ കണ്ടെത്തുന്ന പ്രവർത്തിയാണ് കിണർ കുഴിക്കൽ. കിണഞ്ഞ് എ ന്ന വാക്കിന്റെ അർത്ഥം കഠിനമായ പരിശ്രമം എന്നാണ്. കിണ + നീർ, അത് ലോപിച്ചാണ് കിണർ ഉണ്ടായത്. കേഗിയിലെ ഒരു പ്രധാന കഥാ പാത്രം കിണറായി വായനക്കാരന് അനുഭവപ്പെടുന്നു. അതാണ് നോവ ലിസ്റ്റിന്റെ രചനാപാടവം. കഥാ കുലപതി ടി പത്മനാഭന്റെ 'ഒരു പഴയ കഥ'യിൽ മഴ പെയ്യുമ്പോൾ ഉണ്ടാകുന്ന വീടിന്റെ ഞാലിയിൽ നിന്നും വീഴുന്ന ഇറവെള്ളത്തിലെ നീർക്കുമിളകൾ കഥാപാത്രമായി രൂപപ്പെട്ട ത് ഓർമ്മയിൽ വരുന്നു.

ഇങ്ങനെ വിനീത അനിൽ ഭാരതീയമായ സ്വപ്ന ദർശനങ്ങളെ നോ വലിൽ സന്നിവേശിപ്പിക്കുന്ന തന്ത്രം വായനയുടെ രസതന്ത്രം സൃഷ്ടി ക്കുന്നു. 'കൂടു വിട്ടു കൂടു മാറുക' എന്നത് ശങ്കരാചാര്യരുടെ ജീവിതവൃ ത്തിയെ ഓർമിപ്പിക്കുന്നു.

ഗംഗയും സരസ്വതിയും വാരണാസിയും ഗുജറാത്തിലെ വഗേല നാ ട്ടുരാജ്യവും ഉൾച്ചേർന്ന് കഥാതന്തു വികസിപ്പിക്കുന്നു.

കേദാർനാഥും ആര്യയും രാകേഷും നയനയും എന്നീ സമകാലീന കഥാപാത്രങ്ങളിലൂടെ ചരിത്രാഖ്യായികയായി മാറ്റുകയാണ് കേഗി. ഒ രു അപ്രധാന കഥാപാത്രമായി കരുതാവുന്ന കേഗിയെ പുസ്തകത്തി ന്റെ തലക്കെട്ടാക്കിയത് നോവലിസ്റ്റിന്റെ മറ്റൊരു നൂതന ആശയമായി കണക്കാക്കാം.

വിനീത അനിലിന്റെ ചില നിരീക്ഷണങ്ങൾ തത്വജ്ഞാനിയുടെതു പോലെ കാണാം.

'ബ്രഹ്മം എന്നാൽ ഈശ്വരൻ, പരമമായത് എന്നാണർത്ഥം. ചര്യ എ ന്നതുകൊണ്ട് ഉദ്ദേശിക്കുന്നത് പാത എന്നാണ്. നിങ്ങൾ സഞ്ചരിക്കുന്ന ത് ഈശ്വരന്റെ പാതയിലാണോ? എങ്കിൽ നിങ്ങൾ ബ്രഹ്മചാരിയാണ്. താലികെട്ടിയ പത്നിയെ അവഗണിച്ചും വേദനിപ്പിച്ചും മുന്നോട്ടുപോകു ന്നവന്റെ പാത ഒരിക്കലും ഈശ്വരന്റെ പാത ആവില്ല.'

ജനനത്തെക്കുറിച്ചും മരണത്തെക്കുറിച്ചും ഏറെ പറഞ്ഞിട്ടുള്ളത് ഭഗ

വാൻ ശ്രീബുദ്ധനാണ്. കേഗിയിൽ ജനനത്തെക്കുറിച്ചും മരണത്തെ കു റിച്ചും സുവ്യക്തമായി നോവലിസ്റ്റ് വരച്ചുകാട്ടുന്നത് നോക്കൂ...'ജീവാത്മാ വ് സൂക്ഷ്മ ശരീരത്തോടൊപ്പം പഞ്ചഭൗതികമായ ശരീരത്തിൽ പ്രവേ ശിക്കുന്നതിന് ജനനം എന്നു പറയുന്നു. അതേ ജീവാത്മാവ് പഞ്ചഭൗ തികമായ ശരീരം വിട്ടു പോകുന്നതിനെ മരണമെന്നും പറയുന്നു...'

നോവലിലെ പ്രധാന കഥാപാത്രമായ കേദാറിലൂടെയാണ് തത്വചി ന്തയുടെ രുദ്രാക്ഷമണികൾ ഉരുവിടുന്നത്.

'ശ്വാസോച്ഛ്വാസം എന്ന എളിമയുള്ള പരിശീലനത്തിലാണ് ജീവിത ത്തിന്റെ അഗാധമായ ജ്ഞാനം.'

വിനീത അനിൽ എന്ന യുവ എഴുത്തുകാരിയുടെ പേരിലുള്ള പു തുമ പോലെ തന്നെ പ്രമേയത്തിലും പുതുമ പുലർത്തുന്നു. ചരിത്രത്തെ യും മിത്തുകളെയും കൂട്ടുപിടിക്കുന്ന നോവലുകളിലൂടെ മലയാളസാ ഹിത്യത്തിൽ ഒരു പുതിയ പാത സൃഷ്ടിക്കുന്ന ശ്രദ്ധേയയായ എഴുത്തു കാരിയാണ് വിനീത അനിൽ. ഒരു ചരിത്രാദ്ധ്യാപികയുടെ സൂക്ഷ്മത യോടെ ഒരു കഥാകാരിയുടെ വർണ്ണനയോടെ കേഗി ഉടനീളം അതിമ നോഹര മുഹൂർത്തങ്ങൾ സൃഷ്ടിക്കുന്നു.വായിച്ചു കഴിഞ്ഞാൽ വീണ്ടും വായിക്കാൻ പ്രേരിപ്പിക്കുന്ന നോവലാണ് കേഗി.

വിനീത അനിലിന്റെ ഏഴാമത്തെ നോവലാണ് കേഗി. മിസ്റ്ററി ഗണ ത്തിൽ പെടുത്താവുന്ന കേഗി വായനക്കാരിൽ ആകാംക്ഷയുടെയും ഭീ തിയുടെയും പുതിയൊരു വാതായനം സൃഷ്ടിക്കും.

കാശി മഹാദേവ സന്നിധിയും, വാരണാസി തീരവും, നൂറുകണക്കിന് ചിതകൾ ഒരു ദിവസമെരിയുന്ന മണികർണിക ഘാട്ടും, ഗംഗാരതിയും പൂർണ്ണമായും വായനക്കാരന്റെ മനസ്സിനെ മറ്റൊരു തലത്തിലേക്ക് ഉയർ ത്തുകയാണ്.

നൂറുകണക്കിന് വർഷങ്ങൾക്കപ്പുറം ജീവിച്ചു മരിച്ചു പോയ ധീര രക്ത സാക്ഷികളായ പ്രണയജോഡികളുടെ പുനർജന്മവും അവരുടെ ചരി ത്രവും കൂടിച്ചേരുമ്പോൾ ഈ ഫാന്റസി മിസ്റ്ററി ത്രില്ലർ വായനക്കാര നെ പൂർണ്ണമായും തൃപ്തിപ്പെടുത്തും...

1

കൊട്ടാരത്തിലെ കാവിനകത്തെ വലിയ കുളത്തിനു നടുവിലുള്ള കൽ മണ്ഡപത്തിൽ ആയിരക്കണക്കിന് ചിരാതുകൾ ചുറ്റോട് ചുറ്റും കത്തി ജ്വലിക്കുകയാണ്.

കേദാർനാഥ് ചുറ്റും നോക്കി. നാലു തൂണുകളോട് കൂടിയ ഒരു വലി യ കരിങ്കൽ മണ്ഡപം ആണിത്. തൂണുകളിൽ ഭദ്രകാളിയുടെ ഭീഭൽസ മായ ചിത്രങ്ങൾ ആണെന്ന് തോന്നുന്നു കൊത്തിവെച്ചത്. അത് കാണു മ്പോൾ തന്നെ പേടി തോന്നുന്നു. ഹോമകുണ്ഡത്തിനു മുന്നിലിരുന്നു പൂജ ചെയ്യുന്ന വൃദ്ധൻ ആരാണ് എന്ന് മനസ്സിലാവാതെ കേദാർ ഒന്നു കൂടി നോക്കി. വളഞ്ഞു ചുരുണ്ട് എല്ലും തൊലിയും മാത്രമുള്ള ഒരു രൂ പം. എന്തൊക്കെയോ ജപിച്ചു കൊണ്ട് ഹോമകുണ്ഡത്തിലേക്ക് ഒരു വ ലിയ മരത്തവിയിൽ നെയ് കോരി ഒഴിച്ചുകൊണ്ടിരുന്ന അയാൾ മുഖമു യർത്തി കേദാറിനെ ഒന്നു നോക്കി

'വരൻ ഇങ്ങോട്ടേക്ക് ഇരുന്നോളൂ...'

പുറകിൽ നിന്നും സുധി കേദാറിനെ കുറച്ചു മുന്നിലേക്ക് നീക്കിനിർ ത്താൻ ശ്രമിക്കുന്നുണ്ടായിരുന്നു. അല്പസമയം മുൻപ് വിവാഹിതരാ യ ദമ്പതികൾ കുറച്ച് അപ്പുറത്ത് നിൽക്കുന്നുണ്ട്. കേദാറിന്റെ മൂത്ത ചേച്ചിയായ നയനയും ആര്യാഹി തമ്പുരാട്ടിയുടെ സഹോദരനായ രാ കേഷും. കേദാറിന്റെ അരികിലായി കുറച്ചു പേർ കൂടി നിൽക്കുന്നുണ്ട്. രാകേഷിനെ മാത്രമേ കേദാറിന് പരിചയമുള്ളൂ. ബാക്കിയുള്ളവർ കൊ ട്ടാരത്തിലെ വിവാഹത്തിന് എത്തിയ ബന്ധുക്കളാവാം.

'കേദാർ... ഇതൊരു മുജ്ജന്മബന്ധമാണ്. അതുകൊണ്ടുതന്നെ മു ഹൂർത്തം തെറ്റാൻ പാടില്ല...'

കേദാർ ഒന്നും മിണ്ടാതെ കൊച്ചുതമ്പുരാട്ടിയെ ശ്രദ്ധിച്ചു. ഇവിടെ ഇത്രയും സംഭവങ്ങൾ നടന്നിട്ടും അതൊന്നും അറിയാതെ ഏതോ ഒരു സ്വപ്നലോകത്തിലാണ് അവൾ ഇരിക്കുന്നത് എന്ന് അവന് തോന്നി. വെള്ളത്തിന് നടുവിൽ ആയതുകൊണ്ടും അർദ്ധരാത്രി കഴിഞ്ഞതു കൊ ണ്ടും നല്ല തണുപ്പായിരുന്നു അന്തരീക്ഷത്തിൽ.ഹോമകുണ്ഡത്തിന്റെയും ദീപങ്ങളുടെയും ചൂട് ശരീരത്തിന് നല്ല സുഖം പകരുന്നുണ്ട്. പക്ഷേ ത മ്പുരാട്ടി കുട്ടി മാത്രം വിയർത്ത് ഒഴുകുകയാണ്. അവൾ മറ്റെന്തൊക്കെ

യോ ഓർത്തു കൊണ്ടിരിക്കുകയാണെന്ന് കേദാറിന് മനസ്സിലായി.കേ
ദാർ മണ്ഡപത്തിലേക്ക് തിരിഞ്ഞെങ്കിലും ആര്യാഹി അവിടെത്തന്നെ നിൽ
ക്കുകയായിരുന്നു.

'തമ്പുരാട്ടിയെ ഇങ്ങോട്ടേക്ക് കൂട്ടിക്കോളൂ സാർ.'

എന്ന സുധിയുടെ സംസാരം കേട്ടാണ് കേദാർ തിരിഞ്ഞു നോക്കി
യത്. ആര്യാഹി അവിടെത്തന്നെ നിൽക്കുകയാണ്. അവൻ കൈനീട്ടി
അവളുടെ കയ്യിൽ പിടിച്ചു.

തണുത്തു മരവിച്ചിരിക്കുന്നു... നേരിയ ഒരു ഉൾഭയത്തോടെ കേദാർ
അവളെ ഹോമകുണ്ഡത്തിനു മുന്നിലേക്ക് ആനയിച്ചിരുത്തി. രാകേഷ്
വന്ന് മുന്നിലുള്ള താലത്തിൽ നിന്നും ചന്ദനമെടുത്ത് തന്റെ നെറ്റിയിൽ
കുറി വരക്കുന്നത് കേദാർ അറിഞ്ഞു. അതിനുശേഷം അവൻ തമ്പുരാ
ട്ടി കുട്ടിക്കും കുറിവരച്ചു കൊടുത്ത ശേഷം പുറകിലേക്ക് മാറിനിന്നു.
കുറച്ചു സമയത്തെ ജപത്തിന്റെ ഒടുവിൽ ആ വൃദ്ധൻ മഞ്ഞ ചരടിൽ
കോർത്ത പാരമ്പര്യ പ്രകാരമുള്ള ചെറുതാലി കേദാറിനു നേർക്ക് നീട്ടി
ക്കൊണ്ടു പറഞ്ഞു.

'ചാർത്തിക്കോളൂ.. സമയമായി...'

കേദാറിന് കൈവിറച്ചിട്ടു താലി ശരിക്ക് പിടിക്കാൻ പോലും പറ്റുന്നു
ണ്ടായിരുന്നില്ല.

ഈ ഒരു അന്തരീക്ഷത്തിൽ...

വല്ലാത്തൊരു ദൈവീകതയും അതുപോലെതന്നെ വന്യതയും നിറ
ഞ്ഞുനിൽക്കുന്നു.അവന് ആകെ ഒരു മതിഭ്രമം ബാധിച്ചത് പോലെ തോ
ന്നി. ദീർഘശ്വാസം എടുത്തു കൊണ്ട് കേദാർ മുഖമുയർത്തി.

'താലി വാങ്ങിക്കോളൂ...'

പിറകിൽ നിന്നും ആരാണ് പറയുന്നത് എന്ന് കേദാറിന് മനസ്സിലാ
യില്ല. വിറയ്ക്കുന്ന കൈകൾ ഉയർത്തി അവൻ താലി ചരട് വാങ്ങി.
പിന്നെ അതുമായി ആര്യാഹിയുടെ നേർക്ക് തിരിഞ്ഞു.

'വേഗം ആവട്ടെ കെട്ടിക്കോളൂ... മുഹൂർത്തം കഴിയാറാവുന്നു...'

വൃദ്ധന്റെ അലർച്ച പോലെയുള്ള സംസാരം കേട്ടപ്പോൾ കേദാർ അ
റിയാതെ താലി ആര്യാഹിയുടെ കഴുത്തിലേക്ക് അടുപ്പിച്ചു.

വിറക്കുന്ന കൈകൾ കൊണ്ട് താലി ചരട് മുറുക്കുമ്പോൾ അവൻ
ആര്യാഹിയെ തന്നെ ശ്രദ്ധിച്ചു. അവൾക്ക് എന്തൊക്കെയോ മാറ്റങ്ങൾ
സംഭവിക്കുന്നുണ്ടെന്ന് അവന് തോന്നി.ആര്യാഹിയുടെ മനസ്സിൽ
അപ്പോൾ തിരിച്ചറിയാനാവാത്ത എന്തൊക്കെയോ ഓർമ്മകൾ കലങ്ങി
മറിയുകയായിരുന്നു.

ഈയൊരു നിമിഷം...

ഇതുപോലെ ഒരു ദിനം...

എന്നോ ഒരിക്കൽ ഇങ്ങനെയെയൊരു നവ വധുവായി താൻ അണിഞ്ഞൊരുങ്ങി നിന്നിട്ടുണ്ട്.. കേദാർ അവളുടെ കഴുത്തിലേക്ക് താലികെട്ടുന്ന നിമിഷം അവൾ മുഖമുയർത്തി കേദാറിന്റെ കണ്ണുകളിലേക്ക് നോക്കി ഈയൊരു നിമിഷം തനിക്ക് പരിചിതമാണ്.. പക്ഷേ ഈയൊരു മുഖം... അതല്ല...

ഈയൊരു മുഖം തനിക്ക് പരിചിതമല്ല.

ആര്യയുടെ മുഖം വിയർത്തൊഴുകി നനയുന്നത് കേദാർ അമ്പരപ്പോടെ നോക്കി നിന്നു. അപ്പോഴേക്കും പുറകിൽ നിന്നും ഏതോ ഒരു സ്ത്രീ ബാക്കി കെട്ട് മുറുക്കി കഴിഞ്ഞിരുന്നു. കേദാർ ആശ്വാസത്തോടെ കയ്യെടുക്കുമ്പോഴേക്കും ഒരു താലത്തിൽ പുടവ ആരോ അവനു നേർക്ക് നീട്ടി കൊണ്ട് പറഞ്ഞു.

'വധുവിനു കൊടുക്കു മോനെ...'

പെട്ടെന്നുള്ള വെപ്രാളത്തിൽ ആ താലം പിടിച്ചു വാങ്ങി കേദാർ ആര്യാഹിക്ക് നീട്ടിയെങ്കിലും കുഴഞ്ഞു തളർന്നത് പോലെ നിന്ന അവൾ കൈകൾ ഉയർത്തിയില്ല.

അവളുടെ പുറകിൽ നിന്ന സ്ത്രീയാണ് അവളുടെ കൈകൾ ഉയർത്തിപ്പിച്ചത്. അതൊരു മയിൽനീല നിറമുള്ള പട്ടുസാരിയായിരുന്നു.

'വധുവിന്റെ നെറ്റിയിൽ കുങ്കുമം ചാർത്തിക്കോളൂ...'

ആരോ നീട്ടിയ സിന്ദൂരച്ചെപ്പിൽ നിന്നും ഒരു നുള്ള് സിന്ദൂരം അവൻ നുള്ളി എടുക്കുമ്പോഴേക്കും അവളുടെ നെറ്റി ചുറ്റി പിറകിലേക്ക് ഉയർത്തി കഴിഞ്ഞിരുന്നു ആ സ്ത്രീ. മറ്റു വഴികൾ ഒന്നുമില്ലാതെ കേദാർ അവളുടെ നെറുകയിൽ കുങ്കുമം അണിയിക്കാനായി കൈയുയർത്തി.

പെട്ടെന്നാണ് അവൾ പാതിയടഞ്ഞ കണ്ണുകൾ തുറന്നു കേദാറിനെ ഒന്നു നോക്കിയത്. ആ വെള്ളി കണ്ണുകളിലെ വന്യത കണ്ടു കേദാർ ഒന്നു പകച്ചു പോയെങ്കിലും അവൻ വേഗം തന്നെ സിന്ദൂരം ചാർത്തി കൈയെടുത്തു.

അവളുടെ കയ്യിൽ നിന്നും ആ താലം പുറകിലേക്ക് മാറ്റിയശേഷം ആരോ ഒരു തുളസിമാല പിടിപ്പിക്കുന്നത് കേദാർ കണ്ടു. അതോടൊപ്പം തന്നെ പിറകിൽ നിന്നും ആ വൃദ്ധൻ അവന്റെ നേർക്കൊരു തുളസിമാല നീട്ടിക്കൊണ്ടു പറഞ്ഞു.

'തമ്പുരാട്ടി കുട്ടിയെ അണിയിക്കൂ...'

കേദാർ തിരിഞ്ഞു നിന്ന് ആര്യയുടെ കഴുത്തിൽ തുളസിമാല ചാർ

ത്തുമ്പോഴേക്കും അവളുടെ കൈപിടിച്ച് ആ സ്ത്രീ മാല അണിയിച്ചു കഴിഞ്ഞിരുന്നു.വല്ലാത്തൊരു കാറ്റ് ആഞ്ഞ് വീശുന്നുണ്ടെങ്കിലും ഒരു വിളക്കിന്റെ തിരി പോലും കെടുന്നില്ലെന്ന് ചെറിയ ഒരു വിറയലോടെ അവൻ ശ്രദ്ധിച്ചു.

പുറത്തെവിടെയോ മഴ പെയ്യുന്നത് പോലെ...

'ഇനി രണ്ടുപേരും അഗ്നിക്ക് വലം വച്ച് അനുഗ്രഹം വാങ്ങുക.'

ആര്യാഹിയുടെ തണുത്തുറഞ്ഞ വിരലുകൾ കേദാറിന്റെ കൈക്കു ള്ളിൽ ഇരുന്നു വിയർത്തൊഴുകുകയായിരുന്നു.

അവൾക്ക് കടുത്ത മാനസിക സംഘർഷം അനുഭവപ്പെടുന്നുണ്ടെ ന്ന് കേദാറിന് ഒറ്റനോട്ടത്തിൽ തന്നെ മനസ്സിലായെങ്കിലും അവൻ ഒ ന്നും പറയാതെ ഉള്ളിലെ ഭയം ഒതുക്കി വെച്ചു.തലച്ചോറിനുള്ളിൽ കുഴ ഞ്ഞു മറിഞ്ഞ.. ആഞ്ഞടിച്ചുയരുന്ന ഓർമ്മകളുടെ തിരമാലകൾക്കൊ പ്പം ആര്യാഹി കേദാറിനു പുറകെ വേച്ചു വേച്ചു നടന്നു.

കഴിഞ്ഞ ജന്മത്തിൽ ആണോ? കഴിഞ്ഞ ദിവസങ്ങളിൽ എപ്പോഴെ ങ്കിലുമാണോ താനൊരു വധുവായി അണിഞ്ഞൊരുങ്ങിയത്? എവിടെ യായിരുന്നു എന്റെ പ്രിയപ്പെട്ടവൻ?

ഒരുപാട് സ്നേഹിച്ചു കൊതിച്ച ഒരു പുരുഷൻ താലിയണിയിച്ച നി മിഷങ്ങൾ അവളുടെ ഓർമ്മയിലേക്ക് ഇരച്ചെത്തി. മുന്നിൽ നടക്കുകയാ യിരുന്ന ഉയരമുള്ള പുരുഷനെ അവൾ മുഖമുയർത്തി നോക്കി.

മൂന്നാം വലം ചുറ്റി നിൽക്കുകയായിരുന്ന കേദാർ ഒന്നു തിരിഞ്ഞു നോക്കിയത് അതേ നിമിഷം ആയിരുന്നു.ആര്യാഹിയുടെ തലയ്ക്കുള്ളിൽ എന്തോ പൊട്ടി തകർന്നത് പോലെ തോന്നി അവൾക്ക്.

'അല്ല.. അത് ഇയാളല്ല!

തന്റെ കഴുത്തിലെ താലി...

അത് ചാർത്തിയത് മറ്റൊരാളാണ്...'

തന്നെത്തന്നെ തുറിച്ചു നോക്കുന്ന തമ്പുരാട്ടി കുട്ടിയുടെ കണ്ണുകളി ലെ വെള്ളിത്തിളക്കം മാഞ്ഞുപോകുന്നത് കേദാർ ശ്രദ്ധിക്കുന്നുണ്ടായി രുന്നു. അവൻ നോക്കിനിൽക്കെ ആ കൃഷ്ണമണികൾ കൺപോളകളു ടെ ഉള്ളിലേക്ക് മറിഞ്ഞു മറിഞ്ഞു പോയി.നേരിയ ഒരു ഞരക്കത്തോടെ തമ്പുരാട്ടി കുട്ടി നീട്ടിപ്പിടിച്ച കേദാറിന്റെ കൈകൾക്കുള്ളിലേക്ക് കുഴ ഞ്ഞുവീണു.പരിഭ്രാന്തനായ അവൻ മുഖമുയർത്തി വൃദ്ധനെ നോക്കി. അവളെ നിലത്തേക്ക് കിടത്താൻ ഉള്ള ധൈര്യം കേദാറിന് ഉണ്ടായിരു ന്നില്ല. ആരെങ്കിലും ഒന്ന് സഹായിച്ചിരുന്നെങ്കിൽ.. എന്ന ഭാവത്തോടെ യാണ് അവൻ രാകേഷിനെ നോക്കിയത്. അതു മനസ്സിലാക്കി രാകേഷ്

മുന്നോട്ടേക്ക് വരുമ്പോഴേക്കും വൃദ്ധന്റെ   കല്‍പ്പന വന്നു കഴിഞ്ഞിരുന്നു.

'ചടങ്ങുകള്‍ എല്ലാം കഴിഞ്ഞില്ലേ! കേദാര്‍ കുട്ടിയെ എടുത്തു തിരിച്ചു പൊയ്ക്കോളു...'

കേദാര്‍ ആകെ അന്തം വിട്ടുപോയി...

ഇയാള്‍ ഇത് എന്തൊക്കെയാണ് പറയുന്നത്? ഏകദേശം 10 മിനിറ്റോളം നടക്കാനുണ്ട് കൊട്ടാരത്തിലേക്ക്.

അത്രയും ദൂരം പത്തറുപത് കിലോ തൂക്കം വരുന്ന ഈ പെണ്‍കുട്ടിയെയും കൊണ്ട് താന്‍ നടക്കണം എന്നാണോ? അപ്പോഴേക്കും അവനു വഴികാട്ടിക്കൊണ്ട് രാകേഷും സുധിയും മുന്നില്‍ നടന്നു കഴിഞ്ഞിരുന്നു.

'വന്നോളൂ സാര്‍...'

കേദാര്‍ ഒന്ന് തിരിഞ്ഞു നോക്കി. ആ തിളങ്ങുന്ന കണ്ണുകള്‍ തന്നെ നോക്കി നില്‍ക്കുകയാണ്.. നെഞ്ചിലേക്ക് വീണു കുഴഞ്ഞു കിടന്ന ആ ര്യാഹിയെ ഇരു കൈകള്‍ കൊണ്ടും കോരിയെടുത്ത് ചുമലിലേക്കിട്ടു കൊണ്ട് കേദാര്‍ അവര്‍ക്കു പിറകെ നടന്നുതുടങ്ങി.

വെറും ഒരാഴ്ച കൊണ്ട് തകിടം മറിഞ്ഞുപോയ തന്റെ ജീവിതത്തെ കുറിച്ചാണ് അപ്പോള്‍ അവന്‍ ആലോചിച്ചത്. ബാംഗ്ലൂര്‍ സി എച്ച് ഹോസ്പിറ്റലില്‍ സ്റ്റാഫ് നേഴ്സ് ആയി രണ്ടു വര്‍ഷമായുള്ള സമാധാന ജീവിതം. അവിടെ അടുത്ത് തന്നെ താമസം. നാട്ടില്‍ ഉദയന്നൂര്‍ കോവിലകത്തെ തമ്പുരാന്റെ കൊട്ടാരത്തിലെ ചെറിയ ജോലികള്‍ ചെയ്ത് കുടുംബം പുലര്‍ത്തുന്ന അച്ഛനും അമ്മയും ചേച്ചിയും രണ്ട് അനുജത്തിമാരും. ജാതക ദോഷത്തിന്റെ പേരില്‍ വിവാഹപ്രായം കഴിഞ്ഞു നില്‍ക്കുന്ന ചേച്ചിയെ കുറിച്ചുള്ള വിഷമങ്ങള്‍ ഒഴിച്ചാല്‍ ദാരിദ്ര്യം അല്ലാതെ മറ്റൊരു സങ്കടവും തങ്ങളുടെ കുടുംബത്തിന് ഇല്ലായിരുന്നു. അമ്മയ്ക്ക് ഹൃദയത്തിന് ചെറിയ പ്രശ്നം വര്‍ഷങ്ങളായി ഉണ്ടായിരുന്നു. അതിന് മരുന്നും സ്ഥിരമായി കഴിക്കുന്നുണ്ട്.

പുതുതായി വന്ന റൂംമേറ്റിന്റെ കയ്യില്‍ നിന്നും വലിയൊരു അളവില്‍ മയക്കുമരുന്ന് ഷാഡോ പോലീസ് തികച്ചും അപ്രതീക്ഷിതമായി അര്‍ദ്ധരാത്രിയില്‍ റൂമില്‍ കയറി വന്ന് പിടിച്ചതോടെയാണ് ജീവിതം കീഴ്മേല്‍ മറിഞ്ഞത്. എത്രയേറെ കരഞ്ഞു പറഞ്ഞിട്ടും കാര്യമുണ്ടായില്ല.

അവനോടൊപ്പം താനും പ്രതിയായി.

ഒരുപാട് പ്രാവശ്യം അവന്‍ പോലീസിന്റെ കയ്യില്‍ നിന്നും രക്ഷപ്പെട്ടു പോയതിന്റെ ചൊരുക്ക് മൊത്തം തന്നോടും കൂടി പോലീസ് രണ്ട് ദിവസം കൊണ്ട് തീര്‍ത്തു. വീട്ടില്‍ വിവരമറിഞ്ഞ് അച്ഛന്‍ പരമാവധി ശ്രമി

ച്ചെങ്കിലും ഒരു കാര്യവും ഉണ്ടായില്ല.

കൃത്യസമയത്താണ് തമ്പുരാൻ ദൈവദൂതനെ പോലെ ഇടപെട്ടത്. നിന്ന നിൽപ്പിൽ കേസ് മാഞ്ഞുപോയി. മകന്റെ ദുരവസ്ഥ അറിഞ്ഞ് തളർന്നു വീണ അമ്മയെ നാട്ടിലെ ഹോസ്പിറ്റലിൽ ഓപ്പറേഷനു വേണ്ടി പ്രവേശിപ്പിച്ചിട്ടുണ്ട് എന്ന വാർത്തയും അപ്പോഴാണ് അറിഞ്ഞത്.

ഇത്രയേറെ സഹായം തമ്പുരാൻ തങ്ങൾക്കുവേണ്ടി ചെയ്തുതന്നത് എന്തുകൊണ്ടാണ് എന്ന് അച്ഛനിൽ നിന്ന് തന്നെ അറിഞ്ഞു.

ഒരു ഗ്രാമം തന്നെ അടക്കി ഭരിച്ചു കൊണ്ടിരുന്ന ഉദയന്നൂർ കോവില കത്തെ തമ്പുരാന്റെ ആഭിചാര കർമ്മങ്ങളുടെയും ദുർമന്ത്രവാദങ്ങളുടെ യും തിരിച്ചടിയായി ഒരു ആക്സിഡന്റിൽ അദ്ദേഹത്തിന്റെ കുടുംബം മുഴുവൻ അസ്തമിച്ചു പോയ വാർത്ത വർഷങ്ങൾക്കു മുൻപ് അറിഞ്ഞി രുന്നു. അതിനുശേഷം അദ്ദേഹത്തിന്റെ പരമ്പരയിൽ ബാക്കിയായത് കൊ ച്ചുമകളായ ആര്യാഹി തമ്പുരാട്ടിയും മറ്റൊരു കൊച്ചു മകനായ രാകേ ഷ് ദത്തുമാണ്. ഇരുവരും പഠിച്ചു ഡോക്ടേഴ്സ് ആയി. എങ്കിലും മുത്ത ശ്ശന്റെ പ്രിയപ്പെട്ട ശിഷ്യരായിരുന്നു ഇരുവരും.

മന്ത്രവും തന്ത്രവും ജീവനായി കൊണ്ടുനടക്കുന്ന തമ്പുരാന്റെ അടു ത്ത പരമ്പര.

കഴിഞ്ഞവർഷം തമ്പുരാട്ടി കുട്ടി ജോലി ചെയ്യുന്ന സ്ഥലത്ത് വെച്ച് കൂടു വിട്ടു കൂടു മാറുന്നതുപോലുള്ള ഏതോ ഒരു മന്ത്രം പരീക്ഷിച്ചു അതിൽ പിഴവ് വന്ന് മാനസിക വിഭ്രാന്തി പിടിപെട്ട് കൊട്ടാരത്തിലേക്ക് തിരിച്ചു കൊണ്ടുവന്നിരുന്നു. അതോടെ തമ്പുരാൻ തീർത്തും വീണു പോയി.

സ്വന്തം മരണസമയം അടുത്തെത്തി എന്ന് തിരിച്ചറിഞ്ഞ അദ്ദേഹം അതിനു മുൻപ് കൊച്ചുമകളെ ഏറ്റവും സുരക്ഷിതയാക്കാൻ വേണ്ടി അവൾക്കു ചേർന്ന വരനെ അന്വേഷിച്ചു തുടങ്ങിയിരുന്നു. നാഡീ ജോ തിഷപ്രകാരം മുജ്ജന്മ ബന്ധത്തിലുള്ള ഭർത്താവ് തന്നെ അവൾക്ക് ഈ ജന്മവും വരണം എന്ന വിശ്വാസവുമായി അദ്ദേഹം പരിശോധിച്ച ആയിരക്കണക്കിന് ജാതകങ്ങളിൽ നിന്നുമാണ് താൻ തിരഞ്ഞെടുക്ക പ്പെട്ടത്.

തന്റെ സമ്മതക്കുറവൊന്നും അവിടെ വിലപ്പോയില്ല. അമ്മയുടെ ജീ വൻ, സഹോദരിമാരുടെ ഭാവി, ഇത്രയും വലിയ കോടീശ്വര കുടുംബ ത്തിലെ സ്വത്തുക്കളുടെ പവർ ഓഫ് അറ്റോർണി. ഇതിലൊന്നും താൻ വീഴില്ല എന്ന് മനസ്സിലായതോടെയാണ് അടുത്ത ഓഫർ വന്നത്.

ജാതക ദോഷം കൊണ്ട് വിവാഹം മുടങ്ങി നിൽക്കുന്ന നയനേച്ചിയു

ടെ ജാതകം തമ്പുരാട്ടി കുട്ടിയുടെ സഹോദരനായ രാകേഷ് ദത്തിന്റെ ജാതകവുമായി ചേർന്നിരിക്കുന്നു എന്ന വാർത്ത.

അവിടെ തീർക്കപ്പെട്ടു എല്ലാ എതിർപ്പും. പിന്നെ എല്ലാം വേഗത്തിൽ ആയിരുന്നു. പെണ്ണുകാണാൻ വന്ന ദിവസം ആ തിളങ്ങുന്ന വെള്ളി ക ണ്ണുകളിലേക്ക് ഒരിക്കൽ കൂടി നോക്കാനുള്ള ധൈര്യം പോലും ഉണ്ടാ യില്ല തനിക്ക്.

ഒറ്റനോട്ടത്തിൽ പ്രശ്നങ്ങൾ ഒന്നും തോന്നില്ലെങ്കിലും എന്തൊക്കെ യോ നിഗൂഢതകൾ ഒളിപ്പിച്ചുവെച്ച പെരുമാറ്റവും രീതികളും ഉള്ള അ തിസുന്ദരിയായ ഒരു പെൺകുട്ടി. അതിനേക്കാൾ നിഗൂഢതകളാണ് അ വളുടെ ചേട്ടനിൽ.. തമ്പുരാൻ തന്റെ മരണം ഗണിച്ചു തീരുമാനിച്ചതി ന്റെ തലേ ദിവസമാണ് വിവാഹം നടത്താൻ തിരഞ്ഞെടുക്കപ്പെട്ടത്.

അദ്ദേഹത്തിന്റെ മരണത്തിനു മുൻപ് രണ്ടു വിവാഹങ്ങളും അർദ്ധ രാത്രിയിലെ മുഹൂർത്തത്തിൽ കൊട്ടാരത്തിലെ കാവിനകത്തുള്ള മണ്ഡ പത്തിൽ വച്ച് നടന്നു കഴിഞ്ഞിരിക്കുന്നു.

2

വിളക്കെടുത്തു അകത്തേക്ക് കയറിയ നയനയെ ആരോ പൂജ മുറി യിലേക്ക് കൊണ്ടുപോയി. ആ സ്ത്രീയുടെ നിർദ്ദേശം അനുസരിച്ച് നയ ന അവിടെ തറയിൽ വിളക്ക് വെച്ച് കൈകൂപ്പി ശൂന്യമായ മനസ്സോടെ അങ്ങനെ നിന്നു...

'വരൂ...തമ്പുരാന്റെ അനുഗ്രഹം വാങ്ങണ്ടേ! പുറത്ത് എല്ലാവരും കാത്തു നിൽക്കുകയാണ്.'

പുറത്തെ വെളിച്ചത്തിൽ നിന്നും അകത്തെ മങ്ങിയ ഇരുട്ടിലേക്ക് ക ടന്നപ്പോൾ കുറച്ചു സമയം എടുത്തു നയനയുടെ കണ്ണുകൾ മുന്നിലെ കാഴ്ചകളുമായി ഒന്നു പഴകാൻ.

'മുന്നോട്ടേക്ക് നീങ്ങി നിന്നോളു...'

എന്നു പറഞ്ഞുകൊണ്ട് രാകേഷ് അവളുടെ കൈകളിൽ കൈകോർ ത്തപ്പോൾ നയനയുടെ ദേഹം ഒന്നു വിറച്ചു. അവൻ അവളെ കുറച്ചുകൂ ടി മുന്നോട്ടു നീക്കി നിർത്തി. ചുവപ്പു വിരിയിട്ട ആ വലിയ കട്ടിലിൽ കി ടക്കുന്ന വെളുത്ത അസ്ഥിപഞ്ജരം പോലെയായ ശരീരം അപ്പോഴാണ് നയന ശ്രദ്ധിച്ചത്. അതിനു തൊട്ടടുത്തായി ആര്യാഹി തമ്പുരാട്ടിയും ഇ രിക്കുന്നുണ്ട്. നേരത്തെ തലകറങ്ങി വീണതിന്റെ ക്ഷീണം ഒന്നും കാ ണാനില്ല.

'അനുഗ്രഹം വാങ്ങിക്കോളു.'

കേദാറിന്റെ അച്ഛനും കാര്യസ്ഥനുമായ കുഞ്ഞിക്കണ്ണൻ നായരുടെ സ്വരം കേട്ടപ്പോൾ രാകേഷ് തമ്പുരാന്റെ കാലു തൊട്ടു വന്ദിച്ചു. നയന യും അത് പോലെ ചെയ്തതോടെ തമ്പുരാൻ തന്റെ വലതുകൈയുയർ ത്തി അവൾക്കു നേരെ നീട്ടി. പാതി അടഞ്ഞ ആ വെള്ളിക്കണ്ണുകൾ കാ ണുമ്പോൾ നയനയ്ക്ക് ഉള്ളിൽ ഭയം ഇരച്ചു കയറുന്നുണ്ടായിരുന്നു. വേ വലാതിയോടെ നിന്ന അവളെ പുറകിൽ നിന്നും രാകേഷ് മുന്നിലേക്ക് തള്ളി.

വിറയലോടെ മുന്നോട്ടുവന്ന നയന തമ്പുരാന്റെ നീട്ടിപ്പിടിച്ച കൈ കൾക്ക് ഉള്ളിലേക്ക് തന്റെ കൈ അർപ്പിച്ചു. മഞ്ഞു പോലെ തണുത്ത ഒ രു അസ്ഥികൂടത്തിന്റെ എല്ലുകൾ തന്നെ മുറുകെപ്പിടിക്കുന്നതായിട്ടാണ് നയനയ്ക്ക് തോന്നിയത്.

'ദീർഘസുമംഗലീ ഭവ!

ഒരുപാട് പൊരുതേണ്ടിവരും...

വീണു പോകരുത്...

നന്മ മാത്രം ഉള്ള നിനക്ക് ചേരാത്തൊരിടമാണിത്...

വേറെ വഴിയില്ലാതായിപ്പോയി...

നീ ജയിക്കും.. നീ നേടും...

സൗഭാഗ്യവതീ ഭവ.'

പറഞ്ഞു തീർന്നപ്പോഴേക്കും തമ്പുരാന്റെ കൈകൾ അയഞ്ഞു വീ ണു കഴിഞ്ഞിരുന്നു. എല്ലാവരോടും ഒപ്പം പുറത്തേക്ക് നടക്കുമ്പോൾ ന യനയുടെ മനസ്സും ശൂന്യമായിരുന്നു.

കുളിച്ച് വസ്ത്രം മാറി പുറത്തേക്ക് ഇറങ്ങി വന്ന നയന ബാൽക്ക ണിയിലേക്കാണ് ആദ്യം പോയത്. താഴെ ആളുകൾ തിടുക്കത്തിൽ പ ന്തൽ അഴിച്ചു വണ്ടിയിൽ കയറ്റുന്നതും നോക്കി അവൾ കുറച്ച് സമയം അങ്ങനെ തന്നെ നിന്നു.സമയം സന്ധ്യ ആവുകയാണ്. എന്താണ് ഇവി ടെ ചെയ്യേണ്ടതെന്ന് അവൾക്ക് മനസ്സിലായില്ല. വിവാഹം ചെയ്ത ആ ളെ മണ്ഡപത്തിൽ വച്ച് കണ്ടതാണ്. ഇവിടെ വന്നതിനുശേഷം ഈ നി മിഷം വരെ അദ്ദേഹം എങ്ങോട്ട് പോയെന്നു പോലും അറിയില്ല. അവൾ താഴേക്ക് ഇറങ്ങാനായി ബെഡ്റൂമിലേക്ക് കടന്നു.പെട്ടെന്നാണ് പുറത്തു നിന്ന് ബെഡ്റൂമിന്റെ വാതിൽ തള്ളി തുറന്നുകൊണ്ട് രാകേഷ് അക ത്തേക്ക് കയറി വന്നത്. പുറത്തേക്കിറങ്ങാൻ ഒരുങ്ങുകയായിരുന്നു നയ ന ഒന്നു ഞെട്ടി ചുവരിലേക്ക് ചാരി നിന്നു.ഇങ്ങനെയൊരു വ്യക്തി അവി ടെ നിൽക്കുന്നുണ്ടെന്ന് പോലും ശ്രദ്ധിക്കാതെ അയാൾ തിടുക്കത്തിൽ ബാത്റൂമിലേക്ക് കയറി പോകുന്നതും. രണ്ടുമൂന്നു നിമിഷങ്ങൾക്ക് ശേ

ഷം ഷവർ ഓൺ ചെയ്തു വെള്ളം വീഴുന്ന ശബ്ദവും അവൾ കേട്ടു.എ ന്താണ് ചെയ്യേണ്ടത് എന്ന് അറിയാതെ അവൾ അവിടെത്തന്നെ തലകു നിച്ചു നിന്നു കുറച്ചുസമയത്തിനുശേഷം ബാത്റൂമിന്റെ വാതിൽ തുറ ക്കുന്ന ശബ്ദം കേട്ട് മുഖമുയർത്തിയ അവൾ കണ്ടത് നനഞ്ഞ ഒറ്റ മുണ്ടു ടുത്ത് അതിനുമുകളിൽ മറ്റൊരു വേഷ്ടി ചുറ്റി. ചുമലിലൂടെ മറ്റൊരു നന ഞ്ഞ വേഷ്ടി പുതച്ച് ഇറങ്ങിവരുന്ന രാകേഷിനെയാണ്. നയന താഴേക്ക് ഇറങ്ങി പോയിട്ടുണ്ടാവും എന്ന ധൈര്യത്തിൽ പുറത്തേക്ക് ഇറങ്ങി വന്ന രാകേഷ് നേരെ നോക്കിയത് അവളുടെ കണ്ണുകളിലേക്കാണ്. അവളു ടെ കണ്ണുകളിലെ ചോദ്യഭാവവും ഭയവും മനസ്സിലാക്കിക്കൊണ്ട് അയാൾ പറഞ്ഞു.

'ആര്യക്ക് ഒരു പൂജ ഉണ്ട്. ഞാനാണ് പരികർമ്മിയായി കൂടെ നിൽ ക്കേണ്ടത്.'

അവൾ തിരിച്ച് എന്തെങ്കിലും പറയുന്നതിനുമുമ്പ് അയാൾ ഇറങ്ങി പോയിക്കഴിഞ്ഞിരുന്നു. വെള്ളം ഇറ്റു വീഴുന്ന ശരീരത്തോടെ താഴെക്കി റങ്ങിപ്പോയ അയാളുടെ നനഞ്ഞ കാൽപ്പാടുകൾ മാത്രം നിലത്ത് തെളി ഞ്ഞു കണ്ടു.

രാകേഷ് തന്നെ വിവാഹം കഴിച്ചത് അയാൾക്ക് ഒരു ഭാര്യയുടെ ആ വശ്യം ഉള്ളതു കൊണ്ടല്ല എന്ന നയനയുടെ സംശയം ഇവിടെ വന്നതി നുശേഷം ഉള്ള ഓരോ സംഭവങ്ങളും കാണുമ്പോൾ അവൾക്ക് കൂടു തൽ ഉറപ്പാവുകയായിരുന്നു

മരവിച്ചുപോയ മനസ്സോടെ നയന ബാൽക്കണിയിലേക്ക് തിരിഞ്ഞു നടന്നു.

'ചേച്ചി... തമ്പുരാട്ടി കുട്ടിയെ മുറിയിൽ കാണുന്നില്ല!'

പുറകിൽ നിന്നും കേദാറിന്റെ ശബ്ദം കേട്ട് നയന തിരിഞ്ഞ് നിന്നു കൊണ്ടു പറഞ്ഞു.

'അവരെല്ലാവരും കാവിലെ മണ്ഡപത്തിൽ എന്തോ ചടങ്ങിന് വേണ്ടി പോയിരിക്കുകയാണ്.'

ഒന്നും പറയാതെ കേദാർ സംശയത്തോടെ തിരിഞ്ഞു നടന്നു. കൊട്ടാ രത്തിന് പുറകിലൂടെ ഇറങ്ങിയ അവൻ കാവിലേക്കുള്ള വഴിയിലേക്കു ള്ള പടവുകൾ നടന്നു തീർത്തു കുളത്തിലേക്കുള്ള നടയിലേക്ക് കയറി ഒന്നു ചുറ്റും നോക്കി. നിറഞ്ഞു കത്തുന്ന വിളക്കുകളോ അലങ്കാരങ്ങ ളോ ഒന്നുമില്ല. കുളത്തിനു നടുവിലുള്ള മണ്ഡപത്തിൽ മാത്രം വെളിച്ച മുണ്ട്.അതു തന്നെ പേരിനൊരു വെളിച്ചംഎന്നാണ് പറയേണ്ടത്. ഇവിടെ നിന്ന് നോക്കുമ്പോൾ ഒറ്റ തിരിയിട്ട ഒരു ദീപം ജ്വലിക്കുന്നതു പോലെ.

കേദാർ പടവുകൾ ചവിട്ടി കുളത്തിലേക്ക് ഇറങ്ങി. പക്ഷേ മണ്ഡപത്തി ലേക്ക് നടന്നുപോകാനുള്ള ചങ്ങല കെട്ടിയ പാലം വെള്ളത്തിൽ ഉണ്ടാ യിരുന്നില്ല. എന്താണ് അവിടെ നടക്കുന്നതെന്ന് കൃത്യമായി മനസ്സിലാ വാതെ കേദാർ അങ്ങോട്ടേക്ക് തന്നെ തുറിച്ചു നോക്കിക്കൊണ്ട് വെള്ള ത്തിൽ കാൽ നനയുന്നതറിയാതെ നിന്നു. പ്രകൃതി വല്ലാതെ ക്ഷോഭി ച്ചിരിക്കുന്നത് പോലെ അവനു തോന്നി. ആഞ്ഞു വീശുന്ന കാറ്റിൽ തെ ങ്ങിൻ തലപ്പുകളും മരച്ചില്ലകളും ആടിയുലയുന്നുണ്ട്. മഴ പെയ്യുന്നില്ലെ ങ്കിലും വല്ലാത്ത ശബ്ദത്തിൽ ഇടിയും മിന്നലും.

പെട്ടെന്നാണ് ആരോ മണ്ഡപത്തിന്റെ നാലുവശത്തുമായി ഓരോ പന്തത്തിന് തീകൊളുത്തിയത്. എരിഞ്ഞു കത്തുന്ന പന്തത്തിന്റെ വെ ളിച്ചത്തിൽ ഇപ്പോൾ ദൃശ്യങ്ങൾ കുറച്ച് വ്യക്തമാണ്.

ഹോമകുണ്ഡത്തിനു മുന്നിലായി ആരോ നീണ്ടു നിവർന്നു കിടക്കു ന്നുണ്ട്. വെള്ള പുതപ്പിച്ചതുകൊണ്ട് കൃത്യമായി മനസ്സിലാകുന്നില്ല. എ ങ്കിലും അത് തമ്പുരാനാണെന്ന് കുറച്ചു സമയം നോക്കി നിന്നപ്പോൾ മനസ്സിലായി.

ഒരു ഞെട്ടലോടെ വെള്ളത്തിലേക്ക് ഇറങ്ങാൻ തുനിഞ്ഞ അവനു പിറകിലായി ചിലങ്കയുടെ വലിയ ശബ്ദം ഉയർന്നു.

നടുങ്ങി തിരിഞ്ഞ കേദാറിനു മുന്നിലേക്ക് ചുവന്ന പട്ടുടുത്ത് മുടിയ ഴിച്ചിട്ട് നെറ്റിയിൽ വലിയൊരു സിന്ദൂരപ്പൊട്ടും അതിനു മുകളിൽ ഭസ്മം കൊണ്ട് മൂന്നു വരയും ഇട്ട് കൈകളിലും കഴുത്തിലും നിറയെ ഭസ്മം വാരിപൂശി വന്യമായ ആ വെള്ളി കണ്ണുകളിൽ തിളങ്ങുന്ന രൗദ്രഭാവ ത്തോടെ ആര്യാഹി തമ്പുരാട്ടി ഇറങ്ങിവന്നു.

ഞെട്ടിത്തരിച്ചു നിൽക്കുന്ന കേദാറിനു നേർക്ക് ഒന്നു തിരിഞ്ഞു നോ ക്കുക പോലും ചെയ്യാതെ ജലത്തിനു മുകളിലൂടെ അവൾ അതിവേഗം മണ്ഡപത്തിലേക്ക് നടന്നു പോകുന്നത് കണ്ട് കേദാറിന് ചുറ്റും നടക്കു ന്നതെല്ലാം ഒരു മായ പോലെ തോന്നി.

ഒന്നു രണ്ടു നിമിഷങ്ങൾക്കുള്ളിൽ തമ്പുരാട്ടിക്ക് പിറകെ നനഞ്ഞ ഒ റ്റമുണ്ടും വേഷ്ടിയും ധരിച്ച് ഒരു കയ്യിൽ ചങ്ങലവട്ടയും മറുകയ്യിൽ ഇരട്ട പ്പൂവുള്ള ഒരു കരിങ്കോഴിയെയും പിടിച്ചുകൊണ്ട് നടന്നിറങ്ങിവരുന്നത് ഡോക്ടർ രാകേഷ് ആണെന്ന് ഒരു വിറയലോടെ കേദാർ തിരിച്ചറിഞ്ഞു.ത ലയ്ക്കടിയേറ്റതുപോലെ മരവിച്ചു നിൽക്കുന്ന കേദാറിനെ ഒന്നു ശ്രദ്ധി ക്കുക പോലും ചെയ്യാതെ രാകേഷും വെള്ളത്തിനു മുകളിലൂടെ ആര്യാ ഹിയെ അനുഗമിച്ചു വേഗം നടന്നു പോകുന്നത് കണ്ടു കേദാറിന് തല യ്ക്കുള്ളിൽ എന്തോ ഉച്ചത്തിൽ മൂളുന്നത് പോലെ തോന്നി. തളർന്നു

വീഴുന്നതിനു മുൻപെ ആര്യാഹിയെ ഒന്നു തിരിഞ്ഞു നോക്കിയ അവ
ന്റെ മുഖത്തേക്ക് ഒരുപിടി ഭസ്മം വന്നുവീണു.

3

ആരൊക്കെയോ അലറി കരയുന്ന ശബ്ദമാണ് നയനയെ ഉറക്കത്തിൽ
നിന്നും ഞെട്ടി ഉണർത്തിയത്. ആ ഇരുട്ടിൽ കുറച്ച് സമയം സ്ഥലകാല
ബോധമില്ലാതെ അവൾ പകച്ചിരുന്നു. കുറച്ചു സമയത്തെ ആലോചന
ക്കു ശേഷമാണ് അവൾക്ക് മനസ്സിലായത് ഇത് തന്റെ വിവാഹ രാത്രി
യാണെന്നും താൻ ഇപ്പോൾ കൊട്ടാരത്തിലെ ബെഡ്റൂമിൽ ആണ് ഉ
ള്ളതെന്നും.ചാരിയിട്ട വാതിലിനിടയിലൂടെയാണ് കരച്ചിൽ മുഴങ്ങി കേൾ
ക്കുന്നത്.നയന എഴുന്നേറ്റ് താഴെക്കോടി.താഴേക്കിറങ്ങുന്ന വലിയ പടി
ക്കെട്ടുകളുടെ മുകളിൽ വച്ച് തന്നെ അവൾ താഴത്തെ കാഴ്ച കണ്ടു ത
റഞ്ഞു നിന്നുപോയി.

വലിയ തമ്പുരാനെ നെടുനീളത്തിൽ വെള്ള തുണി കൊണ്ട് മൂടിപ്പു
തച്ചു കിടത്തിയിരിക്കുകയാണ്. തലയ്ക്കലും കാൽക്കലുമായി ദീപവും
തേങ്ങാ മുറിയും ഒരുക്കുകയാണ് ആരൊക്കെയോ. മൃതദേഹത്തിന് ചു
റ്റും വട്ടത്തിൽ ഇരിക്കുന്ന പരിചാരികമാരാണ് അലറി കരയുന്നത്.

ഒറ്റ നിമിഷം കൊണ്ട് നയന വിയർത്ത് ഒഴുകിത്തുടങ്ങി. തമ്പുരാട്ടി
കുട്ടിയെയോ കേദാറിനെയോ അവിടെയെങ്ങും കാണുന്നുണ്ടായിരുന്നി
ല്ല. ഒരു ആശ്രയത്തിനു വേണ്ടി അവളുടെ കണ്ണുകൾ രാകേഷിനെ അ
ന്വേഷിച്ചു.പക്ഷേ അവനും അവിടെയൊന്നും ഉണ്ടായിരുന്നില്ല.

വിറയ്ക്കുന്ന കാലടികൾ പെറുക്കി വച്ചു കൊണ്ട് അവൾ താഴേക്ക്
പതുക്കെ ഇറങ്ങി. രണ്ടുമൂന്നു പേർ ചേർന്ന് തമ്പുരാന്റെ മുറിയിൽ നി
ന്നും ആരോ ഒരാളെ എടുത്തു കൊണ്ടു വരുന്നത് നായന അപ്പോഴാണ്
ശ്രദ്ധിച്ചത്. തൊട്ടടുത്ത് എത്തിയപ്പോഴാണ് അത് കേദാർ ആണെന്ന്
അവൾക്ക് മനസ്സിലായത്.

'ഈശ്വരാ...'

എന്നൊരു നിലവിളിയോടെ അവൾ കരഞ്ഞുകൊണ്ട് അങ്ങോട്ടേക്ക്
ഓടി.

പെട്ടെന്നാണ് രണ്ടു കൈകൾ അവളെ പിറകിലേക്ക് വലിച്ചെടുത്തത്.
'കുഴപ്പമില്ല അവൻ ഒന്ന് തലകറങ്ങിയതാണ്. താൻ ഇങ്ങോട്ട് വന്നേ...'
എന്നു പറഞ്ഞുകൊണ്ട് തന്നെ ചുറ്റിപ്പിടിച്ചു പിറകിലേക്ക് വലിച്ച കൈ
കൾ രാകേഷിന്റേതാണെന്ന് നയന അപ്പോഴാണ് തിരിച്ചറിഞ്ഞത്. ഏങ്ങ
ലടിച്ചു കരഞ്ഞുകൊണ്ട് അവൾ രാകേഷിന് നേരെ തിരിഞ്ഞു.

21

'അവനെ നിങ്ങൾ എന്താണ് ചെയ്തത്? എന്താ പറ്റിയത് അവന്? കുറച്ചുസമയം മുൻപല്ലേ അവൻ നിങ്ങളെ അന്വേഷിച്ച് അങ്ങോട്ടേക്ക് വന്നത്.'

'ഒരു കുഴപ്പവുമില്ല നയന! താൻ ഒന്ന് ഇങ്ങോട്ടേക്ക് ഇരുന്നേ...'

രാകേഷ് അവളെ പിടിച്ചു വലിച്ചു കുറച്ച് ബലമായി തന്നെ ഹാളി ലെ സോഫയിൽ ഇരുത്തി. കേദാറിനെ എടുത്തു കൊണ്ടുവന്നവർ അ വനെ നേരെ മുകളിലേക്ക് കൊണ്ടുപോകുന്നത് നോക്കി നയന തളർ ന്നിരുന്നു.

ഇതെന്തൊരു ഗതികേടാണ് എന്റെ ഈശ്വരാ.. എന്നാണ് അവൾ ചി ന്തിച്ചത്.

ഈയൊരു ഭൂതത്താൻ കോട്ടയിൽ എന്തൊക്കെയാണ് നടക്കുന്നത് എന്ന് അവൾക്ക് മനസ്സിലായില്ല. കുറച്ചു സമയം മുൻപ് അകമുറിയിൽ ഇരുന്ന് തന്നോട് സംസാരിച്ച തമ്പുരാൻ മരിച്ചു കിടക്കുകയാണ്. മുകളി ലേക്ക് എടുത്തു കൊണ്ടുപോയ അനുജന്റെ അവസ്ഥ എന്താണെന്ന് അറിയില്ല.

'ചേട്ടത്തി വിഷമിക്കാതെ! കേദാറിന് ഒന്നും പറ്റിയിട്ടില്ല.'

മുഖമുയർത്തി നോക്കിയ നയനയുടെ മുന്നിൽ ചുവന്ന ചെമ്പട്ടുടുത്ത് ആര്യാഹി തമ്പുരാട്ടി ജ്വലിച്ചു നിന്നു. ഒരു ഭദ്രകാളി രൂപത്തിന് മുന്നിൽ എത്തിയതു പോലെയാണ് നയനയ്ക്ക് തോന്നിയത്.

'വിടെന്നെ...'

അലറി കരഞ്ഞുകൊണ്ട് രാകേഷിന്റെ കൈ തട്ടിയെറിഞ്ഞ് നയന മുകളിലേക്ക് കുതിക്കാൻ ആഞ്ഞു. പെട്ടെന്നാണ് പിറകിൽ നിന്നും അ വളെ ആരോ പിടിച്ചമർത്തിയത്.

'അവനു കുഴപ്പമൊന്നുമില്ല നീ ഇവിടെ ഇരിക്ക്.'

ഏങ്ങലടിച്ചു കരഞ്ഞുകൊണ്ട് നിലത്തേയ്ക്കിരുന്ന നയനയെ രാകേ ഷ് താങ്ങി.

'കേദാർ എഴുന്നേൽക്കൂ... മുത്തശ്ശൻ മരിച്ചുപോയി. വേഗം എഴു ന്നേൽക്കൂ... നിങ്ങളാണ് കർമ്മങ്ങൾ ചെയ്യേണ്ടത്...'

ആരോ തന്റെ തൊട്ടരികിൽ വന്നിരുന്നു പറയുന്നത് കേട്ടുകൊണ്ടാ ണ് കേദാർ തളർന്ന മിഴികൾ പതുക്കെ വലിച്ചു തുറന്നത്. തൊട്ടുമു ന്നിൽ ചുവപ്പണിഞ്ഞ ആര്യാഹി തമ്പുരാട്ടിയെ കണ്ടതോടെ ബോധം മറയുന്നതിന് മുൻപ് കൺമുന്നിൽ നടന്ന സംഭവങ്ങൾ ആണ് അവന്റെ മനസ്സിലേക്ക് ഇരച്ചുകയറിയത്.

'എഴുന്നേറ്റു വരു. മുത്തശ്ശൻ മരിച്ചുപോയി.കർമ്മങ്ങൾ നിങ്ങളാണ്

ചെയ്യേണ്ടത്.ഞാൻ കുളിച്ചു മാറി വരുമ്പോഴേക്കും കേദാർ താഴെ ഉണ്ടാ വണം.'

അപ്പോൾ താൻ കണ്ടത് തമ്പുരാന്റെ അവസാന നിമിഷങ്ങളായി രുന്നു. അതിനെന്താണ് ഇത്രയേറെ പൂജയും മറ്റു കാര്യങ്ങളും?

പുറത്തേക്കിറങ്ങിപ്പോകുന്ന തമ്പുരാട്ടി കുട്ടിയെ തന്നെ നോക്കി ക്കൊണ്ട് കേദാർ കുറച്ചു സമയം അങ്ങനെ തന്നെ ഇരുന്നെങ്കിലും തിടു ക്കത്തിൽ അവൻ എഴുന്നേറ്റ് പുറത്തേക്ക് നടന്നു.

താഴെ തമ്പുരാനെ ആരൊക്കെയോ ചേർന്ന് ഇരുത്താനുള്ള ശ്രമം ആയിരുന്നു. വേണ്ട നിർദ്ദേശങ്ങൾ കൊടുത്തുകൊണ്ട് രാകേഷും കൂടെ തന്നെയുണ്ട്.ജീവന്റെ ചൂട് വിട്ടകന്നു തണുത്തുറഞ്ഞു തുടങ്ങിയ ആ ശരീരത്തെ കുറച്ചു ബലം പ്രയോഗിച്ചാണ് പത്മാസനത്തിൽ ഇരുത്തു ന്നത്. ഒന്നും മനസ്സിലാവാതെ അതുതന്നെ നോക്കിനിൽക്കുന്ന കേദാറി നോടും നയനയോടും രാകേഷ് വന്നു പറഞ്ഞു.

'മുത്തശ്ശന്റെ വലിയ ആഗ്രഹമായിരുന്നു എപ്പോഴും പറയും ഭണ്ഡാരം താഴ്ത്തിയാൽ മതി എന്ന്.'

ശവശരീരത്തെ ഇരുന്ന ഇരുപ്പിൽ കുഴിച്ചു മൂടുന്നതിനു പറയുന്ന പേരാണ് ഭണ്ഡാരം താഴ്ത്തുക. സന്യാസി ശ്രേഷ്ഠന്മാരും സ്വാമിമാരും ഒക്കെ മരിച്ചാൽ അങ്ങനെയാണ് ചെയ്യുക എന്ന് പറഞ്ഞു കേട്ടിട്ടുണ്ട്. കേദാർ മറുപടിയൊന്നും പറയാതെ നയനയേയും കൊണ്ട് സോഫയി ലേക്ക് പോയി ഇരുന്നു.

കുറച്ചു സമയത്തിനുശേഷം കുളിച്ചു വസ്ത്രം മാറി ഒരു വെളുത്ത ചുരിദാർ അണിഞ്ഞ് ആര്യ തമ്പുരാട്ടി ഇറങ്ങി വരുന്നത് കേദാർ കണ്ടു.അ വൾ ആരെയും ശ്രദ്ധിക്കാതെ നേരെ നടന്നുവന്ന് തമ്പുരാന്റെ അരികിൽ ഇരുന്നു.

'നിങ്ങൾ രണ്ടുപേരും തമ്പുരാട്ടിയുടെ അടുത്തേക്ക് പോയി ഇരുന്നോ ളൂ. ചടങ്ങുകൾ ഇപ്പോൾ തന്നെ ആരംഭിക്കും.'

പൂജാരിമാരിൽ ഒരാളാണ് കേദാറിനോട് വന്നു പറഞ്ഞത്. അവൻ ന യനയെയും കൊണ്ട് ശവശരീരത്തിനരികിലായി ആര്യയുടെ അടുത്ത് ഇരുന്നു. കുറച്ചുസമയത്തിനുള്ളിൽ തന്നെ തമ്പുരാനെ കുളിപ്പിക്കാനാ യി എടുത്തു കൊണ്ടുപോയി. ശവശരീരം കുളിപ്പിച്ചു കൊണ്ടു വന്നതി നു ശേഷം പിന്നീട് വേഗത്തിലായിരുന്നു ചടങ്ങുകളെല്ലാം.

ഭണ്ഡാരം താഴ്ത്തുന്നതിനുള്ള എല്ലാ ചടങ്ങുകളും ചെയ്തത് കേദാർ ആയിരുന്നു. കൊട്ടാരത്തിനു തെക്കുവശത്തെ തറവാട്ടുവക ശ്മശാന ത്തിൽ തന്നെയാണ് തമ്പുരാനെയും അടക്കം ചെയ്തത്.

വളരെ കുറച്ചുപേർ മാത്രം പങ്കെടുത്ത ചെറിയ ഒരു ചടങ്ങായി അതും അവസാനിച്ചു.

കേദാർ ബെഡ്റൂമിൽ എത്തുമ്പോൾ ആര്യാഹി കിടന്നു കഴിഞ്ഞി രുന്നു...

ഇത്രയും സമയം ജഡത്തിനരികിൽ ഇരുന്ന് എല്ലാവിധ ചടങ്ങുകളി ലും പങ്കെടുത്ത അവൾ കുളിക്കുക പോലും ചെയ്യാതെ ഉറങ്ങാൻ കിട ക്കുന്നത് കണ്ടപ്പോൾ കേദാറിന് വല്ലാതെ തോന്നി. അവൻ പതുക്കെ അവൾക്കരികിലേക്ക് നീങ്ങി നിന്നുകൊണ്ട് അവളോട് ചോദിച്ചു.

'ആര്യ! താൻ കുളിക്കുന്നില്ലേ?'

കണ്ണുകൾ അടച്ചു കിടക്കുകയായിരുന്ന ആര്യയിൽ നിന്നും പെട്ടെന്ന് തന്നെ മറുപടി വന്നു.

'ഇല്ല...'

'അതെന്താ കുളിക്കാത്തത്? ഇത്രയും സമയം ഡെഡ് ബോഡിയു ടെ അരികിലിരുന്ന് ചടങ്ങുകളിൽ ഒക്കെ പങ്കെടുത്തതല്ലേ?'

'അതിനെന്താ? അതു കഴിഞ്ഞില്ലേ?'

ഇത്രയും സമയം ആയിട്ടും അവൾ ഒന്നു കണ്ണ് തുറന്നു നോക്കുക പോലും ചെയ്യാതെയാണ് സംസാരിക്കുന്നതെന്ന് കണ്ടപ്പോൾ കേദാറി ന് വല്ലാതെ തോന്നി.

'തന്നെ വല്ലാതെ എന്തോ മണക്കുന്നുണ്ട്. കർപ്പൂരമോ കുന്തിരിക്കു മോ... അങ്ങനെ എന്തോ...'

സത്യത്തിൽ അവളെ ശവമാണ് നാറുന്നതെന്ന് തുറന്നു പറയാൻ അവന് ബുദ്ധിമുട്ടുണ്ടായിരുന്നു. അതുകൊണ്ടു തന്നെ തന്റെ മനസ്സി ലെ അസ്വസ്ഥത അവൾക്ക് മനസ്സിലാവുന്ന വിധത്തിലാണ് അവൻ പ്ര തികരിച്ചത്.

പക്ഷേ കേദാർ സ്വപ്നത്തിൽ പോലും പ്രതീക്ഷിക്കാത്ത രീതിയി ലാണ് ആര്യാഹി പ്രതികരിച്ചത്.

'കർപ്പൂരവും കുന്തിരിക്കവും ഒന്നുമല്ല! അത് ശവശരീരത്തിന്റെ മണ മാണ്. അതെനിക്ക് ഇഷ്ടമാണ്. അതുകൊണ്ടാണ് കുളിക്കുന്നില്ല എന്നു വെച്ചത്.'

കേദാറിന് ഇനിയൊന്നും ചോദിക്കാനോ പറയാനോ ഉണ്ടായിരുന്നി ല്ല. ഇനിയെന്താണ് എന്ന് ആലോചിച്ചു കൊണ്ട് കുറച്ചുസമയം അവിടെ ത്തന്നെ ചുറ്റിപ്പറ്റി നിന്ന കേദാർ പതുക്കെ പുറത്തെ ബാൽക്കണിയിലേ ക്ക് ഇറങ്ങി.പെട്ടെന്നാണ് പിറകിൽ നിന്നും ചോദ്യം വന്നത്.

'കേദാർ എവിടെ പോവുകയാണ്? ഉറങ്ങുന്നില്ലേ?'

'ഇല്ല... ഉറക്കം വരുന്നില്ല! ഞാൻ കുറച്ചു സമയം പുറത്തുപോയി നിന്നിട്ട് വന്നു കിടന്നോളാം...'

ആര്യ കണ്ണുതുറന്ന് എഴുന്നേറ്റിരിക്കുന്നത് കണ്ടപ്പോൾ കേദാറിന് ഉള്ളിൽ ചെറിയ ഭയം തോന്നി. അവൾ അവനെ തന്നെ നോക്കിക്കൊണ്ട് ചോദിച്ചു.

'കേദാറിന് ശവങ്ങളെ ഭയമാണ് അല്ലെ?'

കേദാർ തിരിഞ്ഞു നിന്ന് ആര്യയോട് അർത്ഥം വച്ചു പറഞ്ഞു.

'ശവങ്ങളെ ആർക്കായാലും ഭയമല്ലേ?'

'എന്തിനാണ് ശവങ്ങളെ ഭയപ്പെടുന്നത്? മരിച്ചവർ നമ്മളെ എന്ത് ചെയ്യാൻ?'

കേദാറിന് മറുപടി ഉണ്ടായിരുന്നില്ല.

ഇതെന്തു ജന്മം? എന്ന ഭാവത്തിൽ അവൻ തന്നെ തന്നെ നോക്കുന്നത് കണ്ടു ഒരു ചിരിയോടെ ആര്യാഹി പറഞ്ഞു.

'എനിക്ക് ഏറ്റവും ഇഷ്ടം ശവങ്ങളുടെ ഗന്ധമാണ്. അതിനൊരു പ്രത്യേക ലഹരിയാണ്. കേദാറിന് അറിയുമോ എനിക്ക് ഏറ്റവും ഇഷ്ട മുള്ള സ്ഥലം മണികർണികയാണ്. മുൻപുള്ള പലതും എന്നോട് മറ ന്നുപോയി പക്ഷേ മണികർണികയിൽ ഞാൻ മണിക്കൂറുകൾ ചിലവഴി ച്ചത് പോലുള്ള ഓർമ്മകൾ ഇപ്പോഴും എന്റെ മനസ്സിൽ കത്തി നിൽക്കു കയാണ്.'

ഇവൾ എന്താണ് ഈ പറയുന്നത് എന്ന പരിഭ്രമത്തോടെ കേദാർ ഒ ന്നു കൂടി പിറകിലേക്ക് മാറി നിന്നു. മണികർണിക എന്നാൽ ശവങ്ങൾ ദഹിപ്പിക്കുന്ന ഹിന്ദുക്കളുടെ ഏറ്റവും വലിയ ശ്മശാനം ആണെന്ന് എ വിടെയോ വായിച്ചിട്ടുണ്ട്.

ഇതൊന്നും ശ്രദ്ധിക്കാതെ ആര്യാഹി പറഞ്ഞുകൊണ്ടേയിരുന്നു.

'ഒന്ന് കണ്ണടച്ചാൽ ഇപ്പോഴും എനിക്ക് അറിയാൻ കഴിയുന്നുണ്ട്. ശവ ങ്ങൾ കത്തിയെരിയുന്നതിന്റെ തീവ്രമായ ഗന്ധം.പാതി എരിഞ്ഞ വിറ കു കൊള്ളികൾക്കിടയിലൂടെ കാണുന്ന മാംസം എരിഞ്ഞുതീർന്ന വെ ളുത്ത അസ്ഥികളിൽ ചുവന്ന കനൽ ഉരുകി ചേരുന്നത്.

ഒരിക്കലല്ല... ഒരുപാട് പ്രാവശ്യം കണ്ടെങ്കിലും ഇനിയും കൊതി തീരാത്ത ആ കാഴ്ച...'

പറയുന്നതിന്റെ ലഹരിയിൽ അവളുടെ കണ്ണുകൾ വീണ്ടും അടഞ്ഞു പോകുന്നത് കണ്ടതോടെ കേദാർ തിടുക്കത്തിൽ ബാൽക്കണിയിലേക്ക് ഇറങ്ങിപ്പോയി. അവന്റെ കാലുകൾ കിടുകിടെ വിറക്കുന്നുണ്ടായിരുന്നു. ഒന്ന് ദീർഘശ്വാസം വലിച്ചു വിട്ടു.. മനസ്സിനെ ശാന്തമാക്കാൻ ശ്രമിച്ചു

കൊണ്ട് അവൻ പുറത്തേക്ക് നോക്കി നിന്നു.

നേരെ അപ്പുറത്തെ ബാൽക്കണിയിൽ രാകേഷും കുളിച്ചിറങ്ങിവന്ന് നയനയെ കാത്തു നിൽക്കുന്നുണ്ടായിരുന്നു.

4

നയന കുളി കഴിഞ്ഞ് ബാൽക്കണിയിലേക്ക് ഇറങ്ങി ചെല്ലുമ്പോൾ അവിടെ ഇട്ടിരുന്ന സോഫകളിൽ ഒന്നിൽ അവൾക്കുവേണ്ടി കാത്തിരി ക്കുകയായിരുന്നു രാകേഷ്.

'നയന ഇവിടെ വന്നിരിക്കൂ!'

എന്ന രാകേഷിന്റെ വിളി അവളെ ഭയപ്പെടുത്തി തുടങ്ങിയിരുന്നു. പതുക്കെ മുന്നോട്ടേക്ക് നടന്നുവന്ന നയന അവൻ ചൂണ്ടി കാണിച്ച അവ ന്റെ തൊട്ടടുത്തുള്ള ഇരിപ്പിടത്തിൽ ഇരിക്കാതെ അവന്റെ എതിർവശ ത്തെ സോഫയിൽ പോയിരുന്നു.

രാകേഷ് അത് ശ്രദ്ധിച്ചെങ്കിലും അവനത് കണക്കിലെടുക്കാതെ സംസാരിച്ചു തുടങ്ങി.

'തനിക്ക് വീട്ടിലേക്ക് തിരിച്ചു പോകണോ? അങ്ങനെയെങ്കിൽ നാളെ ത്തന്നെ തിരിച്ചുകൊണ്ടു വിടാനുള്ള സംവിധാനം ഉണ്ടാക്കാം.തനിക്ക് എന്റെ കൂടെയുള്ള ജീവിതത്തിന് താല്പര്യമില്ലെങ്കിൽ ഉള്ള കാര്യമാ ണ് ഞാൻ പറഞ്ഞു വന്നത്.'

ഞെട്ടലോടെ മുഖമുയർത്തി തന്നെ നോക്കിയ അവളുടെ കണ്ണുക ളിൽ ജ്വലിക്കുന്ന ഭാവം കണ്ട് രാകേഷ് ചെറുതായി ഒന്ന് പതറിപ്പോ യി.നയനയ്ക്ക് കാര്യങ്ങളെല്ലാം വ്യക്തമാവുകയായിരുന്നു. അവൾ രാകേ ഷിന്റെ കണ്ണുകളിലേക്ക് തന്നെ നോക്കിക്കൊണ്ട് ചോദിച്ചു.

'കേദാറിന്റെ സ്വന്തം ചേച്ചിയായ എന്റെ ജീവിതം വെച്ചു കളിച്ചാൽ മാത്രമേ അവൻ നിങ്ങൾ ഉദ്ദേശിക്കുന്നത് പോലെ പ്രവർത്തിക്കുകയുള്ളൂ എന്ന് മനസ്സിലാക്കി നിങ്ങൾ നടത്തിയ നാടകമായിരുന്നു അല്ലേ നമ്മു ടെ വിവാഹം?'

'ഹേയ് തന്നോട് ഇതൊക്കെ ആരാണ് പറഞ്ഞത്?തനിക്ക് താല്പര്യ മില്ലെങ്കിൽ തിരിച്ചു പോകാം എന്ന് ഞാൻ പറഞ്ഞത്, അതൊരു മര്യാദ മാത്രമാണ്!'

'എങ്കിൽ ആ ഒരു മര്യാദ എന്തുകൊണ്ട് വിവാഹത്തിന് മുൻപ് എ ന്നോട് കാണിച്ചില്ല? ഒരിക്കൽപോലും വിവാഹത്തിന് സമ്മതമാണോ എന്ന് എന്നോട് ചോദിച്ചില്ല!

പെണ്ണുകാണാൻ വന്ന ദിവസം ഒരു വാക്കുപോലും സംസാരിച്ചില്ല.

26

ഇപ്പോൾ ഈ പറയുന്ന ഒരു ഓഫറും എനിക്ക് തന്നില്ല. എന്നിട്ട് ഇ
പ്പോൾ നിങ്ങൾ വിചാരിച്ച കാര്യങ്ങളൊക്കെ വിചാരിച്ചത് പോലെ നട
ന്നു കഴിഞ്ഞപ്പോൾ തിരിച്ചു പോകാനോ?'

ദേഷ്യം വന്ന നയനയുടെ ശബ്ദം കുറച്ച് ഉയർന്നുപോയി. പെട്ടെന്നാണ്
രാകേഷ് ഇരുന്നിടത്ത് നിന്ന് എഴുന്നേറ്റ് അവളുടെ അടുത്തേക്ക് വന്നത്.

'താൻ പതുക്കെ പറഞ്ഞാൽ മതി! എനിക്ക് കേൾക്കാം...'

ആറടിയോളം ഉയരവും ആരോഗ്യവുമുള്ള ഒരു യുവാവ് അഴിച്ചിട്ട
ചുമലറ്റം വരുന്ന മുടിയുമായി തനിക്കു മുന്നിലേക്ക് വന്നിരുന്നപ്പോൾ ന
യന ഒന്ന് വിറച്ചു പോയി. എന്തോ അവനെ കാണുമ്പോഴൊക്കെ ഒരു
ദുർമന്ത്രവാദിയുടെ മുഖത്തേക്ക് നോക്കുന്ന അവസ്ഥയായിരുന്നു അ
വൾക്ക്. ഒന്നുകൂടി സോഫയുടെ അരികിലേക്ക് ചേർന്നിരുന്നു കൊണ്ട്
വിറയലോടെ അവൾ പറഞ്ഞു.

'അവിടെ ഇരുന്നാൽ മതി! എന്റെ അടുത്തേക്ക് വരരുത്...'

എന്തോ അതിശയം കേട്ടതുപോലെ രാകേഷിന്റെ മുഖം മാറി...

'വൈ? അതെന്താ തന്റെ അടുത്തേക്ക് വന്നാൽ?'

'എനിക്ക് നിങ്ങളെ ഭയമാണ് നിങ്ങളെ മാത്രമല്ല ഈ പിശാച് ബാധി
ച്ച കൊട്ടാരത്തെയും ഇതിലുള്ള ആളുകളെയും എനിക്ക് ഭയമാണ്.'

അവളുടെ അരികിൽ നിന്നും എഴുന്നേറ്റു മാറിയില്ലെങ്കിലും ആ വാ
ക്കുകൾ കേട്ടപ്പോൾ രാകേഷ് ഒന്നു പിറകിലേക്ക് നീങ്ങിയിരുന്നു. കുറ
ച്ചുസമയത്തെ നിശബ്ദതയ്ക്കുശേഷം അവൻ പറഞ്ഞു തുടങ്ങി.

'തന്റെ സംശയങ്ങളിൽ കുറേ കാര്യങ്ങൾ ശരിയാണ്. എനിക്കും താ
ല്പര്യമുണ്ടായിട്ടല്ല ഈ വിവാഹം നടന്നത്.'

നയന പ്രതീക്ഷിച്ച മറുപടി ആയതുകൊണ്ട് തന്നെ അവൾക്ക് ഞെ
ട്ടൽ ഒന്നും അനുഭവപ്പെട്ടില്ല.

'മുത്തച്ഛന്റെ കീഴിൽ മന്ത്രം പഠിക്കുകയായിരുന്നു ഞാനും ആര്യയും.
ഞങ്ങൾ രണ്ടുപേർക്കും പ്രൊഫഷൻ വേറെയാണെങ്കിലും രക്ത
ത്തിൽ അലിഞ്ഞു ചേർന്ന പാരമ്പര്യം ഞങ്ങളെ ഒരേ അഭിരുചികൾ ഉ
ള്ളവരാക്കി. എല്ലാം വളരെ ഭംഗിയായി പോവുകയായിരുന്നു.

ദുരന്തങ്ങൾ ഓരോന്നായി വരികയായിരുന്നു. ഞാനും ആര്യാഹി തമ്പു
രാട്ടിയും ഒഴികെ മുത്തശ്ശന്റെ അനന്തരാവകാശികളായ മറ്റെല്ലാവരും ഓ
രോരോ അപകടങ്ങളിലായി മരണപ്പെട്ടു. എന്നിട്ടും ഞങ്ങൾ ഒരുമിച്ച് മു
ന്നോട്ടേക്ക് തന്നെ പോയി. മാന്ത്രിക വിദ്യകൾ പഠിക്കുക എന്നാൽ അ
ത് ജീവൻ പോലും ത്യജിച്ചു കൊണ്ടുള്ള ആത്മാർത്ഥമായ ഒരു സമർപ്പ
ണമാണ്. അതിന് പ്രത്യേകിച്ച് നേരമോ കാലമോ സ്ഥലമോ ഇല്ല.എങ്കി

ലും അതിനുവേണ്ടി ഞാൻ എന്റെ ജോലി പോലും രാജിവെച്ച് പൂർണ മായും പഠനത്തിലേക്ക് ഒതുങ്ങി.'

നിശ്ശബ്ദയായിരിക്കുന്ന നയനയുടെ കണ്ണുകളിലേക്ക് തന്നെ നോക്കി ക്കൊണ്ട്രാകേഷ് തുടർന്നു.

'ആര്യക്ക് പറ്റിയ ഒരു അപകടത്തിൽ നിന്നാണ് ഞങ്ങളുടെ ജീവിത ത്തിന്റെ താളം വീണ്ടും മറിഞ്ഞു പോയത്. കൂടു വിട്ടു കൂട് മാറുന്ന വി ദൃയിൽ ഞങ്ങളെ അറിയിക്കാതെ അവൾ ചെയ്ത മന്ത്രങ്ങളിൽ പിഴവ് വന്നു. മന്ത്രം പിഴയ്ക്കുക എന്നാൽ മന്ത്രവാദിയുടെ ജീവൻ വരെ അപ കടത്തിലാകും. ഇവിടെ പക്ഷേ അവളുടെ ജീവൻ ബാക്കിയായി. എങ്കി ലും ഓർമ്മകളുടെ ഒരു വലിയ ഭാഗം കലങ്ങി മറിഞ്ഞു പോയി.'

'നിങ്ങളുടെ സഹോദരി ചെയ്ത ഒരു അബദ്ധത്തിന്റെ പേരിൽ ഞ ങ്ങളെ എന്തിനാണ് ബലിയാടുകളാക്കിയത്?'

'നിങ്ങളെ ഞങ്ങൾ ഒഴിവാക്കിയേനെ! ആര്യ സ്വബോധത്തിലേക്ക് തിരിച്ചു വരുന്നതുവരെ കാത്തുനിൽക്കാൻ ഞാനും മുത്തശ്ശനും തയ്യാ റായിരുന്നു. പക്ഷേ അദ്ദേഹത്തിന്റെ ആയുസ്സറ്റ് കഴിഞ്ഞിരുന്നു അപ്പോ ഴേക്കും. മരണത്തിലേക്ക് മറഞ്ഞു പോകുന്നതിനു മുൻപ് കൊച്ചുമകളു ടെ ജീവിതം സുരക്ഷിതമാക്കാൻ വേണ്ടി അദ്ദേഹം ഒരുപാട് പ്രയത്നി ച്ചു. ആയിരക്കണക്കിന് ജാതകങ്ങളാണ് പരിശോധിച്ചത്. ഒടുവിൽ വർ ഷങ്ങൾക്കു മുൻപ് കേദാറിന്റെ ജാതകം എഴുതിയ ഓർമ്മവെച്ചാണ് അ ദ്ദേഹം കേദാർ മതി, എന്ന് തീരുമാനിച്ചത്. പിന്നീട് എല്ലാം വേഗത്തിലാ യിരുന്നു. നായരോട് പറഞ്ഞു കേദാറിന്റെ ജാതകം എടുപ്പിച്ച് ഒന്നുകൂടി നോക്കിയപ്പോൾ എല്ലാംകൊണ്ടും ശുഭമായിരുന്നു. ഞങ്ങളെക്കാൾ തി ടുക്കം തന്റെ അച്ഛനായിരുന്നു. കാരണം അത്രയും ഭീമമായ സ്വത്തായി രുന്നു കേദാറിന്റെ പേരിലേക്ക് വന്നുചേരാൻ പോകുന്നത്.

അതോടൊപ്പം, തന്നെ വിവാഹം ചെയ്യാനും മുത്തശ്ശനാണ് നിർദ്ദേ ശിച്ചത്.'

നിറഞ്ഞൊഴുകി തുടങ്ങിയ നയനയുടെ കണ്ണുകളിലേക്ക് നോക്കി അ യാൾ നിശ്ശബ്ദം നിന്നു.

'അപ്പോൾ അതിനു വേണ്ടിയാണ് അല്ലേ എന്നെ ഇതിലേക്ക് വലി ച്ചിട്ടത്?'

ചെറിയ ഒരു പതർച്ചയോടെ രാകേഷ് തുടർന്നു.

'അതെ... വിവാഹം നടക്കാതെ നിൽക്കുന്ന സ്വന്തം ചേച്ചിയുടെ വിവാഹം നടക്കുമെന്ന് അറിയുമ്പോൾ ഏതൊരു സ്നേഹമുള്ള സഹോ ദരനും ഒന്നും പുനർചിന്തിക്കും.

അതുകൊണ്ടുതന്നെ തന്റെ അച്ഛനും മുത്തശ്ശനും പറഞ്ഞത് ഞാ
നും ആര്യയും അണുവിട തെറ്റാതെ അനുസരിച്ചു..   നമ്മുടെ ജാതക
ങ്ങൾ തമ്മിലും നല്ല ചേർച്ചയാണെന്ന് അദ്ദേഹം പറഞ്ഞത് എത്രത്തോ
ളം സത്യമാണെന്ന് എനിക്കറിയില്ല.'

നയനയ്ക്ക് ഇനി ഒന്നും കേൾക്കണം എന്നുണ്ടായിരുന്നില്ല വിതുമ്പി
കരഞ്ഞുകൊണ്ട് അവൾ സോഫയിൽ ഇരുന്ന് മുട്ടിലേക്ക് മുഖം താ
ഴ്ത്തി. അതൊന്നും തന്നെ ബാധിക്കുന്ന വിഷയം അല്ല എന്ന മട്ടിൽ രാ
കേഷ് തുടർന്നു പറയുകയായിരുന്നു.

'തനിക്ക് ഈ വിവാഹം കൊണ്ട് ഉണ്ടായ ബുദ്ധിമുട്ടുകൾ എനിക്ക്
ഊഹിക്കാവുന്നതേയുള്ളൂ. തന്നെ തിരിച്ചു പറഞ്ഞു വിടുക എന്നത് ഞ
ങ്ങളുടെ പ്ലാനിൽ ഇല്ലാത്ത ഒരു കാര്യമാണ്. എന്നിട്ടും ഞാനത് ചെയ്യാൻ
തയ്യാറാവുന്നത് അതിനു പിറകിൽ മറ്റൊരു വലിയ സത്യം ഉള്ളതുകൊ
ണ്ടാണ്.'

പിടിച്ചു നിർത്തിയത് പോലെ കരച്ചിൽ നിർത്തി നയന മുഖമുയർ
ത്തി അയാളെ തന്നെ ഉറ്റുനോക്കി.

'ഞാൻ പറഞ്ഞല്ലോ.. പരമ്പരാഗതമായി മാന്ത്രിക കുടുംബമാണ് ഞ
ങ്ങളുടേത്. ഒരു തലമുറയിൽ ഒരാളെങ്കിലും മന്ത്ര തന്ത്രങ്ങളിൽ പൂർണ്ണ
മായും ജ്ഞാനിയായിരിക്കും. ചെറുപ്പം മുതൽ എനിക്ക് ഈയൊരു വി
ഷയത്തിൽ താല്പര്യമുള്ളതു കൊണ്ട് മുത്തശ്ശന് ശേഷം ആ ഒരു സ്ഥാ
നം ഏറ്റെടുക്കേണ്ടത് ഞാനായിരുന്നു. ഇതുവരെ ആരും ചെയ്തതിനേ
ക്കാൾ പരിശുദ്ധമായി ഈ ഒരു സ്ഥാനം തുടർന്നു കൊണ്ടു പോകണ
മെന്ന് എനിക്ക് നിർബന്ധമുണ്ട്. അതുകൊണ്ട്...'

ചോദ്യ ഭാവത്തിൽ തന്റെ മുഖത്തേക്ക് തന്നെ ഉറ്റുനോക്കുന്ന നയന
യുടെ കണ്ണുകളിലേക്ക് നോക്കിക്കൊണ്ട് പതറാതെ രാകേഷ് പറഞ്ഞു.

'ഞാൻ ബ്രഹ്മചര്യം കാത്തുസൂക്ഷിച്ചു കൊണ്ട് ഞങ്ങളുടെ പാരമ്പ
ര്യത്തെ തുടർന്നു കൊണ്ടു പോകാൻ ആഗ്രഹിക്കുന്നു. അതാണ് എ
ന്റെ തീരുമാനം.'

നയന ഒന്നും പറഞ്ഞില്ല.. ശൂന്യമായ അവളുടെ മനസ്സിൽ അവനോട്
ചോദിക്കാൻ ഒരു ചോദ്യമോ ഒരു വാക്കോ ബാക്കിയുണ്ടായിരുന്നില്ല.

എവിടെയോ മാനസിക നില തെറ്റിപ്പോയ സഹോദരിയുടെ നില ഭദ്ര
മാക്കാൻ വേണ്ടി ബ്രഹ്മചാരിയായ സഹോദരൻ നടത്തിയ ഒരു വിവാ
ഹനാടകം ആയിരുന്നു തന്റെ കല്യാണം. ഇഷ്ടമില്ലാതെയാണ് തന്നെ
രാകേഷ് വിവാഹം കഴിച്ചത് എന്ന് അവൾ ഊഹിച്ചിരുന്നുവെങ്കിലും അ
തിനു പിറകിൽ ഇത്രയും വലിയൊരു സത്യം ഒളിഞ്ഞിരിക്കുന്നു എന്ന്

നയന സ്വപ്നത്തിൽ പോലും വിചാരിച്ചില്ല.

രാകേഷ് പറഞ്ഞു തീരുന്നതിനു മുൻപ് നയന ചാടി എഴുന്നേറ്റു അയാ ളോട് ചോദിച്ചു.

'ഇങ്ങനെയൊക്കെ പറയാൻ ലജ്ജയില്ലേ നിങ്ങൾക്ക്? നിങ്ങളുടെ സ ഹോദരിക്ക് മാനസിക നില തെറ്റിയത് കൊണ്ട് അവളുടെ ജീവിതം ഭദ്ര മാക്കാൻ എന്നെയും എന്റെ സഹോദരനെയും കെണിയിൽ പെടുത്ത ണമായിരുന്നു! അതിനൊരു ന്യായവും ജാതകം എന്ന പേരിൽ നിങ്ങൾ കണ്ടെത്തി വെച്ചിട്ടുണ്ട്. എല്ലാം കഴിഞ്ഞിട്ട് ഇപ്പോൾ എന്നോട് തിരിച്ചു പൊയ്ക്കോളാൻ പറഞ്ഞല്ലോ.. ഞാൻ തിരിച്ചു പോയാൽ കേദാർ ഈ വിവാഹത്തിൽ നിന്നും പിന്മാറി തിരിച്ചു പോകില്ലെന്ന് നിങ്ങൾക്ക് എ ന്താണ് ഉറപ്പ്?

'അവൻ ഇനി തിരിച്ചു പോകില്ല! അതിനുള്ള എല്ലാവിധ എഗ്രിമെന്റു കളും ഞങ്ങൾ തയ്യാറാക്കി അവനെക്കൊണ്ട് തന്നെ ഒപ്പിടുവിച്ചു കഴി ഞ്ഞിട്ടാണ് കേദാറിനെ ഈ വീടിന്റെ മരുമകനായി സ്വീകരിച്ചത്.'

കല്ലുപോലെ ഉറച്ച ശബ്ദത്തിൽ അയാൾ പറയുന്നത് കേട്ട് നയന വെറുപ്പോടെ രാകേഷിനെ നോക്കി. അവന്റെ കണ്ണുകളിലേക്ക് നോക്കു മ്പോൾ അയാൾ ഇപ്പോൾ പറഞ്ഞ ഓരോ വാക്കും സത്യമാണെന്ന് അവൾക്ക് മനസ്സിലായി.

നീട്ടി വളർത്തിയ ആ മുടിയും. ആരെയോ ബോധിപ്പിക്കാൻ ആയി തൽക്കാലം കുറച്ചു വടിച്ചു വൃത്തിയാക്കിയ താടിയും കാണുമ്പോൾ ന യനയ്ക്ക് അവന്റെ നേരത്തെയുള്ള മുഖം എന്താണെന്ന് ഊഹിക്കാൻ കഴിഞ്ഞു. താടിയും മുടിയും നീട്ടി വളർത്തിയ .. എല്ലാവിധത്തിലും ബ്ര ഹ്മചാരിയായി ജീവിച്ചുകൊണ്ടിരുന്ന ഒരാളെയാണ് വിവാഹനാടകം ന ടത്തി തന്റെ കഴുത്തിൽ താലികെട്ടിച്ചിരിക്കുന്നത്.

തന്നെ നോക്കുന്ന ഓരോ നിമിഷവും അയാളുടെ കണ്ണുകളിൽ കാണു ന്ന നിർവികാരത എന്താണെന്ന് ഇപ്പോൾ അവൾക്ക് തിരിച്ചറിയാൻ ക ഴിയുന്നുണ്ട്.

പക്ഷേ അതിന്റെ പേരിൽ താൻ തിരിച്ചു പോയാൽ? സ്വന്തം ചേച്ചി യുടെ ജീവിതത്തിനു വേണ്ടി ഇതുപോലൊരു ത്യാഗം ചെയ്യാൻ വന്നു, ഇവിടെ കുരുങ്ങി കിടക്കുന്ന കേദാറിന്റെ ജീവിതം എന്തായിത്തീരും? ഈയൊരു പ്രേത കൊട്ടാരത്തിൽ താൻ കൂടി ഇല്ലെങ്കിൽ അവനെ ഇ വർ കൊന്നു കളഞ്ഞാൽ പോലും പുറംലോകം അറിയില്ല.

'താൻ ആലോചിച്ച് രാവിലെ തീരുമാനം പറഞ്ഞാൽ മതി! ബാക്കി കാര്യങ്ങളെല്ലാം ഞാൻ നോക്കിക്കോളാം. എത്രയും വേഗം കഴിയുമോ

അത്രയും വേഗം കാര്യങ്ങൾ തീർക്കണം. പരദേവത ക്ഷേത്രത്തിലെ കാര്യങ്ങൾ അടക്കം ഇനിയങ്ങോട്ട് എനിക്ക് ഒരുപാട് ഉത്തരവാദിത്വങ്ങൾ ഉണ്ട്. നാളെ നമുക്ക് ഒരിടം വരെ പോകണം.'

പകയും ദേഷ്യവും ജ്വലിക്കുന്ന കണ്ണുകൾ കൊണ്ട് രാകേഷിനെ ത ന്നെ ഉറ്റുനോക്കി നയന അവന്റെ മുഖത്തേക്ക് വാക്കുകൾ ചവച്ചു തുപ്പി.

'എന്റെ അനുജനെ നിങ്ങൾക്കിടയിൽ കടിച്ചു കീറാൻ ഇട്ടു തന്നു കൊണ്ട് ഞാൻ എങ്ങോട്ടേക്കും പോകുന്നില്ല.ഇവിടെ തന്നെ ഞാൻ ജീ വിക്കും. പക്ഷേ പേടിക്കേണ്ട. ഈ ജന്മത്തിൽ നിങ്ങളെ ഞാൻ സ്നേ ഹിക്കില്ല. അത്രയ്ക്ക് അറപ്പും വെറുപ്പും ആണ് നിങ്ങളിലെ ചതിയനോട് എനിക്ക്.'

രാകേഷിന് മുഖത്തടിയേറ്റത് പോലെ തോന്നി. അത്രയേറെ മൂർച്ച യുണ്ടായിരുന്നു അവളുടെ വാക്കുകൾക്ക്. ഒറ്റനോട്ടത്തിൽ കാണുമ്പോൾ ഏറ്റവും സൗമ്യയും സുന്ദരിയും ആയ, ഒന്ന് ഉച്ചത്തിൽ സംസാരിക്കുക പോലും ചെയ്യാത്ത ആ സാധു പെൺ കിടാവിൽ നിന്നാണ് ഇത്രയും വാക്കുകൾ പുറത്തേക്ക് വന്നതെന്ന് അവന് വിശ്വസിക്കാൻ കഴിഞ്ഞില്ല. തറഞ്ഞു നിൽക്കുന്ന രാകേഷിനെ പുച്ഛത്തോടെ ഒന്നു നോക്കി, വെറു പ്പോടെ മുഖം വെട്ടിതിരിച്ചുകൊണ്ട് നയന അകത്തേക്ക് നടന്നു. ബെഡ് റൂമിൽ എത്തിയ അവൾ ലൈറ്റ് ഓഫ് ചെയ്തു കിടക്കയിലേക്ക് കയറി ക്കിടന്ന് കണ്ണുകൾ അടച്ചു.ഇനി എന്താണ് അവളോട് പറയേണ്ടത് എ ന്ന് മനസ്സിലാവാതെ രാകേഷ് ആ ബാൽക്കണിയിൽ തന്നെ തരിച്ചുനിന്നു.

5

നയനയെയും കൊണ്ട് പറഞ്ഞത് പോലെ പുലർച്ചെ തന്നെ രാകേ ഷ് ഇറങ്ങിയിരുന്നു. കാറിനകത്ത് എവിടേക്കാണ് പോകുന്നതെന്നോ? എന്താണ് കാര്യമെന്നോ? പോലും ചോദിക്കാതെ നയന കല്ലുപോലെ ഇരുന്നു.കൊട്ടാരത്തിനു കുറച്ചു പിറകിലേക്ക് വണ്ടിയോടിക്കഴിഞ്ഞ് ചെ റിയ റോഡിലൂടെ കടന്നു പോയിക്കൊണ്ടിരിക്കുമ്പോൾ

വലിയ കാവിലേക്കാണ് പോകുന്നതെന്ന് നയനയ്ക്ക് മനസ്സിലായി.ചു റ്റും കാടുപിടിച്ച ആ കാവിലേക്ക് ഇതുവരെ അവൾ വന്നിട്ടില്ല. അതിന്റെ മതിൽക്കെട്ടിനുള്ളിലേക്ക് പോലും കടക്കാനുള്ള ധൈര്യം ഉണ്ടായിട്ടില്ല.

മതിലിനു പുറത്തായി കാർ നിർത്തി ഇറങ്ങിയ രാകേഷ് മുഖംതാഴ് ത്തി അവളോട് പറഞ്ഞു.

' ഇറങ്ങി വരൂ.'

നയനയ്ക്ക് പേടിയാവുന്നുണ്ടായിരുന്നു.

31

ഇയാൾ ഇനി തന്നെ എന്താണാവോ ചെയ്യാൻ പോകുന്നത് എന്ന് മനസ്സിൽ ഒരു ഭയം. ഡോർ തുറന്നു പുറത്തേക്കിറങ്ങിയെങ്കിലും കാടുപിടിച്ചു കിടക്കുന്ന ആ അന്തരീക്ഷം അവളെ വല്ലാതെ ഭയപ്പെടുത്തി.

'വാ...'

എന്ന് പറഞ്ഞു കൊണ്ട് അവൻ മുന്നോട്ട് നടന്നു കഴിഞ്ഞിരുന്നു. നയനക്ക് അവനെ പിൻ തുടരുക അല്ലാതെ മറ്റു മാർഗം ഒന്നും ഇല്ലായിരുന്നു. സമയം ഉച്ച കഴിഞ്ഞതേയുള്ളൂ,എങ്കിലും ചുറ്റും നല്ല ഇരുട്ട് വ്യാപിച്ചിരുന്നു. കുറച്ചു മുന്നോട്ടേക്ക് നടന്ന രാകേഷ് തിരിഞ്ഞു നോക്കുമ്പോഴാണ് നയന അവിടെത്തന്നെ ചുറ്റിപ്പറ്റി നിൽക്കുന്നത് കണ്ടത്.

'നിന്നോടല്ലേ വരാൻ പറഞ്ഞത്?'

എന്നു പറഞ്ഞുകൊണ്ട് അവൻ നയനയുടെ കൈപിടിച്ച് വേഗത്തിൽ കാടിനുള്ളിലേക്ക് നടന്നു. ഒരു വിറയലോടെ അവൾ ചുറ്റും നോക്കി. ഒരുപാട് ഇലകൾ വീണു കിടക്കുന്ന ഇരുണ്ട ഒരു നടവഴിയിലൂടെ ആണ് തങ്ങൾ നടക്കുന്നത്.ഇരുവശങ്ങളിലും നിറയെ പേരറിയാത്ത ഏതൊക്കെയോ കാട്ടുമരങ്ങൾ പടർന്നു പന്തലിച്ചിരിക്കുന്നു. ചെമ്പരത്തിയും കോളാമ്പിയും തെച്ചിയും കനകാംബരവും മുല്ലയും എന്നുവേണ്ട സകലമാന വള്ളിപ്പടർപ്പുകളിൽ വിടരുന്ന പൂക്കളടക്കം അവിടെ പടർത്തി വിട്ടിട്ടുണ്ട്.

ഉള്ളിലേക്ക് കടക്കും തോറും വഴി കൂടുതൽ ഇടുങ്ങിവരുന്നത് നയന ശ്രദ്ധിച്ചു. ഭയത്തോടെ അവൾ ഒന്ന് തിരിഞ്ഞു നോക്കി. പിറകിലെ വഴിപോലും കാണാത്ത വിധം ഇരുട്ടു മൂടി കിടക്കുകയാണ് കാവ്.

ഒന്ന് തിരിഞ്ഞ് മുന്നോട്ടേക്ക് നോക്കുമ്പോഴേക്കും അവളുടെ കൈപ്പിടിയിൽ നിന്നും രാകേഷിന്റെ കൈ ഊർന്നു പോയി കഴിഞ്ഞിരുന്നു.

ഒരു നിമിഷം...

ഇരുട്ടു മൂടിയ ആ നടപ്പാതയിൽ വിറയലോടെ നയന തളർന്നു നിന്നു.

പെട്ടന്നാണ് കറുത്തു വളഞ്ഞ് ഉയരം കുറഞ്ഞ ആ വൃദ്ധൻ എവിടെ നിന്നോ അവളുടെ മുന്നിലേക്ക് ചാടി വീണത്.

കനൽ പോലെ ജ്വലിക്കുന്ന കണ്ണുകളുടെ അവൾക്കു മുന്നിലേക്ക് നീങ്ങി നിന്നുകൊണ്ട് അയാൾ ചോദിച്ചു.

' നീ? ഇവിടെ എന്താ?'

അയാൾ ചോദിച്ചു തീരും മുൻപേ ഒരലർച്ചയോടെ നയന ഓടിക്കഴിഞ്ഞിരുന്നു. അയാളെ കടന്നു മുന്നോട്ടേക്ക് ഓടിയ നയന രാകേഷിന്റെ നെഞ്ചിൽ ചെന്നിടിച്ച് തളർന്നുവീണു. നിലത്തേക്കു കുഴഞ്ഞു വീഴും മുൻപേ നയനയെ കോരിയെടുത്ത് ചുമലിലേക്കിട്ടുകൊണ്ട് രാകേഷ് മു

ന്നോട്ടേക്ക് നടന്നു.

നയന കണ്ണു തുറക്കുമ്പോൾ ചുറ്റും ആരെയും കാണാൻ ഉണ്ടായി രുന്നില്ല. അവൾ കണ്ണുകൾ തുറന്നു കുറച്ചുസമയം തനിക്ക് എന്താണ് സംഭവിച്ചത് എന്ന് ആലോചിച്ച് അങ്ങനെ തന്നെ കിടന്നു.

ഇരുട്ടു മൂടിയ ഒരു കുളപ്പടവിലാണ് താൻ കിടക്കുന്നത് എന്ന് നയന യ്ക്ക് അപ്പോഴാണ് മനസ്സിലായത്. ഭയത്തോടെ എഴുന്നേറ്റ അവൾ താ ഴേക്ക് കണ്ണുകൾ ഓടിച്ചു.

കൺമുന്നിൽ വലിയൊരു കുളമാണ്. നീല ജലം കാണുമ്പോൾ ത ന്നെ ഊഹിക്കാം അതിന്റെ ആഴം. പുറകിൽ എന്തോ മണിയടി ശബ്ദം കേട്ടതുപോലെ തോന്നി അവൾ മുഖം തിരിച്ചു.അതൊരു മണ്ഡപം ആ യിരുന്നു. ഭദ്രകാളി രൂപത്തിനു മുന്നിലിരുന്ന് ചുവന്ന പട്ടു മാത്രം ഉടു ത്ത് രാകേഷ് എന്തോ പൂജ ചെയ്യുകയാണ്.

അന്ന് രാത്രി തങ്ങളുടെ വിവാഹം നടന്ന മണ്ഡപമാണ് ഇത്.

താൻ ഒന്ന് ഉരുണ്ടു പോയെങ്കിൽ നേരെ കുളത്തിൽ ആയിരുന്നു പ തിക്കുക. ഭയത്തോടെ എഴുന്നേറ്റ അവൾ മണ്ഡപത്തിനരികിലേക്ക് നട ന്നു ചെന്നു.

പൂജകൾ അവസാന ഘട്ടത്തിലേക്ക് കടന്നു കഴിഞ്ഞിരിക്കുന്നു. രാ കേഷ് എഴുന്നേറ്റ് നിന്ന് ഒരുപിടി കർപ്പൂരം വലതു കൈയിലേക്ക് കുട ഞ്ഞ് ദീപനാളം ഇടതു കൈകൊണ്ട് എടുത്ത് അതിലേക്ക് ചേർത്ത് ജ്വലി ക്കുന്ന അഗ്നിയെ ദേവി വിഗ്രഹത്തിന് ചുറ്റും ആരതി ഉഴിഞ്ഞു കൊണ്ടു ജപം തുടർന്നു.അവന്റെ പുറത്ത് പച്ചകുത്തിയിട്ടുള്ള ഭദ്രകാളി രൂപം അ പ്പോഴാണ് നയന ശ്രദ്ധിച്ചത്. വീതിയുള്ള ചുമലുകളിലും പുറത്തുമായി നിറഞ്ഞു നിൽക്കുകയാണ് നാക്കു നീട്ടി രൗദ്രഭാവത്തിലുള്ള ഭദ്രകാളി രൂപം. ആദ്യമായാണ് അവൾ ഇത്രയും അടുത്തുനിന്ന് അവനെ ശ്രദ്ധി ച്ചത്.

അത്ഭുതം കൊണ്ട് നയനയുടെ മിഴികൾ തുറന്നു പോയി. ഇതൊ ന്നും ശ്രദ്ധിക്കാതെ രാകേഷ് കണ്ണുകൾ അടച്ച് ആരതി ഉഴിഞ്ഞുകൊണ്ട് ജപം തുടർന്നു. ഇതെല്ലാം കണ്ടുകൊണ്ട് അവനു പിറകിലായി ആ പടു വൃദ്ധൻ ഇരു കൈകളും കൂപ്പി കണ്ണുകൾ അടച്ച് ചുരുണ്ട് കൂടി നിൽ ക്കുന്നുണ്ടായിരുന്നു. നയന മടുപ്പോടെ മുഖം തിരിച്ചു കൊണ്ട് കുളത്തി ലേക്ക് നോക്കി. വളരെ വിശാലമായ ഒരു വലിയ കുളമാണ്. അതിന് ന ടുവിലെ ഈ മണ്ഡപം ഒരുപാട് വർഷങ്ങൾക്കു മുൻപ് പണികഴിപ്പിച്ച താവാം.ഒറ്റനോട്ടത്തിൽ തന്നെ മനസ്സിലാവുന്നുണ്ട്.ഈ കുളത്തിനും മണ്ഡപത്തിനും ഒരുപാട് പഴക്കമുണ്ടെന്ന്. അതിനപ്പുറത്തേക്ക് കാവി

ലെ വലിയ കാട്ടുമരങ്ങളും വള്ളിപ്പടർപ്പുകളും ആണ്.

'നയന ഇവിടെ ഇരിക്കൂ!'

രാകേഷിന്റെ ശബ്ദം കേട്ട് അവൾ തിരിഞ്ഞുനോക്കി. പൂജ കഴിഞ്ഞി രിക്കുന്നു. ആ വൃദ്ധൻ മാത്രം വിഗ്രഹത്തിനു മുന്നിൽ എന്തൊക്കെയോ ചെയ്യുന്നുണ്ട്. ഒരു ഭയത്തോടെ രാകേഷിനെയും വൃദ്ധനെയും മാറിമാ റി നോക്കിയ അവൾ കുറച്ചു പിറകിലേക്ക് മാറിനിന്നു.

'താൻ പേടിക്കേണ്ട! ഒരുപാട് വർഷങ്ങളായി അദ്ദേഹമാണ് കാവി ന്റെ അകത്തെ കാര്യങ്ങളെല്ലാം നോക്കുന്നത്. പുറംലോകവുമായി ബ ന്ധമൊന്നുമില്ലാത്തതു കൊണ്ടാണ് കേഗിക്ക് ആരോടും താല്പര്യം ഇ ല്ലാത്തത്.'

'എന്നെ എന്തിനാണ് ഇങ്ങോട്ടേക്ക് കൊണ്ടുവന്നത്? ബലി കൊടു ക്കാനാണോ?'

അമ്പരപ്പോടെ അവളെ നോക്കിക്കൊണ്ട് രാകേഷ് പറഞ്ഞു.

'താൻ എന്താണ് ഈ പറയുന്നത്? മനുഷ്യ രക്തം കുടിക്കുന്ന ദേവി രൂപമല്ല ഇവിടെ പ്രതിഷ്ഠം.'

'അത് നിങ്ങൾ പറയുന്നതല്ലേ? ആ വിഗ്രഹത്തിന്റെ തലയിലൂടെ ഒ ഴുകിയത് രക്തമാണെന്ന് ആർക്കാണ് മനസ്സിലാവാത്തത്?'

ഒരു ചെറുപുഞ്ചിരിയോടെ അവളെ വാക്കുകളെ മുഖവിലയ്ക്കെടു ക്കാതെ രാകേഷ് പറഞ്ഞു.

'ഞാൻ തന്നെ ഇങ്ങോട്ടേക്ക് കൊണ്ടുവന്നത് ഈ കാര്യങ്ങളുടെ ഗൗ രവം മനസ്സിലാക്കി തരാനാണ്. ഇതാണ് ഞങ്ങളുടെ കൊട്ടാരത്തിന്റെ യും പാരമ്പര്യത്തിന്റെയും സംസ്കാരത്തിന്റെയും മൂലസ്ഥാനം.പരദേ വതയായ ഈ അമ്മയെ തൃപ്തിപ്പെടുത്തുകയാണ് എന്റെ ജീവിതല ക്ഷ്യം എന്ന് ഞാൻ മനസ്സിലാക്കിയിട്ട് കുറച്ചു വർഷങ്ങളായി.'

നയന മുഖം തിരിച്ചു പുറത്തേക്കു നോക്കി.

അവൻ പറഞ്ഞു വരുന്നത് എന്താണെന്ന് അവൾക്ക് മനസ്സിലാവു ന്നുണ്ടായിരുന്നു. നയനയുടെ നെഞ്ചിൽ അവഗണനയുടെ കൈപ്പുനീർ കുടുങ്ങി. നിറയുന്ന കണ്ണുകളെ തുടച്ചെറിഞ്ഞു കൊണ്ട് വീറോടെ അവൾ ചോദിച്ചു.

'ഞാനിപ്പോൾ എന്തുവേണമെന്നാണ് നിങ്ങൾ പറഞ്ഞു വരുന്നത്? ഇറങ്ങിപ്പോകണോ?'

'ഇറങ്ങിപ്പോകണം എന്നല്ല! തനിക്ക് എന്താണ് നഷ്ടപരിഹാരം വേ ണ്ടത് എന്ന് പറഞ്ഞാൽ മതി. എത്ര വലിയ തുകയാണെങ്കിലും ഞാൻ തരാം. അതിനുശേഷം തനിക്കൊരു നല്ല ജീവിതം ഉണ്ടാക്കുവാൻ വേണ്ട

എല്ലാവിധ സഹായവും ചെയ്യാം. താൻ എന്റെ അവസ്ഥ മനസ്സിലാ
ക്കണം.'

നിറഞ്ഞൊഴുകുന്ന കണ്ണുകൾ ഉയർത്തി നയന രാകേഷിനെ നോക്കി.
ആ കണ്ണുകളിലെ തീഷ്ണത നേരിടാൻ കഴിയാതെ അവൻ മുഖം തിരി
ച്ചു കളഞ്ഞു. അവനെത്തന്നെ ഉറ്റുനോക്കി ഒരു വിതുമ്പലോടെ നയന
പറഞ്ഞു തുടങ്ങി.

'ഞാനായിട്ട് വന്നതല്ല! ഒരു കുടുംബ ജീവിതം പോലും ഞാൻ ആഗ്ര
ഹിച്ചിട്ടില്ല.

ആരെയും വേദനിപ്പിക്കാതെ ജീവിക്കണം എന്ന് മാത്രമേ ദൈവത്തോട്
പോലും പ്രാർത്ഥിച്ചിട്ടുള്ളൂ. ഞാൻ കാരണം ആർക്കും ഒരു ബുദ്ധിമുട്ടും
ഉണ്ടാവരുതെന്ന് എനിക്കും നിർബന്ധമാണ്. നിങ്ങളുടെ ജീവിതത്തിൽ
നിന്നും ഞാൻ ഒഴിഞ്ഞു തരികയാണ്. അത് മറ്റൊരുവന്റെ പിറകെ ഇറ
ങ്ങി പോയിട്ടില്ല. ഈയൊരു ദുർവിധി എനിക്ക് നൽകിയ ദൈവത്തിലേ
ക്ക് തന്നെ ഞാൻ മടങ്ങി പോകുന്നു.'

പറഞ്ഞു തീരുന്നതിനു മുൻപ് തന്നെ നയന മുന്നിലെ അഗാധമായ
കുളത്തിലേക്ക് കൂപ്പു കുത്തുന്നത് രാകേഷ് ഒരു ഞെട്ടലോടെ കണ്ടു.ആ
ദൃത്തെ നടുക്കത്തിൽ നിന്ന് ഉണർന്ന് അവൻ ഓടിയിറങ്ങി ചെല്ലുമ്പോ
ഴേക്കും രണ്ടുപ്രാവശ്യം വെള്ളത്തിനു മുകളിലേക്ക് ഉയർന്നു വന്ന അ
വൾ കുളത്തിനടിയിലേക്ക് താഴ്ന്നു പോയി കഴിഞ്ഞിരുന്നു.

അവൾക്ക് പിറകെ കുതിച്ചു ചെന്ന രാകേഷിന്റെ കയ്ക്കുള്ളിൽ കുറ
ച്ചു നേരത്തെ തിരച്ചിലിനൊടുവിലാണ് നയനയുടെ നീളമുള്ള മുടിക്കെ
ട്ട് കുരുങ്ങി കിട്ടിയത്.

അവൾക്ക് ബോധം വരുമ്പോൾ കൊട്ടാരത്തിലെ മുറിയിൽ കിടക്കു
കയായിരുന്നു. സംഭവിച്ചതിനെ കുറിച്ച് നയന മറ്റൊരാളോട് പോലും പ
റയുകയോ ചോദിക്കുകയോ ചെയ്യാൻ ഇഷ്ടപ്പെട്ടില്ല.

6

വാരാണസി....

ലോകത്തിലെ ഏറ്റവും പഴക്കം ചെന്ന നഗരങ്ങളിൽ ഒന്. പൗരാണി
കമായി കാശി എന്ന പേരിൽ അറിയപ്പെടുന്ന വാരാണസി സാംസ്കാരി
കവും മതപരവും അദ്ധ്യാത്മികപരവും ആയ കാരണങ്ങളാൽ ഭാരതീ
യ ചരിത്രത്തിൽ പ്രത്യേക സ്ഥാനം അലങ്കരിക്കുന്നു. ഗംഗയുടെ കൈ
വഴികളായ വരുണ, അസി എന്ന പേരുകളിൽ നിന്നാണ് വാരാണസി
എന്ന പേരുണ്ടായത്. ഉത്തർപ്രദേശിലെ ലക്നൗവിൽ നിന്നും ഏതാണ്ട്

35

300 കിലോമീറ്റർ ദൂരെയാണ് വാരാണസി സ്ഥിതി ചെയ്യുന്നത്.

കുളികഴിഞ്ഞ് ലളിതമായ വസ്ത്രങ്ങൾ ധരിച്ച് അമ്പലത്തിലേക്ക് പോ കാനായി മങ്ങിയ ഇരുട്ടിൽ ഹോട്ടലിൽ നിന്നും തണുപ്പോടെ പുറത്തേ ക്കിറങ്ങിയ നയനയും ആര്യയും മുന്നിലെ തെരുവുകളിലേക്ക് രാകേഷി ന്റെ കൈപിടിച്ച് ഇറങ്ങി.

സമയം പുലർച്ചെ മൂന്നുമണി ആകുന്നതേയുള്ളൂ. പക്ഷേ മുന്നിലെ ഇടുങ്ങിയ തെരുവുകളിൽ നിറയെ ജനങ്ങളാണ്. പ്രകാശത്തിൽ കുളി ച്ചു നിൽക്കുന്ന തെരുവുകളിലൂടെ തിടുക്കത്തിൽ അങ്ങോട്ടുമിങ്ങോട്ടും പല ഭാഷകൾ സംസാരിച്ചുകൊണ്ട് നടക്കുന്ന വലിയൊരു ജനക്കൂട്ടം ത ന്നെ ഉണ്ട്.

തമ്പുരാട്ടിക്കുട്ടിയുടെയും കേകിയുടെയും നിർബന്ധപ്രകാരം ഇത്രയും ദൂരം യാത്ര ചെയ്തു വാരാണസി ക്ഷേത്രം വരെ വന്നതിന്റെ എല്ലാവിധ മുഷിച്ചിലും അവനിൽ പ്രകടമായിരുന്നു

'ഇവർക്കൊന്നും ഉറക്കമില്ലേ...? ഇപ്പോൾത്തന്നെ തൊഴണോ എല്ലാവർ ക്കും?'

മുഷിപ്പോടെയുള്ള കേദാറിന്റെ ചോദ്യം കേട്ട് രാകേഷ് അവനെത്ത ന്നെ ഒന്നു രൂക്ഷമായി നോക്കിക്കൊണ്ട് പറഞ്ഞു.

'കേദാറിന് കാശി വിശ്വനാഥ ക്ഷേത്രത്തെപ്പറ്റി എന്തെങ്കിലും അറി യാമോ?'

'ഇദ്ദേഹത്തിന് കുറെ പൈസ ഉണ്ടെന്നു കേട്ടിട്ടുണ്ട്. വേറെ ഒന്നും അറിയില്ല.'

'കേദാറിന് പണത്തിന്റെ കണക്ക് മാത്രമേ അറിയാവൂ അല്ലേ? അ തെന്തുകൊണ്ടാണ് അങ്ങനെ? പണത്തിനേക്കാൾ വിലയുള്ള ഒരുപാട് കാര്യങ്ങൾ ഈ ലോകത്തുണ്ട്.'

'എന്റെ അളിയാ ഞാൻ ഒരു തമാശ പറഞ്ഞതാണ്. ദേ അങ്ങോട്ട് നോക്കിക്കേ... സ്വർണ്ണം പൂശിയ ഗോപുരങ്ങൾ...'

അവൻ വിഷയം മാറ്റാൻ വേണ്ടി പറഞ്ഞതാണെങ്കിലും കേദാറിന്റെ സംസാരം കേട്ടതോടെ രാകേഷിന്റെ ശ്രദ്ധ അങ്ങോട്ടേക്കായി.

'കാശി വിശ്വനാഥ ക്ഷേത്രം ഗോൾഡൻ ടെമ്പിൾ എന്നുകൂടി അറി യപ്പെടുന്നുണ്ട്. ഇൻഡോറിലെ രാജ്ഞിയായിരുന്ന അഹല്യാഭായി ഹോൾ ക്കറാണ് കാശി ക്ഷേത്രം നിർമ്മിച്ചത്. ഇതിന്റെ സ്വർണത്തിൽ പൊതി ഞ്ഞ രണ്ടു ഗോപുരങ്ങൾ സമ്മാനിച്ചത് പഞ്ചാബ് മഹാരാജാവായ ശ്രീ രഞ്ജിത്ത് സിംഗ് ആയിരുന്നു. കണ്ടില്ലേ... എത്ര ഭംഗിയോടെയാണ് അവ ഉയർന്നു തിളങ്ങി നിൽക്കുന്നത്.'

പ്രവേശന കവാടത്തിലൂടെ അകത്തേക്ക് കടക്കുമ്പോൾ നയന ഒന്ന് മുകളിലേക്ക് നോക്കി. ശരിയാണ്, എന്തൊരു ഭംഗിയാണ് ക്ഷേത്രഗോ പുരങ്ങൾ കാണാൻ. അവൾ തന്റെ കൈകളിൽ നിന്ന് ഊർന്നുപോകു ന്ന ആര്യയുടെ കൈ ഒന്നുകൂടി മുറുകെ പിടിച്ചു.

പുറത്തെ തെരുവുകളിൽ കണ്ട അത്രയും വലിയൊരു ജനക്കൂട്ടം ഒന്നും ഇവിടെയില്ല.

ഭക്തിയുടെ പാരമ്യതയിൽ നിൽക്കുന്ന കുറച്ചുപേർ കൈകുപ്പി ' ഓം നമഃശിവായ' ജപിച്ചുകൊണ്ട് ക്യൂ നിൽക്കുന്നു. അവർക്ക് തൊട്ടു പിറ കിലായി രാകേഷ് നയനയേയും ആര്യയെയും മുന്നിൽ നിർത്തി പ്രാർ ത്ഥനയോടെ നിന്നു. അവനു പിറകിൽ തീർത്തും അലസനായി അങ്ങോ ട്ടുമിങ്ങോട്ടും നോക്കിക്കൊണ്ട് കേദാറും നിൽക്കുന്നുണ്ടായിരുന്നു.

'ഇവിടെ അധികം ആളൊന്നുമില്ല്ലോ എന്തിനാണ് നമ്മൾ തിരക്കു കൂട്ടി ഇത്ര നേരത്തെ വന്നത്?'

'നാലുമണിക്ക് നടതുറന്നാൽ നാല് പത്തുവരെ എത്തുന്ന ഭക്തർക്ക് ഭഗവാനെ അഭിഷേകം ചെയ്തു മാലചാർത്തി കുവളത്തില ഇട്ട് പൂജി ക്കാം. അതിനു വേണ്ടിയാണ് നാം ഇത്ര നേരത്തെ വന്നത്.'

'ഓരോരോ അന്ധവിശ്വാസങ്ങൾ. അളിയൻ ഒരു ഡോക്ടർ അല്ലേ?'

രാകേഷിന്റെ മുഖഭാവം മാറി. അവൻ പുച്ഛത്തോടെ കേദാറിനോട് പറഞ്ഞു.

'ആർഷഭാരതത്തിലെ പന്ത്രണ്ട് ജ്യോതിർലിംഗങ്ങളിൽ ഒന്നാണ് കാശി വിശ്വനാഥ ക്ഷേത്രത്തിൽ. ഹിന്ദുമത വിശ്വാസമനുസരിച്ച് മോക്ഷം പ്രദാ നം ചെയ്യാൻ കഴിയുന്ന ഏഴു പുണ്യനഗരങ്ങളിൽ ഒന്നാണ് വാരണാസി. അതും അന്ധവിശ്വാസമാണോ? ആണെന്ന് ഉറപ്പിച്ചാൽ എല്ലാം അന്ധ വിശ്വാസം തന്നെ. അതല്ലെങ്കിൽ എല്ലാം വിശ്വസിക്കാം.'

നയന തിരിഞ്ഞ് കേദാറിനെ തന്നെ രൂക്ഷമായി ഒന്നു നോക്കി. ചേച്ചി ക്ക് ദേഷ്യം വരുന്നുണ്ട് എന്ന് മനസ്സിലായതോടെ കേദാർ വായടച്ച് മി ണ്ടാതെ തൊഴുതു നിന്നു.

കുറച്ചു നിമിഷങ്ങൾ കൊണ്ടുതന്നെ നടതുറന്നു. തൊഴുകൈകളോ ടെ അകത്തുകയറിയ നയന ശ്രദ്ധിച്ചത് മുഴുവൻ രാകേഷിന്റെ പ്രവർ ത്തികൾ ആയിരുന്നു. കുവളത്തിലയും പാലും ചേർത്ത് അഭിഷേകം ന ടത്തി. ഭഗവാന്റെ ശിരസ്സിൽ ശിരസ്സ് ചേർത്ത് ആനന്ദ കണ്ണീരൊഴുക്കുക യാണ് രാകേഷ്. ആറടി ഉയരവും അതിനൊത്ത വീതിയും ചുമലറ്റം മു ടിയും വിരിഞ്ഞിറങ്ങിയ താടിയുമായി ഒരു വലിയ പുരുഷൻ കുഞ്ഞു ങ്ങളെപ്പോലെ വിതുമ്പി കരയുന്നത് പലരും ശ്രദ്ധിച്ചു.

നയനയ്ക്ക് പ്രത്യേകിച്ച് പ്രാർത്ഥിക്കാൻ ഒന്നും ഉണ്ടായിരുന്നില്ല. അവൾ ഭഗവാനെത്തന്നെ കണ്ണുതുറന്നു നോക്കി. കുറച്ചു നിമിഷങ്ങൾ ക്കുള്ളിൽത്തന്നെ ചടങ്ങുകൾ അവസാനിച്ച് പ്രധാന പൂജാരിയിൽ നി ന്ന് പ്രസാദവും വാങ്ങി എല്ലാവരും പുറത്തേക്ക് ഇറങ്ങി.

'ആര്യ എവിടെ.?'

രാകേഷിന്റെ ചോദ്യം കേട്ടപ്പോഴാണ് ഭഗവാനെ തൊഴുമ്പോൾ താൻ ആര്യയുടെ കൈവിട്ടത് നയനയ്ക്ക് ഓർമ്മവന്നത്. അവൾ ഒരു ഞെട്ട ലോടെ ചുറ്റും നോക്കി. ആര്യയെ അവിടെയെങ്ങും കാണാനില്ല.

നോക്കുന്നിടത്തെല്ലാം ഒരുപോലെയുള്ള ഇടുങ്ങിയ വർണ്ണപ്രഭയാർ ന്ന തെരുവുകൾ.

ഈയൊരു ബഹളത്തിൽ എങ്ങോട്ടേക്കാണ് അവൾ പോയതെന്ന് എങ്ങനെ കണ്ടുപിടിക്കും? അവരുടെ സംസാരം ശ്രദ്ധിച്ചുകൊണ്ട് ചുറ്റും ആര്യയെ അന്വേഷിക്കുകയായിരുന്ന കേദാറാണ് കണ്ടത് തെരുവിന്റെ അങ്ങേയറ്റത്ത് വളരെ വേഗത്തിൽ നടന്നു പോകുന്ന ആര്യയെ...

'ദേ അളിയാ അതാ പോകുന്നു...'

എന്നു പറഞ്ഞുകൊണ്ട് അവൻ ആര്യയുടെ പുറകെ ഓടി. അവനു പിറകിലായി നയനയും രാകേഷും വേഗത്തിൽ ഓടി വരുന്നുണ്ടായിരു ന്നു. ആര്യ ഇതൊന്നും അറിയാതെ തെരുവിന്റെ ഇരുഭാഗത്തും എന്തോ അന്വേഷിച്ചു കൊണ്ട് വേഗത്തിൽ നടക്കുകയാണ്. അതിവേഗത്തിൽ ഓ ടി അവൾക്ക് തൊട്ടു പിറകിൽ എത്തിയ കേദാർ അവളുടെ ഇടുപ്പിലൂടെ ചുറ്റിപ്പിടിച്ചുകൊണ്ട് അവിടെ പിടിച്ചു നിർത്തിക്കൊണ്ട് ചോദിച്ചു.

'എങ്ങോട്ടേക്കാണ് തമ്പുരാട്ടി? നമ്മള് ഭഗവാനെ തൊഴാൻ വന്നത ല്ലേ? തൊഴുതു കഴിഞ്ഞാൽ തനിച്ചങ്ങു പോയേക്കുകയാണോ?'

ഒരു ഞെട്ടലോടെ തിരിഞ്ഞ ആര്യ പരിഭ്രമത്തോടെ അവന്റെ മുഖത്ത് തന്നെ തുറിച്ചു നോക്കി.

'എങ്ങോട്ടേക്കാണ് മോളെ നീ തനിച്ചു പോയത്?'

എന്നു പറഞ്ഞുകൊണ്ട് അപ്പോഴേക്കും രാകേഷ് അവിടെ എത്തിയി രുന്നു. അവന്റെ ചോദ്യം കേട്ടപ്പോഴാണ് ആര്യയും താൻ എങ്ങോട്ടേ ക്കാണ് നടക്കുന്നതെന്ന് ആലോചിച്ചത്.

'എങ്ങോട്ടാ മോളെ പോകേണ്ടത്?'

'എനിക്ക് ഗംഗാരതി കാണണം ഏട്ടാ.. നമുക്ക് ദശാശ്വമേദ ഘട്ടിലേ ക്ക് പോകാം.'

അവൾ പറയുന്നത് കേട്ട നയനയ്ക്കും കേദാറിനും ഒന്നും മനസ്സി ലായില്ലെങ്കിലും രാകേഷ് അനുജത്തിയെ ചേർത്തു പിടിച്ചുകൊണ്ട് പ

റഞ്ഞു.

'ഈ സമയത്തോ? ഇതിപ്പോ നേരം പുലരുന്നതല്ലേ ഉള്ളൂ മോളെ? ഗംഗാരതി സന്ധ്യയ്ക്കല്ലേ? ഇന്ന് ചൊവ്വാഴ്ചയല്ലേ വിശേഷാരതി ഉണ്ടാ വും. നമുക്ക് വൈകുന്നേരം വരാം.'

ആര്യയുടെ കൈപിടിച്ച് കേദാർ ശ്രദ്ധയോടെ അവളെയും കൊണ്ട് മുന്നോട്ടേക്ക് നടന്നു. എന്തോ അവൾ ആകെ ഡിസ്റ്റർബ്ഡ് ആണെന്ന് അവന് തോന്നി. പുറകിൽ നയന നേരിയ ഭയത്തോടെ രാകേഷിനോട് ചോദിച്ചു.

'അവൾക്ക് എന്തൊക്കെയോ അറിയാം എന്ന് തോന്നുന്നു അല്ലേ? എന്തെങ്കിലും ഓർമ്മ വന്നത് ആവുമോ?'

'ഹേയ്.. ഇവിടുത്തെ ഗംഗാരതിയെ കുറിച്ച് അറിയാത്ത ഹിന്ദുക്കൾ കുറവായിരിക്കും. വിശ്വനാഥ ക്ഷേത്രത്തിനു സമീപമുള്ള ദശാശ്വമേദ ഘട്ടിലാണ് കാശി ഗംഗാരതി നടക്കുന്നത്. നമുക്ക് വൈകുന്നേരം അ ങ്ങോട്ടേക്ക് പോകാം. ഗംഗാരതിക്ക് നദീതീരത്ത് പ്രത്യേകം പീഠങ്ങൾ ഒരുക്കിയിട്ടുണ്ട്. പൂജയും ഭജനയും ദീപാരാധന, അഭിഷേകം പുഷ്പ സമർപ്പണം എന്നിങ്ങനെ പുരോഹിതന്മാർ പീഠങ്ങളിൽ നിന്ന് പൂജ നട ത്തി ആരതിയുഴിയുന്നത് മനോഹരമായ കാഴ്ചയാണ്. ജീവിതത്തിൽ ഒരിക്കലെങ്കിലും നാം കണ്ടിരിക്കേണ്ട കാഴ്ച.'

മുൻപിൽ കേദാറിനോടൊപ്പം നിശബ്ദയായി നടക്കുകയായിരുന്ന ആര്യ പെട്ടെന്നാണ് ഒന്ന് നിന്ന് തിരിഞ്ഞ് രാകേഷിന്റെ അടുത്തേക്ക് വന്നത്.

'ഏട്ടാ നമ്മൾ മണികർണിക ഘട്ടിലേക്ക് പോയില്ലല്ലോ? അങ്ങോട്ട് പോവാം നമുക്ക്?'

'പോകാം മോളെ! നമുക്ക് കുറച്ച് സ്ഥലങ്ങളിൽ കൂടി പോകാനുണ്ട്. ഇപ്പോൾ നമുക്ക് ദേവിയുടെ അടുത്തേക്ക് പോകാം. ദർശനസമയം ആ യി വരുകയാണ്. എന്നിട്ട് ഭക്ഷണം കഴിച്ച് റൂമിൽ പോയി ഒന്ന് റസ്റ്റ് എ ടുക്കാം. വെയിൽ താഴ്ന്നുകഴിഞ്ഞ് നമുക്ക് മണികർണികയിലും ഹരി ശ്ചന്ദ്രയിലും പോയി പിന്നീട് ഗംഗാരതിയും കണ്ടു രാത്രിയോടെ മുറി യിലേക്ക് മടങ്ങാം.'

മണികർണിക ഹരിശ്ചന്ദ്ര ഘട്ടുകൾ ശവസംസ്കാരത്തിന് വേണ്ടി മാറ്റി വെച്ചതാണ്. എങ്കിലും അതിൽ ഏറ്റവും പ്രസിദ്ധം മണികർണിക ഘട്ടാണ്.

അവൻ സംസാരിച്ചത് കേട്ട് എന്തോ മറുത്തൊന്നും പറയാതെ ആര്യ ഏട്ടന്റെ കൈപിടിച്ച് അവനോടൊപ്പം ദേവീ ക്ഷേത്രത്തിലേക്ക് നടന്നു. അവർക്കു പിറകെ മനസ്സില്ലാമനസ്സോടെ കേദാറും, വർദ്ധിച്ചു വരുന്ന

ഹൃദയമിടിപ്പിനെ നിയന്ത്രിച്ചുകൊണ്ട് പ്രാർത്ഥനയോടെ നയനയും പ തുക്കെ നടന്നു. മുല്ലപ്പൂ ചൂടി സാരി ഉടുപ്പിച്ച് നിറയെ സ്വർണാഭരണ ങ്ങൾ അണിയിച്ച ദേവീ വിഗ്രഹം കഴുത്തിലും വലിയൊരു പൂമാലയ ണിഞ്ഞ് നിറയെ കത്തിജ്വലിച്ചു നിൽക്കുന്ന നിലവിളക്കുകൾക്കിടയിൽ ആയിരം നിലവിളക്കുകളേക്കാൾ ശോഭയോടെ ജ്വലിച്ചു നിൽക്കുന്നു. നാലു ചുറ്റിനും നിൽക്കുന്ന ജനങ്ങൾ ഭക്തിയുടെ പാരമ്യതയിൽ അമ്മ യെ സ്തുതിച്ചു പാടുന്നുണ്ട്. നയനയ്ക്ക് എന്തിനെന്നറിയാതെ കണ്ണു കൾ നിറഞ്ഞൊഴുകി...

'അമ്മേ ദേവി... ഞാൻ എന്താണ് പ്രാർത്ഥിക്കേണ്ടത്? നിന്നിലേക്ക് അടുക്കുവാൻ ശ്രമിക്കുന്ന നിന്റെ ഭക്തനെ എനിക്ക് തിരിച്ചുതരാനോ?'

കവിളിലേക്ക് ഒഴുകിവീണ കണ്ണീർക്കണങ്ങളെ തുടച്ചുകളയാതെ ന യന ദേവീവിഗ്രഹത്തെത്തന്നെ കൺകുളിർക്കെ നോക്കി അവിടെത്ത ന്നെ നിന്നു..

ഭക്തിയോടെ കണ്ണുകൾ അടച്ചു പ്രാർത്ഥിക്കുന്ന രാകേഷിനു മുന്നിൽ ആര്യ മാത്രം അസ്വസ്ഥതയോടെ ചുറ്റും നോക്കുകയായിരുന്നു. അവൾ എന്തൊക്കെയോ പറയാനുള്ളതുപോലെ ശബ്ദം താഴ്ത്തി മന്ത്രിച്ച് കൊ ണ്ടേയിരുന്നു.

'ഇവിടെയല്ല ഏട്ടാ... ഇവിടെയല്ലാ... നമുക്ക് പോകാം...'

അവളുടെ മന്ത്രണം ചെവിയിൽ എത്തിയ ഉടനെ തന്നെ രാകേഷ് അനുജത്തിയുടെ കൈപിടിച്ച് തിരിച്ചു നടന്നു. നിശ്ശബ്ദയായി നയനയും ഫോണിൽ എന്തൊക്കെയോ ടൈപ്പ് ചെയ്തു കൊണ്ട് കേദാറും അവ രെ അനുഗമിച്ചു. വാരാണസിയിലെ ഇടുങ്ങിയ തെരുവുകളിലൂടെ അല ഞ്ഞു നടന്ന് ചുറ്റുമുള്ള കാഴ്ചകൾകണ്ട് അവർ തിരിച്ചു ഹോട്ടലിൽ എ ത്തുമ്പോൾ സമയം പത്തുമണിയോട് അടുത്തിരുന്നു.

' ഭക്ഷണം വന്നാൽ ഉടനെ തന്നെ കഴിച്ച് എല്ലാവരും നന്നായി ഒന്ന് ഉറങ്ങിക്കോളു! നമുക്ക് വൈകുന്നേരം വെയിൽ താഴ്ന്നു കഴിഞ്ഞാൽ ബാക്കി കാഴ്ചകൾ കണ്ടു മണികർണ്ണികയിൽ പോയി വരാം...'

കുറച്ചു സമയത്തിനുള്ളിൽ തന്നെ രാകേഷ് ഓർഡർ ചെയ്ത ഭ ക്ഷണം വന്നു. ചൂടുള്ള നെയ്റോസ്റ്റ് കഴിച്ച് എല്ലാവരും അവരവരുടെ ബെഡിലേക്ക് പോയി കിടന്നു.

രാകേഷിന്റെ തൊട്ടപ്പുറത്തെ ബെഡിലായിരുന്നു നയന കിടന്നത്. അവൾക്കപ്പുറം ആര്യ, അതിനപ്പുറം കേദാർ.

ദീർഘയാത്രയുടെ ക്ഷീണവും. പുലർച്ചെ തുടങ്ങിയ നടത്തവും നാ ലു പേരെയും നന്നായി തളർത്തിയിരുന്നു. കിടന്ന് മിനിറ്റുകൾക്കുള്ളിൽ

തന്നെ എല്ലാവരും ഗാഢനിദ്രയിലേക്ക് ആഴ്ന്നുപോയി.

എത്ര സമയം കടന്നുപോയെന്ന് അറിയില്ല.

ഫോണിൽ മെസ്സേജ് വന്ന ശബ്ദം കേട്ടാണ് പാതി ഉറക്കത്തിൽ കേ ദാർ കണ്ണുതുറന്നത്. മടുപ്പോടെ ഫോൺ കിടക്കയിലേക്ക് എറിഞ്ഞു ഒന്നു തിരിഞ്ഞു കിടന്ന കേദാർ അപ്പോഴാണ് തൊട്ടപ്പുറത്തെ ബെഡ് കാലി യാണെന്ന് കണ്ടത്. ആര്യ ടോയ്‌ലറ്റിൽ പോയതാവും എന്ന് കരുതി അ വൻ കണ്ണുകളടച്ച് വീണ്ടും ഉറങ്ങാൻ ശ്രമിച്ചു.

പക്ഷേ മിനിറ്റുകൾ കടന്നുപോയിട്ടും ആര്യ വരുന്നത് കാണാതായ തോടെ അവൻ പതുക്കെ കിടക്കയിൽ എഴുന്നേറ്റിരുന്ന് ചുറ്റും നോക്കി. രണ്ട് സ്യൂട്ടിലും എവിടെയും അവൾ ഉണ്ടായിരുന്നില്ല. ശബ്ദമുണ്ടാക്കാ തെ ചെന്ന് അവൻ ടോയ്‌ലറ്റുകളുടെ വാതിലും തുറന്നു നോക്കി. എവി ടെയും ആര്യ ഇല്ലെന്ന് മനസ്സിലായതോടെ അവൻ പരിഭ്രമത്തോടെ ന യനയെ തട്ടി വിളിച്ചു.

'ചേച്ചി എഴുന്നേൽക്ക് ആര്യയെ കാണുന്നില്ല.. അവൾ എങ്ങോട്ട് പോ യി ഈ സമയത്ത്? അളിയാ എഴുന്നേൽക്ക്. ആര്യയെ കാണുന്നില്ല. ഇവിടെ എവിടെയും ഇല്ല.'

കണ്ണുതുറന്ന രാകേഷ് കണ്ടത് ഭയത്തോടെ തന്നെ ഉറ്റുനോക്കി ഇരി ക്കുന്ന നയനയെ ആണ്. അവളുടെ മനസ്സിൽ എന്താണെന്ന് അവന് തി രിച്ചറിയാൻ കഴിയുന്നുണ്ടായിരുന്നു. തിടുക്കത്തിൽ ചാടിയെഴുന്നേറ്റ് ടോ യ്‌ലറ്റിലേക്ക് പോയ രാകേഷ് നിമിഷനേരം കൊണ്ട് ഫ്രഷായി വസ്ത്രം മാറി ഇറങ്ങി വന്നു കഴിഞ്ഞിരുന്നു.

ട്രാക്ക് സ്യൂട്ടിനു മുകളിൽ ഒരു ടീഷർട്ട് വലിച്ചെടുത്ത് അണിഞ്ഞ് കേദാറും ഇട്ടിരുന്ന ചുരിദാറിനു മുകളിൽ ഒരു ഷാൾ വലിച്ചെടുത്തിട്ട് ന യനയും രാകേഷിനു പിറകെ പുറത്തേക്ക് ഓടി. സമയം വൈകുന്നേരം ആയിട്ടുണ്ടെന്ന് പുറത്തേക്കിറങ്ങിയപ്പോഴാണ് നയനയ്ക്ക് മനസ്സിലായ ത്. തെരുവുകളിൽ നിറയെ ജനസാഗരം ഒഴുകുന്നു. എങ്ങോട്ടേക്കാണ് പോകേണ്ടത് എന്ന് മനസ്സിലാവാതെ അവർ മൂന്നുപേരും ഒരു നിമിഷം അവിടെത്തന്നെ തരിച്ചു നിന്നുപോയി...

<h1 style="text-align:center">7</h1>

'എന്റെ തെറ്റാണ്. വാതിൽ അകത്തുനിന്ന് ലോക്ക് ചെയ്താൽ മതി യായിരുന്നു...'

'ഇനി അതൊന്നും പറഞ്ഞിട്ട് കാര്യമില്ല! അളിയൻ വാ.. എത്രയും പെട്ടെന്ന് നമുക്ക് അവളെ കണ്ടെത്തണം. അപരിചിതമായ ഈ നാട്ടിൽ

അവൾ ഒറ്റയ്ക്ക്...'

രാകേഷിനെ വിളിച്ചുകൊണ്ട് മുന്നോട്ടേക്ക് ഓടുന്ന കേദാറിനെ കണ്ട പ്പോൾ നയനയ്ക്ക് പാവം തോന്നി. അവരെ പിന്തുടരുന്നതിനിടയിൽ അവൾ ഇരുവശത്തും നോക്കുന്നുണ്ടായിരുന്നു.

തെരുവിൽ നല്ല തിരക്കാണ്. റോഡിന്റെ ഇരുവശങ്ങളിലുമായി പൂക്ക ളും കരകൗശല വസ്തുക്കളും പൂജാസാമഗ്രികളും വിൽക്കുന്നവരുടെ ബഹളം മറ്റൊരു വശത്ത്. ക്ഷേത്രദർശനത്തിനും മറ്റു പൂജകൾക്കുമു ള്ള എളുപ്പവഴികൾ പറഞ്ഞു കൊടുത്തു സഹായിക്കാനായി പുറകെ കൂടുന്ന നൂറുക്കണക്കിന് ഗൈഡുകൾ മറുവശത്ത്. നോക്കുന്നിടത്തെ ല്ലാം പല വർണ്ണങ്ങളിലുള്ള തലക്കെട്ടുകൾ, വസ്ത്രങ്ങൾ. പല ഭാഷ കൾ. എങ്ങോട്ടാണ് പോവുകയെന്നു മനസ്സിലാകാതെ നയന തളർന്നു നിന്നു.

'ഭിക്ഷാംദേഹി...'

എന്ന ഒരലർച്ചയോടെ തനിക്ക് മുന്നിൽ പ്രത്യക്ഷപ്പെട്ട ഭസ്മം വാരി ത്തേച്ചു ഭീകരമാക്കിയ ആ മുഖത്തേക്ക് നയന ഒരു നടുക്കത്തോടെ നോക്കി. ജഡ പിടിച്ചു നീണ്ടു വളർന്നുകിടക്കുന്ന മുടി കുറച്ച് മൂർദ്ധാ വിൽ കെട്ടി അതിൽ രുദ്രാക്ഷം ചുറ്റിവെച്ചിട്ടുണ്ട്. ബാക്കിയുള്ളത് ഭസ്മ വും ചെളിയും ഇടകലർന്ന് കട്ടപിടിച്ച് ചുമലിലൂടെ നീണ്ടു കിടക്കുന്നു. ശരീരമാസകലം ഭസ്മം വാരിപ്പൂശിയിട്ടുണ്ട്. കഴുത്തിൽ ഒരുപാട് രുദ്രാ ക്ഷമാലകൾ ചെറുതും വലുതുമായി തിങ്ങിനിറഞ്ഞുകിടക്കുന്നു.അയാൾ വസ്ത്രം ധരിച്ചിട്ടുണ്ടോ എന്നുപോലും മനസ്സിലാകുന്നില്ലാത്ത വിധം ദേ ഹമാസകലം ചെളിയും ഭസ്മവും. ഭയവും അറപ്പും കൊണ്ട് നയനയു ടെ ദേഹം കിടുകിടെ വിറച്ചു.

കുറച്ചു മുന്നിലെത്തിയ രാകേഷ് തിരിഞ്ഞു നോക്കുമ്പോൾ ആണ് നയന കുറച്ചു പുറകിലായി എന്തോ ആലോചിച്ചുകൊണ്ട് നിൽക്കുന്നത് കണ്ടത്.

അവൻ പെട്ടെന്ന് തന്നെ തിരിഞ്ഞു ഓടിച്ചെന്ന് അവളുടെ കയ്യിൽ പി ടിച്ചു. അപ്പോഴാണ് അവനും അവൾ നടുങ്ങിത്തരിച്ചു നിൽക്കുന്നത് ഒരു സന്യാസിയെ കണ്ടിട്ടാണെന്ന് മനസ്സിലായത്. അവനെ കണ്ടതോടെ അ യാൾ വെട്ടിത്തിരിഞ്ഞു നടന്നു പോയി.

'ഇത്രയും വലിയ ആൾക്കൂട്ടത്തിൽ താൻ ഇങ്ങനെ അശ്രദ്ധമായി നിൽക്കരുത്. എന്റെ കൈവിടരുത് വാ.'

'അതാരാണ്? കാണുമ്പോൾത്തന്നെ പേടിയാവുന്നു.'

'അഘോരി വർഗ്ഗത്തിൽ പെടുന്ന സന്യാസി ആണെന്ന് തോന്നുന്നു.

ചിതാഭസ്മം ആണ് ദേഹമാസകലം വാരിപ്പൂശിയിരിക്കുന്നത്.'

ഒരു വിറയലോടെ അവന്റെ കൈപിടിച്ച് പുറകെ നടക്കുമ്പോൾ പെട്ടെ ന്നുള്ള ഒരു ഉൾവിളിയിൽ നയന അവനോട് ചോദിച്ചു.

'നിങ്ങളും ഇങ്ങനെയാണോ കുറെക്കാലം കഴിഞ്ഞാൽ ഉണ്ടാവുക?'

അമ്പരപ്പോടെ തിരിഞ്ഞു നോക്കിയ രാകേഷ് അവളുടെ കണ്ണുക ളിൽ ഭയവും സങ്കടവും തെളിഞ്ഞു നിൽക്കുന്നത് വ്യക്തമായി കണ്ടു.

'ഭക്തി മൂത്ത് ഭ്രാന്തായി നിങ്ങളും അവസാനം ഇതുപോലെ വേഷം കെട്ടി ഇതിലെ നടക്കുമോ?'

അവളുടെ ചോദ്യത്തിന് മറുപടി പറയാൻ ഇപ്പോൾ അവന്റെയടുത്ത് വാക്കുകൾ ഇല്ലായിരുന്നു. രാകേഷ് വേഗം നടന്നു.

തിക്കിത്തിരക്കുന്ന ആളുകൾക്കിടയിലൂടെ നടക്കുമ്പോൾ നയനയ്ക്ക് അസഹ്യത തോന്നി.

'ഈ ജനങ്ങൾ മുഴുവൻ എങ്ങോട്ടേക്കാണ് പോകുന്നത്?'

'ഗംഗാരതിയുടെ സമയമാവുകയയല്ലേ അങ്ങോട്ടേക്കാവും...'

പെട്ടെന്നാണ് അവൾക്ക് ഒരു കാര്യം ഓർമ്മവന്നത്. തിടുക്കത്തിൽ തന്റെ കൈപിടിച്ച് മുന്നോട്ടേക്ക് നടക്കുന്ന രാകേഷിനെ പിടിച്ചു നിർ ത്തിക്കൊണ്ട് നയന ചോദിച്ചു.

'ഇന്നലെ ആര്യ ഗംഗാരതി കാണാൻ എവിടെയോ പോകണം എന്നു പറഞ്ഞില്ലേ? നമുക്കൊന്ന് അവിടെ പോയി നോക്കിയാലോ?'

'ദശാശ്വമേധ ഘട്ട്...'

രാകേഷിന്റെ ചുണ്ടുകൾ മന്ത്രിക്കുന്നത് നയന ശ്രദ്ധിച്ചു. അവരെ കാണാതെ തിരിച്ചു വന്ന കേദാരും അത് കേൾക്കുന്നുണ്ടായിരുന്നു.

'അത് എവിടെയാണ്? നമുക്ക് ആദ്യം അങ്ങോട്ടേക്ക് പോകാം.'

നയന പറഞ്ഞു തീരുന്നതിനു മുൻപുതന്നെ രാകേഷ് അവളുടെ കൈ പിടിച്ച് ഓടിക്കഴിഞ്ഞിരുന്നു. തിങ്ങിനിറഞ്ഞു വരുന്ന ആളുകളിൽ ഭൂരി ഭാഗം പേരും കാവിയാണ് ധരിച്ചിരിക്കുന്നത്. ചില സ്വാമിമാരുടെ കഴു ത്തിലും ജടയിലും ഒക്കെയായി വലിയ രുദ്രാക്ഷം കെട്ടിച്ചുറ്റി വച്ചിട്ടുണ്ട്. അവരുടെ ഇടയിലൂടെ ഓടുമ്പോഴുള്ള ഭസ്മത്തിന്റെ രൂക്ഷഗന്ധം അവ ളുടെ ശ്വാസത്തിൽ കലരുന്നുണ്ടായിരുന്നു. ദശാശ്വമേധ ഘട്ടിലേക്കുള്ള പടവുകൾ ഓടിയിറങ്ങുമ്പോൾ അവർക്കു മുന്നിൽ നീണ്ടു നിവർന്നു പ രന്നു കിടക്കുന്ന ഗംഗയെയാണ് നയന ആദ്യം ശ്രദ്ധിച്ചത്. നദിയിൽ നി റയെ ബോട്ടുകൾ ആണ്. ചെറുതും വലുതുമായ പല നിറങ്ങളിലുള്ള ബോട്ടുകൾ. ഗംഗാരതി കാണാൻ ആകാംക്ഷയുള്ള ഭക്തർ ദശാശ്വമേധ ഘാട്ടിൽ ഒത്തുകൂടാൻ തുടങ്ങിയിരിക്കുന്നു. തീർഥാടകരെ കയറ്റിയ ബോ

ട്ടുകളും ഗംഗാനദിയുടെ തീരത്ത് എത്തിത്തുടങ്ങിയിട്ടുണ്ട്.

ഗംഗാരതി നടക്കുന്നതിന്റെ മുകളിലായുള്ള പടിക്കെട്ടുകളിൽ ആളു കൾ വന്ന് നിരന്ന് ഇരുന്നു തുടങ്ങിയിരിക്കുന്നു.

നയനയെ കേദാറിന്റെ കയ്യിൽ ഏൽപ്പിച്ച് രാകേഷ് മുന്നോട്ടേക്ക് നട ന്നു. ഇത്രയും ആളുകളുടെ ഇടയിൽ എങ്ങനെ ആര്യ ഉണ്ടെങ്കിൽത്തന്നെ കണ്ടെത്താൻ കഴിയും എന്ന ചിന്തയിൽ അവന്റെ ദേഹം തളർന്നു. ചേ ച്ചിയുടെ കൈ വിട്ടു പോകാതെ മുറുകെപ്പിടിച്ച് കേദാറും അവിടെ കൂടി യിരിക്കുന്ന ജനങ്ങൾക്കിടയിലൂടെ നോക്കിക്കൊണ്ട് പതുക്കെ നടന്നു.

കാവിവസ്ത്രങ്ങൾ ധരിച്ച ഒരുകൂട്ടം സന്യാസിമാർ ഇരിക്കുന്നതിന്റെ മുന്നിലൂടെ കടന്നു പോകുമ്പോൾ തീർത്തും അപ്രതീക്ഷിതമായി കേ ദാർ ആണ് കാവി വസ്ത്രങ്ങൾ അണിഞ്ഞ ആര്യയെ ആ കൂട്ടത്തിൽ ക ണ്ടത്. തീർത്തും അപ്രതീക്ഷിതമായ രൂപത്തിൽ അവളെ കണ്ടതിന്റെ ഞെട്ടലോടെ രണ്ടുനിമിഷം അവൻ പകച്ചു നിന്നുപോയി.

'ആര്യാ...'

എന്ന വിളിയോടെ തന്റെ കൈവിട്ടു കൊണ്ട് കേദാർ ഓടുന്നത് കണ്ട പ്പോൾ നയനയും അവനു പിറകെ ഓടി. കുറച്ചു മുന്നിലുള്ള രാകേഷും അവന്റെ അലർച്ച കേട്ടുകഴിഞ്ഞിരുന്നു. മൂന്നുപേരും ഓടി ചെല്ലുമ്പോൾ ഒരുപാട് സ്വാമിമാരോടൊപ്പം ഗംഗാരതി കാണുവാൻ തയ്യാറായി ഭക്തി നിർഭരമായ മുഖത്തോടെ ഇരിക്കുകയാണ് ആര്യാഹി.

'നീയെന്താ മോളേ ഇവിടെ?'

അവളെ പിടിച്ച് ഒന്നു കുലുക്കിക്കൊണ്ട് അലറുന്നത് പോലെയാണ് രാകേഷ് ചോദിച്ചത്. മറ്റേതോ ലോകത്ത് നിന്നും ഒരു ഞെട്ടലോടെ ഇറ ങ്ങിവന്ന ഭാവത്തിൽ ഏട്ടനെത്തന്നെ കുറച്ചുസമയം തുറിച്ചുനോക്കിയ ശേഷം അവൾ ചോദിച്ചു.

'ഞാൻ ഗംഗാരതി കാണാൻ വന്നതാണ് ഏട്ടാ! നിങ്ങൾ എപ്പോഴാ വന്നത്? ഞാനിവിടെയുണ്ടെന്ന് എങ്ങനെ അറിഞ്ഞു? വിളിച്ചൊന്നുമില്ല ല്ലോ.'

അവളുടെ സംസാരത്തിലെ അപാകതകൾ കേദാറിന് ഒഴികെ ബാ ക്കി ഇരുവർക്കും മനസ്സിലാവുന്നുണ്ടായിരുന്നു. രാകേഷ് അവളെ ഒന്നു കൂടി പിടിച്ചു കുലുക്കി നെഞ്ചോട് ചേർത്തുകൊണ്ട് പറഞ്ഞു

'ഗംഗാരതി കാണാൻ ഏട്ടൻ കൊണ്ടുവരില്ലേ? ഇതെവിടുന്ന ഈ വേ ഷമൊക്കെ? നിന്റെ മുടിയിൽ ആരാ രുദ്രാക്ഷം ചുറ്റിയത്?'

'അത് ഈ കൂട്ടത്തിൽ ഉള്ള സ്വാമിമാർ തന്നതാ!'

ഏട്ടനോട് സംസാരിക്കുന്നതിനിടയിൽ തന്നെ തന്റെ കൈപിടിച്ച കേദാ

റിന്റെ കൈ പതുക്കെ വിടുവിക്കാൻ ശ്രമിച്ചുകൊണ്ട് ചേട്ടന്റെ അരികി ലേക്ക് അവൾ നീങ്ങിനിൽക്കുന്നത് നയന ശ്രദ്ധിക്കുന്നുണ്ടായിരുന്നു. സാധാരണ കേദാറിന്റെ കയ്യിൽ തൂങ്ങി മാത്രമാണ് എവിടേക്കും പോ കുക. പക്ഷേ ഈ നിമിഷങ്ങളിൽ അവൾ എന്തോ അസ്വസ്ഥയാകുന്നു ണ്ടെന്ന് നയനയ്ക്ക് തോന്നി.

'വാ.. നമുക്ക് ബോട്ടിൽ കയറി പോകാം ആരതി കാണാൻ. തുടങ്ങാ റായി.. കുറച്ചുസമയം കൂടിയേ ഉള്ളൂ.'

രാകേഷിന്റെ കൈപിടിച്ച് ആര്യ താഴേക്ക് ഓടി ഇറങ്ങിയതോടെ നയ നയും കേദാറും അവർക്ക് പിറകെ നടന്നു. അനുജനോടൊപ്പം നടക്കു ന്നതിനിടയിൽ ഒന്നു തിരിഞ്ഞ നയന തങ്ങളെത്തന്നെ രൂക്ഷമായി നോ ക്കിക്കൊണ്ട് അവിടെ നിൽക്കുന്ന നേരത്തെ കണ്ട അഘോരിയെ കണ്ടു ഒന്നു ഞെട്ടിപ്പോയി. തിടുക്കത്തിൽ മുഖംതിരിച്ചു കളഞ്ഞ അവൾ വർ ദ്ധിച്ചുവരുന്ന ഹൃദയമിടിപ്പിനെ നിയന്ത്രിച്ചുകൊണ്ട് കേദാറിന്റെ കൈപി ടിച്ചു വേഗം നടന്നു. താഴെ എത്തി ഒരു ബോട്ടുകാരനോട് രാകേഷ് സം സാരിച്ച് ഒരു തുകയ്ക്ക് പറഞ്ഞുറപ്പിച്ച ശേഷം അവർ നാലുപേരും ആ ബോട്ടിൽ കയറി. ചെറിയ ഒരു ഉൾഭയത്തോടെ നയന തിരിഞ്ഞുനോ ക്കി. നേരത്തെ കണ്ട അഘോരി ഏറ്റവും താഴത്തെ പടവിൽ നിന്ന് ത ങ്ങളെ തന്നെ രൂക്ഷമായി നോക്കുകയാണ്. മുഖംതിരിച്ചുകളഞ്ഞ അ വൾ ഒരുപാട് ബോട്ടുകളിലായി ഭക്തർ ഗംഗാരതി കാണുവാൻ തിടു ക്കം കൂട്ടുന്നത് നോക്കി നിന്നു. അവർ സംഭവം കാണാൻ വളരെ ആ കാംക്ഷയിലാണ്; അവരിൽ ചിലർ ലൈവ് വീഡിയോയും ഫോട്ടോയും എടുക്കുന്നുണ്ട്. ഭക്തി മാത്രമല്ല വിദേശികളായ ഒരുപാട് സഞ്ചാരികൾ കൗതുകത്തിനും കാഴ്ച കാണാനും വേണ്ടിയും വന്നെത്തിയിട്ടുണ്ട്.

ഗംഗാരതി കാണുവാൻ കരയിലും ജലത്തിലും സൗകര്യം ഉണ്ട്. ഗം ഗയിലേക്കുള്ള പടിക്കെട്ടുകളിൽ നിരന്നിരുന്നാണ് കരയിൽ ഇരുന്ന് ഗംഗാ രതി കാണുക. വെള്ളത്തിൽ ഇരുന്നു കാണുന്നതിന് പ്രത്യേക തുക ബോട്ടുകാർ ഈടാക്കുമെങ്കിലും, അതൊരു അതിമനോഹരമായ കാഴ് ചയാണ്. ഓരോ ഘട്ടുകളിലും നടക്കുന്ന ഗംഗാരതി കണ്ടുകൊണ്ട് ആ ബോട്ട് വെള്ളത്തിലൂടെ അങ്ങനെ ഒഴുകിനടക്കും.

അവരുടെ ബോട്ട് വെള്ളത്തിലേക്കിറങ്ങി ഗംഗാരതി പീഠത്തിന് എതി രായി വന്നു നിർത്തിയിട്ടപ്പോഴേക്കും ഗംഗാരതി തുടങ്ങുന്നതിനുള്ള ശംഖ നാദം മുഴങ്ങിക്കഴിഞ്ഞിരുന്നു. ഇത്രയുംസമയം ബഹളമയമായിരുന്ന ആ പ്രദേശം മൊത്തം നിശബ്ദതയിലേക്ക് അമർന്നുപോകുന്ന കാഴ്ച ഏറ്റ വും കൗതുകത്തോടെ നയന നോക്കിനിന്നു. യുവ പുരോഹിതന്മാർ മ

ണി മുഴക്കിയും ഗംഗാദേവിയുടെ മന്ത്രങ്ങൾ ജപിച്ചും ആരതി തുടങ്ങു കയാണ്.

ആരതി നടത്തേണ്ട എല്ലാ പുരോഹിതന്മാരും ഒരേ തുണിയും ധോത്തി യും നീളവുമുള്ള പട്ടുതുണികൊണ്ട് കെട്ടിയിട്ടിരിക്കുന്ന കുർത്തയും ധ രിച്ചിരിക്കുന്നു. ഉയരമുള്ള അഞ്ച് പലകകൾ, പല തട്ടുകളുള്ള എണ്ണ വി ളക്ക്, ഗംഗാദേവിയുടെ വിഗ്രഹം, പൂക്കൾ, ധൂപവർഗ്ഗങ്ങൾ, ഒരു ശംഖ്, വലിയതും ഭാരമേറിയതുമായ പിച്ചളവിളക്ക് എന്നിവ ഉപയോഗിച്ച് അ വർ ആദ്യം ഗംഗാ ആരതി തയ്യാറാക്കുകയാണ്.

'ഗംഗോത്രി സേവാ സമിതിയുടെ മുഖ്യ പുരോഹിതന്റെ നേതൃത്വ ത്തിൽ വേദങ്ങളിലെയും ഉപനിഷത്തുകളിലെയും വിദ്യാർത്ഥികളാണ് ഗംഗാ ആരതിയുടെ ആചാരം നടത്തുന്നത്. ഗംഗാരതി എന്നത് വാര ണാസിയിൽ വൈകുന്നേരത്തെ അതിമനോഹരമായ സംഭവമാണ്, അത് കാണാൻ ആരും മറക്കില്ല. ഗംഗാ ആരതി പ്രക്രിയയിലായിരിക്കുമ്പോൾ അത് മഹത്തായ വികാരങ്ങൾ അനുഭവിക്കാൻ നമ്മെ പ്രേരിപ്പിക്കുന്നു. ഈ മനോഹരമായ ആചാരം സായാഹ്ന കാലയളവിലെ ഓരോ നിമിഷ വും സവിശേഷമാക്കുകയും ആത്മീയ ചിന്തകളാൽ നിറയ്ക്കുകയും ചെ യ്യുന്നു.'

ബോട്ടിന്റെ ഡ്രൈവർ ഹിന്ദിയിൽ രാകേഷിനോട് സംസാരിക്കുന്നത് കേദാറിന് കേൾക്കാമായിരുന്നു.

അവൻ ഒന്ന് ആര്യയെ ശ്രദ്ധിച്ചു.

ചുറ്റുമുള്ളതൊന്നും അറിയുന്നില്ലാത്ത വിധം ഗംഗാരതിയിലേക്ക് ക ണ്ണുനട്ട് ഏട്ടന്റെ നെഞ്ചിൽ പറ്റിച്ചേർന്ന് അങ്ങനെ നിൽക്കുകയാണ് അ വൾ. മറ്റൊന്നും കാണുന്നും കേൾക്കുന്നുമില്ലാത്തതുപോലെ. നിറയെ കത്തുന്ന ദീപങ്ങളുടെ വെളിച്ചം കൊണ്ടാവാം മുഖമൊക്കെ വല്ലാതെ ചുവന്നിട്ടുണ്ട്. ഒരു കൂട്ടം യുവപുരോഹിതന്മാർ അവരുടെ കയ്യിലെ വിള ക്ക് കത്തിച്ചുകൊണ്ട് നന്നായി ചിട്ടയോടെ ആരതി ആരംഭിച്ചു കഴിഞ്ഞി രിക്കുന്നു. മന്ത്രങ്ങളുടെ താളാത്മകമായ ജപത്തിനോടൊപ്പം. ആരോ സംഗീതം ആലപിക്കുന്നു, എത്ര മനോഹരമായ അന്തരീക്ഷം. നയന സ്വയം അറിയാതെ കൈകൾ കൂപ്പി. ആരതിയിൽ ഉൾപ്പെട്ട പുരോഹിത ന്മാർ ഗംഗാ ആരതി ആരംഭിക്കാൻ എഴുന്നേറ്റു. മന്ത്രോച്ചാരണത്തോ ടൊപ്പം ഭക്തർ ഇപ്പോൾ കൈകൊട്ടി ജപിച്ചു തുടങ്ങിയിരിക്കുന്നു. ഏറ്റ വും ദിവ്യവും പവിത്രവുമായ ഒരു അന്തരീക്ഷത്തിൽ എത്തിയതുപോ ലെ.

പുരോഹിതന്മാർ വളരെ ഉച്ചത്തിൽ ആരതിക്ക് ഇടയിൽ ശംഖ് ഊ

തി, ധൂപവർഗ്ഗങ്ങൾ ഉപയോഗിച്ച് ആരതി തുടരുകയാണ് .മന്ത്രങ്ങൾ പൂർത്തിയാക്കിയ ശേഷം, പുരോഹിതന്മാർ കർപ്പൂരം കത്തിക്കുന്ന പല തട്ടുകളുള്ള പിച്ചള വിളക്കുകൾ ഉപയോഗിച്ച് ആരതി ചെയ്യുകയാണ് ഇപ്പോൾ. പല തട്ടുകളിലുള്ള വലിയ വിളക്കുകൾ കൈകളിൽ ഉയർത്തിപ്പിടിച്ച് ഒരു കൂട്ടം പുരോഹിതർ ഒരേ നിറങ്ങളിലുള്ള വസ്ത്രം അണിഞ്ഞ് കത്തിജ്വലിച്ചുനിൽക്കുന്ന ആ പ്രകാശത്തിൽ ഒരേ ചലനങ്ങളോടെ ഗംഗാദേവിക്ക് ആരതി നടത്തുന്നത് തീർത്തും വ്യത്യസ്തവും ദിവ്യവുമായ ഒരു അനുഭവമായിരുന്നു അവർക്ക്.

ഏകദേശം 45 മിനിറ്റോളം ഉള്ള ചടങ്ങുകൾക്കൊടുവിൽ ഗംഗാ ആരതി അവസാന ആരതിയോടെ അവസാനിക്കുകയാണ്, ഇത്രയും സമയം മറ്റേതോ ലോകത്ത് എത്തിയതുപോലെ സർവ്വവും മറന്ന് അവിടെ കൂടി നിന്ന ജനസാഗരം ഭക്തിയിൽ ലയിച്ച് നിശ്ശബ്ദരായി ഇരുന്നു. അവസാനത്തെ ആരതിയോടുകൂടി ഇന്നത്തെ ഗംഗാരതി പൂർണ്ണമായി. അതിനുശേഷം ഒരുപാടുസമയം ഇത്രയും സമയം കൺമുന്നിൽ കണ്ട ദിവ്യമായ അനുഭൂതിയുടെ കാഴ്ചയിൽ ലയിച്ച് ചുറ്റുമുള്ള ജനക്കൂട്ടം വളരെനിശബ്ദമായി നിൽക്കുന്നത് കാണുന്നത് തന്നെ വല്ലാത്തൊരു അനുഭൂതിയായിരുന്നു..

‘ഭയ്യാ... ഹരിശ്ചന്ദ്ര ഘട്ട്, മണികർണിക ഘട്ട് പോകണ്ടേ?’

ബോട്ട് ഡ്രൈവറുടെ ശബ്ദം കേട്ടപ്പോഴാണ് രാകേഷിന് താൻ എവിടെയാണ് ഉള്ളത് എന്ന ബോധം വന്നത്. അവൻ തന്റെ നെഞ്ചിൽ ചേർന്നു നിൽക്കുന്ന അനുജത്തിയുടെ കവിളിൽ ഒന്ന് തട്ടിക്കൊണ്ടു പറഞ്ഞു.

‘നിനക്ക് മണികർണിക ാട്ടിലേക്ക് പോകണ്ടേ? ഇനി നമ്മൾ അങ്ങോട്ടേക്കാണ് പോകുന്നത്. അതിന്റെ പേരിൽ ഇനി നാളെ ആരും കാണാതെ ഇറങ്ങി വരരുത് കേട്ടോ?’

ബോട്ട് നീങ്ങിത്തുടങ്ങിയിരുന്നു പ്രകാശ വലയത്തിൽ കുളിച്ചുനിൽക്കുന്ന കരയിലെ ഓരോ കാഴ്ചകളും കണ്ണുകൊണ്ട് ഒപ്പിയെടുത്തു കൊണ്ടവർ മണികർണ്ണികഘട്ടിലേക്ക് ഒഴുകി. ദൂരെനിന്നുതന്നെ കാണാമായിരുന്നു ഒരുപോലെ എരിയുന്ന ഒരുപാട് ചിതകൾ. ബോട്ട് അങ്ങോട്ടേക്ക് അടുക്കുന്നതിന് അനുസരിച്ച് ആര്യയുടെ മുഖഭാവം മാറിവരുന്നത് നയന ശ്രദ്ധിച്ചു. ഒരുപാട് കാത്തിരുന്ന കളിപ്പാട്ടം കയ്യിൽ കിട്ടാൻ പോകുന്ന കുട്ടിയുടെ ആവേശമാണ് കണ്ണുകളിലും മുഖത്തും.

‘ഒരുപാട് ശവങ്ങൾ ദഹിപ്പിക്കുന്നുണ്ടല്ലോ. ഇതിപ്പോ രാത്രി ആയില്ലേ എന്നിട്ടും..?’

കേദാറിന്റെ ചോദ്യത്തിൽ ചെറിയ ഭയം തങ്ങി നിൽക്കുന്നുണ്ടായി

രുന്നു.

'ഗംഗാതീരത്ത് ജഡങ്ങൾ ദഹിപ്പിക്കാൻ മാത്രമായി രണ്ട് ഘട്ടുകളു ണ്ട്. ഹരിശ്ചന്ദ്ര ഘട്ടും, മണികർണ്ണിക ഘട്ടും. അതിൽ മണി കർണിക ഘട്ടിനാണ് ഹിന്ദു വിശ്വാസ പ്രകാരം പ്രാധാന്യം കൂടുതൽ. ഇവിടെ ദ ഹിപ്പിച്ചവർക്ക് മോക്ഷ പ്രാപ്തി സുനിശ്ചയം എന്നാണ് വിശ്വാസം. പിന്നെ മറ്റു മരണാനന്തര ചടങ്ങുകൾ ഒന്നും ആവശ്യമില്ല. ഒരു ദിവസം ഏറ്റ വും കുറഞ്ഞത് 100 ശവശരീരങ്ങൾ എങ്കിലും ഇവിടെ ദഹിപ്പിക്കുന്നു ണ്ട്. 24 മണിക്കൂറും ഇതിങ്ങനെ പ്രവർത്തിച്ചു കൊണ്ടേയിരിക്കും.'

രാകേഷ് കേദാറിനോടാണ് പറയുന്നതെങ്കിലും നയനയുടെ മനസ്സി ലാണ് ഓരോ വാക്കും വല്ലാതെ കൊണ്ടത്. എന്തോ അപകടം സംഭവി ക്കാൻ പോകുന്നത് പോലെ അവളുടെ ഹൃദയം വല്ലാതെ മിടിക്കുന്നു ണ്ടായിരുന്നു.

'ഏട്ടാ ബോട്ട് അങ്ങോട്ടേക്ക് അടുപ്പിക്കാൻ പറ! നമുക്കിവിടെ ഇറ ങ്ങാം.'

കേദാറിന് എതിരഭിപ്രായമുണ്ടെങ്കിൽ പോലും ഇപ്പോൾ ഒന്നും പറ യാൻ പറ്റാത്ത അവസ്ഥയായതുകൊണ്ട് അവൻ ചേച്ചിയുടെ കൈപിടി ച്ച് രാകേഷിന്റെയും ആര്യയുടെയും പുറകെ പതുക്കെ ഇറങ്ങി.

മതിൽക്കെട്ടിനു പുറത്ത് വലിയ അക്ഷരത്തിൽ ഇംഗ്ലീഷിലും ഹിന്ദി യിലും മണികർണിക ഘട്ട് എന്ന് കൊത്തി വെച്ചിരുന്നു.

പടവുകളിൽ കാലു തട്ടിയ നിമിഷം...

ആര്യ രാകേഷിന്റെ കൈ വിടുവിച്ച് കയറി ഓടിക്കഴിഞ്ഞിരുന്നു. ഒരു സെക്കൻഡ് പോലും പാഴാക്കാതെ കേദാർ അവളുടെ പുറകെ ഓടി കൈപിടിച്ചു. ഒറ്റ നിമിഷം കൊണ്ട് കേദാറിന്റെ കൈതട്ടിയെറിഞ്ഞ അ വൾ എന്തോ തിരയുന്നതുപോലെ കത്തിജ്വലിക്കുന്ന ചിതകൾക്കിടയി ലൂടെ നടക്കാൻ തുടങ്ങി.

'എനിക്ക് പേടിയാവുന്നു. ആര്യ..!'

രാകേഷ് പതുക്കെ മുഖം തിരിച്ച് നയനയെ നോക്കി അവളുടെ ക ണ്ണുകളിൽ ജലം നിറഞ്ഞ് പുറത്തേക്ക് തുളുമ്പാൻ വെമ്പിനിൽക്കുന്നു. ഒന്നും പറയാതെ അവൻ കൈനീട്ടി നയനയുടെ കൈപിടിച്ച് വേഗം മു കളിലേക്ക് നടന്നു. അവിടെ കത്തിയെരിയുന്ന ഒരുപാട് ചിതകൾക്കിട യിലൂടെ ഞെട്ടിത്തരിച്ചു നിൽക്കുന്ന കേദാറിനെ ഒന്നു നോക്കുക പോ ലും ചെയ്യാതെ ആര്യ ഏറ്റവും പ്രിയപ്പെട്ട ആരെയോ തിരഞ്ഞെന്ന പോ ലെ അങ്ങോട്ടുമിങ്ങോട്ടും എന്തോ അന്വേഷിച്ച് നടന്നുകൊണ്ടിരുന്നു.

8

ഇരുവശത്തും കത്തിയെരിയുന്ന ചിതകൾക്കിടയിലൂടെ നടക്കുമ്പോൾ നയനയ്ക്ക് കാലുകൾ വിറകൊണ്ടു.

സിമന്റുകൊണ്ട് തീർത്ത പീഠം പോലെയുള്ള ചിതയ്ക്ക് ഇരുവശ ത്തും സിമന്റുകൊണ്ടു തന്നെയുള്ള അഴികൾ പിടിപ്പിച്ചിട്ടുണ്ട്. പത്തോ പതിനഞ്ചോ ചിതകൾ ഇപ്പോൾത്തന്നെ കത്തിക്കൊണ്ടിരിക്കുകയാണ്. ഓരോ ചിതയുടെ അടുത്തുമായി ഊഴവും കാത്ത് പുതിയ മൃതദേഹ ങ്ങൾ മുളയുടെ സ്ട്രക്ചറിൽ കെട്ടിവെച്ച് കൊണ്ടുവന്ന് കിടത്തിയിട്ടു ണ്ട്. ശവശരീരങ്ങളിൽ നിന്നും നീക്കം ചെയ്യുന്ന പട്ടു തുണികളും പൂമാ ലകളും ഓരോ ചിതയുടെ അരികിലും കുന്നുകൂടി കിടക്കുന്നു. അണ ഞ്ഞു കിടക്കുന്ന ചിതയുടെ അരികിൽ പട്ടികൾ തണുപ്പ് മാറ്റാനായി വെണ്ണീറിൽ ചുരുണ്ടു കൂടി കിടക്കുകയും എല്ലിൻ കഷണങ്ങൾ തിരയു കയും ചെയ്യുന്നു. മൃതദേഹം ദഹിപ്പിക്കാൻ കിടത്തുന്നതും അഴികൾ ഉ ള്ള നിലത്ത് ആയതുകൊണ്ട് കത്തി തീർന്നു കഴിയുമ്പോൾ ചാരം മുഴു വനും അഴികളിലൂടെ താഴേക്ക് ഊർന്നിറങ്ങി നിലത്ത് കൂനക്കൂടി കിട ക്കും. തൊട്ടു മുകളിലെ അഴികളിൽ വെളുത്ത നിറത്തിൽ അസ്ഥികൾ ഉരുകിയതിന്റെ ബാക്കി പറ്റിപ്പിടിച്ചു കിടക്കുന്നത് കടിച്ചെടുത്തു ഭക്ഷി ക്കാൻ പട്ടികൾ മത്സരിക്കുന്നു.

മൃതദേഹങ്ങൾക്ക് യാതൊരുവിധ ആദരവും കൊടുക്കാതെ ഒന്നിന് പിറകെ ഒന്നായി കത്തി തീരുന്നതിന് അനുസരിച്ച് ജഡങ്ങൾ എടുത്ത് ചിതയിലേക്ക് വെച്ചു കൊണ്ടിരിക്കുന്ന പരികർമ്മികൾ. പുതിയതായി എടുത്തു വയ്ക്കുന്ന മൃതദേഹങ്ങൾ മുഴുവനും മറയുന്നതുവരെ വിറ കു പോലും വയ്ക്കുന്നില്ല എന്ന് നയന ശ്രദ്ധിച്ചു. അതിനു മുൻപ് ത ന്നെ തിടുക്കംകൂട്ടി ആളുകൾ ചിതയ്ക്ക് തീ കൊളുത്തുകയാണ്.

'ഇതെന്താ ചേച്ചി ഇങ്ങനെ? നമുക്ക് പോകാമായിരുന്നു. എനിക്ക് ഛർ ദ്ദിക്കാൻ വരുന്നു, അങ്ങോട്ട് നോക്കൂ.'

കേദാർ ചൂണ്ടിക്കാണിച്ചിടത്തേക്ക് മുഖം തിരിച്ചു നയനയ്ക്ക് തലക റങ്ങുന്നത് പോലെ തോന്നി. കത്തിയെരിയുന്ന ഒരു ചിതയിൽ നിന്നും മുഴുവനായും തീ പിടിക്കാത്ത ഒരു കാല് പുറത്തേക്ക് ഊർന്നു കിടക്കു കയാണ്. അതിന്റെ ബാക്കി ഭാഗം കത്തിത്തീർന്നു പോയിരിക്കുന്നു. ക രിഞ്ഞു വിറകു കൊള്ളി പോലെയായ ആ കാൽപ്പാദം വളരെ എളുപ്പ ത്തിൽ ചിത കത്തിക്കുന്ന പരികർമ്മി വെറും കൈ കൊണ്ട് തൂക്കിയെ ടുത്ത് കത്തുന്ന ചിതയിലേക്ക് ഇട്ടു. പിന്നെ നീളമുള്ള വടികൊണ്ട് ഒ

ന്നു നന്നായി ഉയർത്തി ഇളക്കി മറിച്ചു വിട്ടു. തികട്ടി വന്ന മനം പുരട്ടലി
നെ നിയന്ത്രിക്കാൻ ശ്രമിച്ചുകൊണ്ട് നയന കേദാറിന്റെ ചുമലിലേക്ക്
ചാരിനിന്ന് കിതച്ചു. ഇതൊന്നും ശ്രദ്ധിക്കാതെ മുന്നോട്ട് ഓടിയ രാകേ
ഷ് ആര്യയുടെ കയ്യിൽ പിടിച്ചുകൊണ്ട് പറഞ്ഞു.

'എന്താ മോളെ ഇത്? നീയെന്താ തിരയുന്നത് വാ നമുക്ക് പോകാം.
ഏട്ടത്തിയും കേദാറും ഒക്കെ പേടിച്ചിരിക്കുന്നത് കാണുന്നില്ലേ..?'

എരിയുന്ന ചിതകൾക്കിടയിലൂടെ വീശിയടിക്കുന്ന കാറ്റിൽ പാറിപ്പറ
ക്കുന്ന മുടിയുമായി കനൽ പോലെ ജ്വലിക്കുന്ന കവിളുകളിൽ പ്രതിഫ
ലിക്കുന്ന അഗ്നിയുടെ ബിംബങ്ങൾ വല്ലാത്തൊരു വന്യതയാണ് അവ
ളിൽ തീർത്തത്. രാകേഷിന് വല്ലാത്തൊരു ഉൾഭയം അനുഭവപ്പെട്ടു.

ഒരു ആശ്രയത്തിനു വേണ്ടി അവൻ തിരിഞ്ഞ് നയനയെ നോക്കി.
അവളത് മനസ്സിലാക്കിയത് പോലെ പെട്ടെന്ന് തന്നെ അവർക്കരികിലേക്ക്
ഓടിയെത്തി ആര്യയുടെ കൈപിടിച്ചു വലിച്ചു കൊണ്ടു പോകാൻ ശ്ര
മിച്ചു.

'മോൾക്ക് എന്താ വേണ്ടത്? നമുക്ക് മുറിയിലേക്ക് പോകാം? എല്ലാം
കണ്ടു കഴിഞ്ഞില്ലേ..?'

'എനിക്ക് കുറച്ച് സമയം ഇവിടെ ഇരിക്കണം ഏട്ടാ! നിങ്ങൾ പൊയ്
ക്കോളൂ ഞാൻ വന്നോളാം.'

അതു കേട്ട കേദാർ ഒന്ന് ചുറ്റും നോക്കി. കത്തിജ്വലിക്കുന്ന ചിത
കൾക്കിടയിൽ എവിടെയാണ് ഇരിക്കാൻ ഉദ്ദേശിക്കുന്നത് എന്നായിരുന്നു
അവന്റെ സംശയം. പക്ഷേ പലയിടങ്ങളിലായി കാവി ധരിച്ച് രുദ്രാക്ഷ
മാലകൾ വാരി അണിഞ്ഞ്, ചുടലഭസ്മം പൂശിയ ഒരുപാട് സന്യാസിമാ
രെ പോലെ തോന്നിക്കുന്ന കാഷായധാരികൾ കണ്ണുകളടച്ച് ധ്യാനത്തിൽ
അമർന്ന് ഇരിക്കുന്നുണ്ടായിരുന്നു. അവരെ കണ്ടപ്പോൾ അവന് ആകെ
വല്ലായ്മ തോന്നി. ഇതുപോലെയാണോ ആര്യയും ഇരിക്കാൻ ഉദ്ദേശി
ക്കുന്നത് എന്നായിരുന്നു അവന്റെ സംശയം. കുറച്ചു മുന്നോട്ടേക്ക് നീ
ങ്ങി അവളുടെ കയ്യിൽ പിടിക്കാൻ ശ്രമിച്ചുകൊണ്ട് അവൻ പറഞ്ഞു.

'ഇവിടെയൊന്നും ഒരു വൃത്തിയുമില്ല ആര്യ! നമുക്ക് നദിക്കരയിലേക്ക്
പോകാം. അവിടെ എത്ര നേരം വേണമെങ്കിലും ഇരുന്നോളൂ... ഈ ശ്വാ
സം മുട്ടിക്കുന്ന അന്തരീക്ഷത്തിൽ നിന്ന് നമുക്കൊന്നു മാറി നിൽക്കാം.'

വെട്ടിത്തിരിഞ്ഞ് അവന്റെ മുഖത്തേക്ക് തന്നെ നോക്കിയ ആ വെള്ളി
കണ്ണുകൾക്ക് ഇപ്പോൾ സ്വർണ്ണ നിറമാണെന്ന് കണ്ടപ്പോൾ കേദാർ വി
യർത്തുപോയി. അവൾക്ക് തനിക്ക് തീർത്തും അപരിചിതമായ എന്തൊ
ക്കെയോ സംഭവിക്കുന്നുണ്ടെന്ന് അവൻ മനസ്സിലായി. മനസ്സിലെ ഭയം

മറച്ചുവയ്ക്കാൻ ആവാതെ അവൻ മുഖം തിരിച്ചു രാകേഷിനെ നോക്കി. അവനും തീർത്തും തളർന്നു നിൽക്കുകയായിരുന്നു.

' മോള് വാ..!എവിടെയാണ് ഇരിക്കേണ്ടത്?'

എന്നു പറഞ്ഞുകൊണ്ട് നയന അവളെ അനുനയിപ്പിച്ച് കൂട്ടിക്കൊ ണ്ടുപോകുന്നത് അവർ രണ്ടുപേരും നോക്കി നിന്നു. ആര്യയുടെ കണ്ണു കൾ അപ്പോൾ കൊണ്ടുവന്നു താഴെവെച്ച ഒരു ജഡത്തിൽ ആയിരുന്നു. അതൊരു യുവതിയുടെ ശവശരീരം ആയിരുന്നു. സുമംഗലിയായി മരി ച്ചത് കൊണ്ടാവാം പട്ടുസാരിയും നിറയെ പൂവും കുങ്കുമവും അണി ഞ്ഞ് പൂമാലകൾ കൊണ്ട് അലങ്കരിച്ച് ഒരു നവവധുവിനെപ്പോലെ അ വൾ മുളം കട്ടിലിൽ മയങ്ങിക്കിടന്നു. തൊട്ടടുത്തിരുന്ന നെഞ്ചുപൊട്ടി വിലപിക്കുന്ന യുവാവാണ് അവളുടെ ഭർത്താവ് എന്ന് അവർക്ക് മനസ്സി ലായി. നയനയുടെ കൈകളിൽ പിടിച്ച ആര്യയുടെ വിരലുകൾ മുറുകു ന്നത് കണ്ടപ്പോഴാണ് നയന അവളെ ശ്രദ്ധിച്ചത്. വല്ലാത്തൊരു ഭാവ ത്തോടെ ആ യുവതിയേയും ഭർത്താവിനെയും മാറിമാറി നോക്കി അ ങ്ങനെ തന്നെ നിൽക്കുകയാണ് അവൾ. അവളുടെ കഴുത്തിലെ രുദ്രാ ക്ഷമാല അഴിച്ചു മാറ്റണമെന്ന് നയനയ്ക്ക് ആഗ്രഹമുണ്ടായിരുന്നെങ്കി ലും ധൈര്യം വന്നില്ല. അവൾ പതുക്കെ ആര്യയുടെ കൈപിടിച്ച് കുറച്ച് മുന്നോട്ടേക്ക് നടന്നു.

'ഞാൻ ഇവിടെ ഇരിക്കാം...'

പറയുന്നതിനോടൊപ്പം തന്നെ മുകളിലെ പടിയിൽ കയറി അവൾ പത്മാസനത്തിൽ ഇരുന്നു കഴിഞ്ഞിരുന്നു. ഇരു കൈകളും കാൽമുട്ടുക ളിന്മേൽ നിവർത്തിവെച്ച് വിരലുകൾ കൊണ്ട് ഏതോ മുദ്ര സമർപ്പിച്ച് അവൾ മൃദുവായി എന്തോ ജപിക്കുന്നത് കണ്ടതോടെ നയന തിരിഞ്ഞു രാകേഷിനെ നോക്കി. അവൾ എന്താണ് ചെയ്യാൻ പോകുന്നതെന്ന് മന സ്സിലായതിന്റെ നടുക്കം അവന്റെ കണ്ണുകളിൽ ഉണ്ടായിരുന്നു. ഒന്നും മ നസ്സിലാവാതെ നിൽക്കുന്ന കേദാറിനെ അവിടെ ഉപേക്ഷിച്ചുകൊണ്ട് രാ കേഷ് നയനയുടെ അരികിലെത്തി.

'ഇത് അപകടമാണ് നയന. നമ്മുടെ കയ്യിൽ നിൽക്കില്ല! അവളെ ഉ ണർത്തു. അവളുടെയുള്ളിൽ ഏറ്റവും അപകടകാരിയായ ഒരു മന്ത്രവാ ദിനിയുണ്ട്.'

'ഞാനെന്തു ചെയ്യാനാണ്? അവൾ നമ്മൾ പറഞ്ഞാൽ അനുസരി ക്കുമോ?'

നിസ്സഹായയായി നിൽക്കുന്ന നയനയുടെ ചോദ്യത്തിന് മറുപടി പറ യാൻ രാകേഷിന് ശേഷിയുണ്ടായിരുന്നില്ല. പൂർണ്ണമായും ഒരു യോഗി

നിയുടെ ഭാവത്തിലിരുന്ന് മന്ത്രോച്ചാരണങ്ങൾ ഉരുവിടുന്ന അനുജത്തി യെത്തന്നെ നോക്കിക്കൊണ്ട് ഒരു വിങ്ങലോടെ അവൻ മുട്ടുകുത്തി വെ റും നിലത്തിരുന്നു. എല്ലാം കണ്ടുകൊണ്ട് നിൽക്കുകയായിരുന്ന കേദാ റിനു മാത്രം ഒന്നും മനസ്സിലായില്ല. കൺമുന്നിൽ ഏതോ സിനിമയിലെ ദൃശ്യങ്ങൾ അരങ്ങേറുന്നത് പോലെയാണ് അവന് തോന്നിയത്.

കത്തിജ്ജ്വലിക്കുന്ന ഒരുപാട് ചിതകൾക്ക് നടുവിൽ കാഷായ വേഷ മണിഞ്ഞ്, അഴിച്ചിട്ട മുടിയിലും കഴുത്തിലും നിറയെ രുദ്രാക്ഷമാലകൾ അണിഞ്ഞ് ജ്വലിക്കുന്ന മറ്റൊരു ചിത പോലെ ആര്യാഹി തമ്പുരാട്ടി.

ഇന്നലെവരെ ചിരിയും കളിയുമായി നടന്ന ഒരു ചെറിയ പെൺകുട്ടി കോപിഷ്ഠയായ യോഗിനീ രൂപത്തിലേക്ക് ചേക്കേറിയതു പോലെ. രാ കേഷും നയനയും തളർന്നു നിൽക്കുന്നത് ശ്രദ്ധിച്ചപ്പോഴാണ് താൻ വി ചാരിച്ചതിനേക്കാൾ വലിയ പ്രശ്നങ്ങളാണ് വരാൻ പോകുന്നത് എന്ന് കേദാറിന് തോന്നിയത്. അവൻ തിടുക്കത്തിൽ മുന്നോട്ട് നീങ്ങി രാകേ ഷിന്റെ അടുത്ത് ചെന്ന് ചോദിച്ചു.

'ഇനിയിപ്പോൾ എന്താ ചെയ്യുക?'

'കാത്തിരിക്കാം... അല്ലാതെ വേറെ ഒന്നും ചെയ്യാനില്ല...'

ഏട്ടത്തിയുടെ മറുപടി കേട്ടപ്പോൾ അവൾക്കും തന്നെക്കാൾ ആര്യ യെക്കുറിച്ച് അറിവുണ്ടെന്ന് അവന് തോന്നി. ഇതുവരെ അളിയനെ ഇ ത്രയും തകർന്ന നിലയിൽ അവൻ കണ്ടിട്ടുണ്ടായിരുന്നില്ല. മൂന്നുപേരും പരസ്പരം ഉരിയാടാതെ ആര്യയുടെ തൊട്ടപ്പുറത്തുള്ള പടവിൽ ഇരുന്നു.

എത്ര സമയം അങ്ങനെ ഇരുന്നു എന്ന് അവർക്ക് തന്നെ അറിയില്ല. ചുറ്റും ജഡം കത്തുന്ന രൂക്ഷമായ ഗന്ധത്തിൽ തല മരവിക്കുന്നുണ്ടാ യിരുന്നു അവർക്ക്. രാകേഷിന്റെ ചുമലിലേക്ക് തല ചേർത്തുവെച്ചു ക ണ്ണുകൾ അടച്ച നയന ഒരു വലിയ ശബ്ദം കേട്ടാണ് കണ്ണുതുറന്നത്.

ഞെട്ടി കണ്ണുതുറന്ന അവൾ രാകേഷും കേദാറും ഒരുപോലെ ഞെ ട്ടിത്തരിച്ചു മുകളിലേക്ക് നോക്കി നിൽക്കുന്നത് കണ്ട് അങ്ങോട്ടേക്ക് നോ ക്കി. മണികർണ്ണികാഘട്ടിലേക്ക് വിറകുകൾ കൊണ്ടുവരാനായി ശേഖ രിച്ചു വെച്ചിരിക്കുന്ന ഏക്കർ കണക്കിന് വരുന്ന സ്ഥലമാണ് മുകളിൽ. എരിയുന്ന ചിതകൾ കഴിഞ്ഞാൽ പിന്നെ വിറകുകളുടെ ഉണങ്ങിയ ശേ ഖരം മാത്രമാണ് നോക്കുന്നിടത്തെല്ലാം കാണുക.

അതിനിടയിലൂടെ ദേഹമാസകലം ഭസ്മം വാരിപ്പൂശി കഴുത്തിലും തലയിലും കൈകളിലും നിറയെ രുദ്രാക്ഷമാലകൾ വാരിയണിഞ്ഞ കു റെ സ്വാമിമാർ നഗ്നനായ ഒരു അഘോരിയെ ആനയിച്ചു കൊണ്ടു വരി കയാണ്. നിറയെ കരിവാരി തേച്ച കണ്ണുകളുടെ കറുപ്പ് ഒഴിച്ചാൽ ബാ

ക്കി മുഴുവനും അയാൾ ഭസ്മം കൊണ്ട് മുങ്ങിയിരിക്കുന്നു. കഴുത്തി
ലും തലയിലും കൈകളിലുമുള്ള രുദ്രാക്ഷമാലകൾക്ക് പോലും ചുടല
ഭസ്മത്തിന്റെ നിറം.

'ഭാനുകോടിഭാസ്വരം ഭവാബ്ധിതാരകംപരം
നീലകണ്ഠമീപ്സിതാർഥദായകം ത്രിലോചനം
കാലകാലമംബുജാക്ഷമക്ഷശൂലമക്ഷരം
കാശികാപുരാധിനാഥകാലഭൈരവം ഭജേ..
ശൂലതങ്കപാശദണ്ഡപാണിമാദികരണം
ശ്യാമകായമാദിദേവമക്ഷരം നിരാമയം ?
ഭീമവിക്രമം പ്രഭും വിചിത്രമാണ്ഡവപ്രിയം
കാശികാപുരാധിനാഥകാലഭൈരവം ഭജേ..
ഭക്തിമുക്തിദായകം പ്രശസ്തചാരുവിഗ്രഹം
ഭക്തവത്സലം സ്ഥിതം സമസ്തലോകവിഗ്രഹം ?
വിനിക്വനൻമനോജ്ഞഹേമ
കിൻകിനീലസത്കടിം
കാശികാപുരാധിനാഥകാലഭൈരവം ഭജേ...'

അയാളെ ആനയിച്ചു കൊണ്ടുവരുന്ന ഒരുപാട് സന്യാസിമാർ ഉച്ച
ത്തിൽ ഭജൻ ജപിച്ചു കൊണ്ടാണ് വരുന്നത്. അവരുടെ ഒരേ സ്വരത്തി
ലുള്ള ഭജനയുടെ ശബ്ദം കേട്ടതോടെ എല്ലാവരും എഴുന്നേറ്റ് ഭയഭക്തി
ബഹുമാനങ്ങളോടെ ഇരുവശത്തേക്കും മാറിനിൽക്കുന്നത് നയന ശ്ര
ദ്ധിച്ചു.

താഴേക്ക് ഇറങ്ങിവന്ന അയാളുടെ നോട്ടം എന്തോ അന്വേഷിച്ചു കൊ
ണ്ട് കുറച്ചു സമയം ആ ശ്മശാനത്തിൽ ചുറ്റിക്കറങ്ങി.

ഒടുവിൽ അത് ആര്യാഹിയിൽ ചെന്ന് നിന്നതോടെ രാകേഷിന്റെ ഹൃ
ദയമിടിപ്പ് ഉച്ചത്തിൽ ആയി. തികച്ചും വന്യമായ ആ കണ്ണുകൾ കൊണ്ട്
ആര്യാഹിയെ ഒന്നു ഉഴിഞ്ഞു നോക്കിയതിനു ശേഷം അയാൾ അവളു
ടെ അടുത്തേക്ക് നടന്നുവരുന്നത് നയന വിറയലോടെ നോക്കി നിന്നു.

കയ്യെത്തുന്ന ദൂരത്തിൽ ആ അഘോരി എത്തി നിൽക്കുമ്പോഴാണ്
അയാളുടെ കഴുത്തിൽ നിറഞ്ഞു കിടക്കുന്ന തലയോട്ടികൾ കോർത്ത
മാല നയനയുടെ ശ്രദ്ധയിൽ പെട്ടത്. ചുടലഭസ്മം പൊതിഞ്ഞ തല
യോട്ടികൾ കഴുത്തിൽ നിറഞ്ഞു പരന്നുകിടക്കുന്നു. അയാളുടെ നഗ്ന
ത അതുകൊണ്ടു തന്നെ ശ്രദ്ധയിൽപെടുന്നില്ല. ഒരു ഞരക്കം പോലുമി

ല്ലാതെ നയന കുഴഞ്ഞു കേദാറിന്റെ കൈകളിലേക്ക് ബോധമറ്റു വീ
ണു. ചേച്ചിയെയും താങ്ങിപ്പിടിച്ച് വിറച്ചു വിയർത്തു നിൽക്കുന്ന കേദാ
റിന്റെ മുന്നിലൂടെ അഘോരി നടന്നുനീങ്ങി ആര്യാഹിയുടെ മുന്നിലെ
ത്തി അവളുടെ നെറ്റിയിൽ തള്ളവിരൽ ചേർത്തുവച്ചു.

വെള്ളത്തിലേക്ക് മുങ്ങിത്താഴുന്നതിനിടയിൽ ശ്വാസം ലഭിച്ചത് പോ
ലെ ഒരു ദീർഘനിശ്വാസത്തോടെ ആര്യ ഞെട്ടി കണ്ണുകൾ തുറന്നു. കിത
ച്ചുകൊണ്ട് കൺമുന്നിൽ നിൽക്കുന്ന അഘോരിയെ തന്നെ രണ്ടു നിമി
ഷം തുറിച്ചു നോക്കിയ അവൾ അയാളെ തിരിച്ചറിഞ്ഞത് പോലെ ഒരു
ഭാവമാറ്റവുമില്ലാതെ ചോദിച്ചു.

'ബദ്രി എവിടെ സ്വാമി..? എനിക്കെന്റെ ഭർത്താവിനെ വേണം.'

നയനയെ താങ്ങി നിർത്തിയിരുന്ന കേദാറിന്റെ കൈകൾ ഞെട്ടലിൽ
തനിയെ അയഞ്ഞു പോയി. തന്റെ കൈകളിലൂടെ ഊർന്ന് നിലത്തേക്ക്
പതിക്കുന്ന ഏട്ടത്തിയെ ഒന്നു നോക്കാൻ പോലും ഉള്ള ശേഷിയില്ലാ
തെ രാകേഷിനോടൊപ്പം കേദാറും വിയർത്തു കുളിച്ചു തളർന്നുനിന്നു.
ആര്യാഹിയുടെ ചോദ്യം കേട്ടു നിൽക്കുകയായിരുന്ന അഘോരിയിൽ
പ്രത്യേകിച്ച് ഒരു ഭാവമാറ്റവും ഉണ്ടായില്ല.

താൻ പറഞ്ഞത് അയാൾക്ക് മനസ്സിലായില്ലെന്നു തിരിച്ചറിഞ്ഞ ആര്യ
ഒന്നുകൂടി ഹിന്ദിയിൽ വീണ്ടും ചോദിച്ചു.

'ബദ്രി കഹാം ഹെ
സ്വാമിൻ'

അവളുടെ വാക്കുകൾ കേട്ടതോടെ ഈ പ്രാവശ്യം അയാളുടെ മുഖ
ഭാവം മാറിവരുന്നത് രാകേഷ് ശ്രദ്ധിച്ചു. അയാൾ ഒന്നു വലതു കൈ മു
കളിലേക്ക് ഉയർത്തിയതോടെ പുറകിൽ നിന്നു കാലഭൈരവ സ്തോ
ത്രം ജപിക്കുകയായിരുന്ന സകലരും നിശ്ശബ്ദരായി. അത്രയും സമയം
വീശിയടിക്കുകയായിരുന്ന കാറ്റുപോലും നിശ്ചലമായി. എരിയുന്ന ചിത
കളിൽ നിന്ന് തലയോട്ടി പൊട്ടുന്ന ശബ്ദം മാത്രം ഇടയ്ക്കിടെ കേൾ
ക്കാം. ക്രൂരമായ ഒരു നോട്ടത്തോടെ ആര്യയുടെ മൂർദ്ധാവിൽ കൈവച്ച
അയാൾ നിമിഷങ്ങളോളം ഉച്ചത്തിൽ ഏതോ ശ്ലോകം ജപിച്ചു.

തളർന്നുപോകുന്ന കണ്ണുകൾ ഉയർത്തി അയാളെ വീറോടെ നോ
ക്കിനിൽക്കുന്ന ആര്യയെ കാണുമ്പോൾ രാകേഷിന് നെഞ്ച് പിടഞ്ഞു.
ജപം കഴിഞ്ഞ് അവളുടെ തലയിൽ പിടിച്ചു പിറകിലേക്ക് തള്ളിക്കൊ
ണ്ട് അയാൾ പറഞ്ഞു..

'തുമാരാ സർപ്പ് കർമോം
സമാപ്ത് ഹോഗയാ'

(ഇവിടെ നിനക്കിനി കർമ്മങ്ങളോ ബന്ധങ്ങളോ ബാക്കിയില്ല. എത്ര
യും വേഗം തിരിച്ചു പൊയ്ക്കോളൂ...)

പറയുന്നതിനോടൊപ്പം തന്നെ അയാൾ തിരിഞ്ഞു നടന്നു കഴിഞ്ഞി
രുന്നു. വീണ്ടും കാലഭൈരവസ്തുതികൾ ഉച്ചത്തിൽ ഉച്ചത്തിൽ മുഴങ്ങി
തുടങ്ങി. ഇത്രയും സമയം ഭയന്നു മാറി നിന്നത് പോലെ കാറ്റ് വീണ്ടും
വീശുകയാണ്. കേദാർ ചേച്ചിയെ താങ്ങിപ്പിടിച്ച് എഴുന്നേൽപ്പിക്കാൻ ശ്ര
മിച്ചുകൊണ്ട് ആര്യയെത്തന്നെ ഉറ്റുനോക്കി. അവളുടെ മുഖം കോപം
കൊണ്ട് ചുവന്നു കൊടുത്തിരിക്കുന്നു. കണ്ണുകളിൽ ഇരമ്പുന്ന അഗ്നി
യിൽ സകലരെയും ദഹിപ്പിക്കാനുള്ള പക ജ്വലിച്ചു നിൽക്കുന്നു. പടി
ക്കെട്ടുകൾ കയറി മുകളിലേക്ക് നടന്നുതുടങ്ങുന്ന അഘോരിയെയും സം
ഘത്തെയും നോക്കി അവൾ ഉച്ചത്തിൽ ഉച്ചത്തിൽ അലറി..

'മുജേ മേരീ
പതീ ദേ ദോ'

(എനിക്കെന്റെ ഭർത്താവിനെ വേണം..
എനിക്കെന്റെ ഭർത്താവിനെ വേണം.. ')

മുകളിലെ പടിക്കെട്ടുകളിൽ നിന്ന് ഒന്ന് തിരിഞ്ഞു നോക്കിയ അ
ഘോരി അവളെ അവഗണിച്ചുകൊണ്ട് മുകളിലേക്ക് നടക്കാൻ ശ്രമിക്കു
മ്പോൾ ആര്യാഹി മുട്ടുകുത്തി പരുപരുത്ത സിമന്റ് തറയിൽ ഇരുന്നു
കൊണ്ട് രണ്ടു കൈകളും ഉയർത്തി അയാൾക്ക് നേർക്ക് നീട്ടിക്കൊണ്ട്
അലർച്ചയോടെ പറഞ്ഞു...

'യഹീ മേരാ ബലിദാൻ ഹെ....
ഉസീ നഹീ തോ മേ നഹീ'
(ഇതെന്റെ ബലി ആണ്... അവനില്ലെങ്കിൽ ഞാനുമില്ല...)

പറയുന്നതിന്റെ അർത്ഥം മനസ്സിലാക്കി രാകേഷ് മുന്നോട്ടേക്ക് ഓടു
മ്പോഴേക്കും ആര്യാഹി തല ആദ്യത്തെ പടിക്കെട്ടിലെ പരുക്കൻ തറ
യിൽ ആഞ്ഞടിച്ചു കഴിഞ്ഞിരുന്നു.

'ധക്ക്...'

എന്നൊരു ശബ്ദം കേട്ടതു പോലെയാണ് കേദാറിനു തോന്നിയത്. ഞെട്ടലോടെ നയനയെ നിലത്തു കിടത്തി അവൻ അങ്ങോട്ടേക്ക് ഓടി യെത്തുമ്പോഴേക്കും രാകേഷ് കുതിച്ചുവന്ന് അനുജത്തിയെ എടുത്തു യർത്തിക്കഴിഞ്ഞിരുന്നു.

'മോളെ... ആര്യ... നീ എന്താണ് ഈ കാണിച്ചത്...?'

അലറിക്കൊണ്ട് സഹോദരിയെ എടുത്തുയർത്തിയ രാകേഷ് അവ ളുടെ നെറ്റി രണ്ടായി പിളർന്നത് കണ്ട് വിറച്ചുപോയി. അവനു തൊട്ടു പിറകെ ഓടിവന്ന കേദാർ പിളർന്നകന്ന നെറ്റിയിൽ നിന്നും ചോര കു തിച്ചു ചാടുന്നത് കണ്ടു ഒരു നിമിഷം എന്താണ് ചെയ്യേണ്ടത് എന്നു പോലും അറിയാതെ നിന്നു പോയി. അപ്പോഴേക്കും മുകളിൽ ഇത്രയും സമയം നിശബ്ദമായിരുന്ന അന്തരീക്ഷത്തിൽ വീണ്ടും സ്തോത്രങ്ങൾ മുഴങ്ങി തുടങ്ങി.

ഒന്നും സംഭവിക്കാത്തത് പോലെ അഘോരിയും അയാളുടെ അനു ചരന്മാരും കാലഭൈരവ സ്തോത്രങ്ങളോട് കൂടി മുന്നോട്ടേക്ക് തന്നെ നീങ്ങി.

9

നിലത്തിരുന്ന് അനുജത്തിയെ നെഞ്ചോട് ചേർത്ത് അലറിക്കരയുന്ന രാകേഷിന്റെ ശബ്ദമാണ് കേദാറിനെ ഉണർത്തിയത്. അവൻ തിടുക്ക ത്തിൽ കർത്തവ്യനിരതനായി. ആര്യയുടെ കഴുത്തിലെ ഷാൾ വലിച്ചെ ടുത്ത് അവളുടെ മുറിവിൽ അമർത്തിവെച്ച് തലയിൽ ഒന്നു വലിച്ച് ചുറ്റി കെട്ടിയ ശേഷം അവൻ രാകേഷിനോട് പറഞ്ഞു.

'ഏട്ടൻ ഏട്ടത്തിയെ എടുത്തോളൂ! ആര്യയെ ഞാൻ നോക്കി ക്കോളാം...'

അപ്പോഴാണ് താഴെ പടവിൽ കുഴഞ്ഞു കിടക്കുന്ന നയനയെ രാ കേഷ് കണ്ടത്. അവൻ ആര്യയെ കേദാറിന്റെ കയ്യിൽ ഏൽപ്പിച്ച് താഴേ ക്ക് ഓടിയിറങ്ങി നിലത്ത് കിടക്കുന്ന നയനയെ വാരിയെടുത്ത് ചുമലിലിട്ട് നിവരുന്നതിനു മുൻപ് തന്നെ കേദാർ ആര്യയെയും എടുത്ത് താഴേക്ക് ഓടിക്കഴിഞ്ഞിരുന്നു.

'എത്രയും പെട്ടെന്ന് ഹോസ്പിറ്റലിൽ എത്തിക്കണം! നല്ല മുറിവാണ്.'

എന്നവൻ ഉച്ചത്തിൽ വിളിച്ചു പറയുന്നത് കേട്ട് തളർന്നുപോകുന്ന കാലുകൾ വലിച്ചുവെച്ച് രാകേഷ് നയനയെയും എടുത്ത് കേദാറിന് പിറ കെ ഓടി. താഴെ ആളുകൾ വന്നിറങ്ങുന്ന ഏതോ ഒരു ബോട്ടിലേക്ക്

കേദാർ ആര്യയെ കൊണ്ടുപോയി കിടത്തിയ ശേഷം അതിന്റെ ഡ്രൈ
വറോട് ഉച്ചത്തിൽ പറഞ്ഞു.

'ഭയ്യാ... ഹോസ്പിറ്റലിൽ പോകണം.'

അതിവേഗത്തിൽ പോയ ബോട്ട് ദശാശ്വഘട്ടിലേക്ക് എത്തുമ്പോഴേ
ക്കും അവിടെയുള്ള സന്നദ്ധ പ്രവർത്തകർ സ്ട്രക്ച്ചറുമായി കാത്തു
നിൽക്കുന്നുണ്ടായിരുന്നു. നിമിഷനേരം കൊണ്ട് ആര്യയെ സ്ട്രക്ച്ചറി
ലേക്ക് കിടത്തിയ അവർ അവളെയും കൊണ്ട് പടിക്കെട്ടുകൾ കയറി
അതിവേഗത്തിൽ റോഡിലേക്ക് ഓടി. അപ്പോഴേക്കും നയനയ്ക്ക് ബോ
ധം വന്നെങ്കിലും അവസാനമായി കൺമുന്നിൽ കണ്ട കാഴ്ചയുടെ ഞെ
ട്ടലിൽ തന്നെയായിരുന്ന അവളെ രാകേഷും കേദാറും കൂടി ചുമലിൽ
പിടിച്ചു താങ്ങിയെടുത്താണ് മുകളിലേക്ക് കൊണ്ടുപോയത്. ആംബു
ലൻസിലേക്ക് ആര്യയെ കിടത്തിയശേഷം നയനയും കേദാറും രാകേ
ഷും അതിലേക്ക് കടന്നിരുന്നു. അതിവേഗം ചീറിപ്പായുന്ന ആംബുലൻ
സിലിരുന്ന് മുഖം തിരിച്ചു നോക്കിയ നയന വ്യക്തമായും റോഡരികിൽ
നിന്ന് തങ്ങളെത്തന്നെ തുറിച്ചു നോക്കുന്ന ഇന്നലെ തെരുവിൽ കണ്ട
അഘോരിയെ തിരിച്ചറിഞ്ഞു. അവളുടെ ഉള്ളിലൂടെ ഒരു മിന്നൽ പുളഞ്ഞു.
രാകേഷിനോട് അയാളെക്കുറിച്ച് പറയണമെന്നുണ്ടായിരുന്നെങ്കിലും

അവന്റെ തളർന്ന മുഖം കണ്ടപ്പോൾ ഒന്നും പറയാൻ തോന്നിയില്ല.
ഏകദേശം പത്തോ ഇരുപതോ മിനിറ്റ് ഓടിക്കഴിഞ്ഞാണ് ഹോസ്പിറ്റ
ലിൽ എത്തിയത്. അത്യാവശ്യം സൗകര്യങ്ങളെല്ലാം ഉള്ള ഒരു ഇടത്തരം
ഹോസ്പിറ്റൽ ആയിരുന്നു അത്. ചെന്നയുടനെ തന്നെ ആര്യയെ ഐസി
യുവിലേക്ക് മാറ്റിയത് കൊണ്ട് കേദാറും നയനയും രാകേഷും അക്ഷമ
രായി പുറത്ത് കാത്തു നിന്നു. ഇത്രയും സമയം മനസ്സിൽ അടക്കിവെച്ച
ചോദ്യം കേദാർ രാകേഷിനോട് ചോദിച്ചു.

'ഏട്ടാ.. ആര്യാഹി വിവാഹിതയായിരുന്നുവോ അപ്പോൾ?'

രാകേഷും അതുതന്നെയാണ് ആലോചിച്ചത്. അവൾ വിവാഹിതയാ
ണെന്നതിന് ഇതുവരെ ഒരു ചെറു സൂചനപോലും തങ്ങൾക്ക് ലഭിച്ചിട്ടി
ല്ല. പിന്നെ ഇതൊക്കെ എപ്പോൾ സംഭവിച്ചു?

'അവൾ വിവാഹിതയാണെങ്കിൽ എന്തുകൊണ്ടാണ് അവളുടെ ഭർ
ത്താവിനെ നിങ്ങൾ ഒഴിവാക്കിയത്? വെറുതെ എന്നെ വിലക്കെടുക്കേണ്ട
കാര്യം എന്തായിരുന്നു?'

'ഇല്ല കേദാർ! എനിക്കറിയില്ല ഇതൊന്നും. എന്റെ അറിവിൽ ആര്യ
വിവാഹിതയല്ല. അങ്ങനെ അവൾക്കൊരു ഭർത്താവ് ഉണ്ടായിരുന്നെങ്കിൽ
എന്നെക്കാൾ മുന്നേ മുത്തശ്ശൻ അറിഞ്ഞെനെ. അവളുടെ എല്ലാ കാര്യ

ങ്ങളും അദ്ദേഹവുമായി അവൾ പങ്കുവെച്ചിരുന്നു. പിന്നെ തനിക്കറിയാ മല്ലോ ഞാൻ നാട്ടിൽ സ്ഥിരതാമസം ആയിരുന്നില്ല. ആര്യക്ക് സുഖമി ല്ലാതായപ്പോൾ മുത്തശ്ശന്റെ ആവശ്യപ്രകാരമാണ് ഞാൻ നാട്ടിലേക്ക് വന്നത്. ഞാനെത്തുമ്പോൾ ആര്യ ഓർമ്മ നഷ്ടപ്പെട്ട അവസ്ഥയിലായി രുന്നു. അതിനു മുമ്പുള്ള അവളുടെ ജീവിതത്തിന് പിന്നീട് പ്രസക്തി ഇല്ലാതായിപ്പോയി. അവളെ തിരിച്ചു കിട്ടുക എന്നത് മാത്രമായിരുന്നു ഞങ്ങളുടെ ലക്ഷ്യം.'

'ഒരുപക്ഷേ മുത്തശ്ശന് എല്ലാം അറിയാമായിരുന്നെങ്കിലോ? അദ്ദേഹ ത്തിന് അംഗീകരിക്കാൻ പറ്റാത്ത ഒരാളാണ് ആര്യയുടെ ഭർത്താവെ ങ്കിൽ...?'

കേദാറിന്റെ ചോദ്യം കേട്ടപ്പോഴാണ് അങ്ങനെയൊരു സാധ്യതയു ണ്ടല്ലോ എന്ന് രാകേഷും ചിന്തിച്ചത്.

'ഒരുപക്ഷേ അങ്ങനെ ആവാം... അങ്ങനെയാണെങ്കിൽത്തന്നെ ആര്യ യ്ക്ക് എങ്ങനെയാണ് ആ അഘോരിയെ പരിചയം? അയാളോട് അവൾ സംസാരിച്ചത് കണ്ടില്ലേ? ആര് കണ്ടാലും ഞെട്ടി വിറച്ചുപോകുന്ന ആ രൂപത്തെ അവൾക്ക് നല്ല പരിചയമുണ്ട്... '

രാകേഷിന്റെ ചോദ്യം കേട്ട് കേദാറിന് ആകെ ഭ്രാന്തുപിടിക്കുന്നുണ്ടാ യിരുന്നു.

പകച്ചുനിൽക്കുന്ന നയനയുടെ അപ്പുറത്ത് നിരത്തിയിട്ടിരിക്കുന്ന കസേ രകളിൽ ഒന്നിൽ പോയിരുന്ന അവൻ മുടിയിലൂടെ വിരലോടിച്ച് തലകു നിച്ചിരുന്നു. അപ്പോഴാണ് ഐസിയുവിന്റെ ഡോർ തുറന്നു ഡോക്ടറും മ റ്റൊരു നേഴ്സും അങ്ങോട്ടേക്ക് വന്നത്.

അവരെ കണ്ടതോടെ രാകേഷ് അങ്ങോട്ടേക്ക് ചെന്നു.

'ഇപ്പോൾ അകത്തേക്ക് കൊണ്ടുപോയ കുട്ടിയുടെ റിലേറ്റീവ്സ് അല്ലേ?'

'അതേ ഡോക്ടർ അവൾക്ക് ഇപ്പോൾ എങ്ങനെയുണ്ട്?'

'തലയ്ക്ക് നല്ല മുറിവാണ്. സർജറി വേണ്ടിവരും. അതുകഴിഞ്ഞ് ഒരു 48 മണിക്കൂർ ഒബ്സർവേഷനിൽ കിടക്കട്ടെ. തൽക്കാലം ആ കുട്ടി യുടെ ജീവന് ആപത്ത് ഒന്നുമില്ല. ഓപ്പറേഷനുള്ള പേപ്പേഴ്സ് എത്ര യും പെട്ടെന്ന് സൈൻ ചെയ്ത് ഏൽപ്പിച്ചേക്കൂ...'

ഡോക്ടർക്ക് പിറകെ വന്ന നേഴ്സ് ഏൽപ്പിച്ച പേപ്പറുകളിൽ ഒപ്പു വെക്കാനായി കേദാർ വരുമെന്ന് രാകേഷ് പ്രതീക്ഷിച്ചു, എങ്കിലും അ വൻ ഇരുന്നിടത്ത് നിന്ന് എഴുന്നേറ്റത് പോലുമില്ല. അവനെ കാത്തുനിൽ ക്കാതെ രാകേഷ് പെട്ടെന്നുതന്നെ സൈൻചെയ്ത പേപ്പറുകൾ തിരി

കെ ഏൽപ്പിച്ച ശേഷം നയനയെയും കൊണ്ട് കസേരയിലേക്ക് പോയി ഇരുന്നു.

'ഏട്ടാ.. ഇതിനൊരു തീരുമാനം വേണ്ടേ? തമ്പുരാട്ടിക്കുട്ടിക്ക് ഒരു ഭർ ത്താവ് ഉണ്ടെങ്കിൽ അയാളെ തീർച്ചയായും നമുക്ക് കണ്ടെത്തണം. ഇ വിടെയിരുന്നു കരഞ്ഞതു കൊണ്ട് കാര്യമില്ല.'

ഇന്നുവരെ ആര്യ എന്നുമാത്രം വിളിച്ചവൻ നിമിഷനേരം കൊണ്ട് ത മ്പുരാട്ടി എന്ന വിളിയിലേക്ക് മാറിയത് രാകേഷും നയനയും ശ്രദ്ധിച്ചു. അവന്റെ മനസ്സിലെ വിഷമം കൊണ്ടാണതെന്ന് രാകേഷിന് മനസ്സിലാ വുന്നുണ്ടായിരുന്നു.

'പക്ഷേ കേദാർ.. ആര്യ എഴുന്നേൽക്കാതെ നമ്മൾ എങ്ങനെ? എന്തെ ങ്കിലും ഒരു വിവരം ലഭിക്കണമെങ്കിൽ ആര്യ എഴുന്നേൽക്കണ്ടേ? ഈ യൊരു വിഷയത്തിൽ നമുക്കു മൂന്നു പേർക്കും ഒരറിവുമില്ല.'

'അതിനു മുൻപ് നമുക്കൊന്ന് മണികർണിക വരെ പോകാം. അവി ടെ എന്തോ നമുക്ക് ബാക്കി വെച്ചിരിക്കുന്നത് പോലെ...'

നയനയെ എല്ലാ കാര്യങ്ങളും ഏൽപ്പിച്ചിട്ടാണ് അവർ മണികർണ്ണി കയിലേക്ക് പോയത്. അവിടെയെത്തുമ്പോൾ സമയം വൈകുന്നേരം ആ വുകയായിരുന്നു.

ചെറിയ കെട്ടിടങ്ങളുടെ വലിപ്പത്തിൽ അടുക്കിവെച്ച വിറകു കെട്ടു കൾക്കിടയിലൂടെയാണ് രാകേഷും കേദാറും നടന്നത്. ഓരോ നിമിഷ വും കേദാർ ചുറ്റും നോക്കികൊണ്ടെയിരുന്നു.

'നീ ആരെയാണ് അന്വേഷിക്കുന്നത്?'

'ആ അഘോരിയെ! അയാൾ ഇവിടെ എവിടെയെങ്കിലും തീർച്ചയാ യും ഉണ്ടാവും.'

രാകേഷിന്റെ മനസ്സും അതുതന്നെയാണ് പറഞ്ഞുകൊണ്ടിരുന്നത്. നിരന്നു കത്തിജ്വലിക്കുന്ന ചിതകൾക്കിടയിലൂടെ അവർ അഘോരിയെ അന്വേഷിച്ച് നടന്നു നീങ്ങി. ഓരോ ചിതകൾക്കപ്പുറത്തും അവർ അയാ ളെ പ്രതീക്ഷിച്ചു. തണുപ്പ് വീണു തുടങ്ങിയിരുന്നു. അതുകൊണ്ടുത ന്നെ അണഞ്ഞു തുടങ്ങിയ ചിതകൾക്കരികിൽ ചിതാഭസ്മം വാരിപൂശി യ സന്യാസിമാർ കണ്ണുകൾ അടച്ച് ധ്യാനത്തിൽ ഇരിക്കുന്നുണ്ട്. ഓ രോ ഇടത്തും മടുപ്പില്ലാതെ ഇരുവരും നടന്ന് അന്വേഷിച്ചു കൊണ്ടെയി രുന്നു. സമയം കടന്നു പോയി. ഇപ്പോൾ അസ്തമയം കഴിഞ്ഞിരിക്കു ന്നു. ചുറ്റിനും നല്ല ഇരുട്ടും തണുപ്പും പരന്നു കഴിഞ്ഞു. ജ്വലിക്കുന്ന ചി തകൾക്കരികിൽ നിരന്നു നിൽക്കുന്ന ഓരോ മുഖങ്ങളിലും അവർ അ ഘോരിയെ തിരഞ്ഞു കൊണ്ടെയിരുന്നു. കൃത്യം അപ്പോഴാണ് അങ്ങോ

ട്ടേക്ക് ഒരു യുവാവിന്റെ ജഡം കൊണ്ടുവന്നത്. അവനു പിറകെ വന്ന ആളുകളിൽ ആരൊക്കെയോ വിതുമ്പുകയും പൊട്ടിക്കരയുകയും ചെയ്യു ന്നുണ്ടായിരുന്നു.

ഒരു നിമിഷം അറിയാതെ രാകേഷിന്റെ ശ്രദ്ധ അങ്ങോട്ടേക്ക് തി രിഞ്ഞു. പെട്ടെന്നാണ് പിറകിൽ നിന്നും അവന്റെ ചെവിയിൽ ആരോ.

'എന്നെയാണോ തിരയുന്നത്..?'

എന്നു മന്ത്രിച്ചത്. ആ ചുടല ഭസ്മത്തിന്റെ രൂക്ഷമായ ഗന്ധത്തിൽ നിന്നുതന്നെ അതാരാണെന്ന് രാകേഷ് തിരിച്ചറിഞ്ഞു കഴിഞ്ഞിരുന്നു. ഒരു ഞെട്ടലോടെ പിടഞ്ഞു തിരിഞ്ഞു നിന്ന അവനു മുന്നിൽ രാവിലെ തെരുവിൽ കണ്ട അഘോരി അവനെത്തന്നെ തുറിച്ചു നോക്കി നിൽക്കു ന്നുണ്ടായിരുന്നു.

രാകേഷിന്റെ കണ്ണുകൾ സന്തോഷം കൊണ്ട് തിളങ്ങി. അയാൾക്ക് എന്തോ തങ്ങളോട് പറയാനുണ്ടെന്ന് അവന് ഉറപ്പായിരുന്നു.

ദൂരെ നിന്ന് അഘോരിയെ കണ്ട കേദാർ അങ്ങോട്ടേക്ക് ഓടി വരുന്നു ണ്ടായിരുന്നു.

'ആര്യാഹി തമ്പുരാട്ടിയെ അറിയാമോ?'

രാകേഷിന്റെ ചോദ്യം അയാളിൽ പ്രത്യേകിച്ച് മാറ്റമൊന്നും ഉണ്ടാ ക്കിയില്ല. അവരെ ഇരുവരെയും മാറിമാറി നോക്കിക്കൊണ്ട് അയാൾ നി ശബ്ദനായി അതുപോലെ തന്നെന്നിന്നു. കുറച്ചുസമയം അങ്ങനെ തന്നെ നിന്ന കേദാർ പെട്ടെന്ന് എന്തോ ഓർത്തത് പോലെ പോക്കറ്റിൽ നിന്നും ഫോൺ വലിച്ചെടുത്ത് അതിന്റെ ഗ്യാലറി തുറന്നു. ചിരിച്ചുകൊണ്ടു നിൽ ക്കുന്ന തമ്പുരാട്ടിക്കുട്ടിയുടെ ഒരു ഫോട്ടോയെടുത്ത് അഘോരിയുടെ മു ന്നിലേക്ക് നീട്ടിവെച്ചുകൊണ്ട് അവൻ ചോദിച്ചു.

'ഈ കുട്ടിയെ അറിയാമോ?'

എല്ലാം മനസ്സിലായിട്ടും ഒന്നും മനസ്സിലാവാത്ത ഭാവത്തിൽ നിൽ ക്കുന്ന അയാളുടെ മുന്നിലേക്ക് തൊഴു കൈകളോടെ ചെന്നു നിന്ന് രാകേ ഷ് പറഞ്ഞു.

'ദയവായി സഹായിക്കണം! ബദ്രി എവിടെ? എന്റെ അനുജത്തിയാ ണ് ഈ കുട്ടി! അവൾക്ക് ബുദ്ധിഭ്രമം സംഭവിച്ചത് ഇവിടെവെച്ചാണ്. എ ന്താണ് അവൾക്ക് സംഭവിച്ചത്?'

കുറച്ചുസമയം രാകേഷിനെത്തന്നെ ഉറ്റുനോക്കിനിന്ന അയാൾ അവ രോട് തനിക്ക് പുറകെ വരാൻ കൈയുയർത്തി കാണിച്ചശേഷം തിടുക്ക ത്തിൽ മുന്നിലേക്ക് നടന്നു. ക്രമാതീതമായി മിടിക്കുന്ന ഹൃദയവുമായി രാകേഷും കേദാറും അയാളെ അനുഗമിച്ചു. തട്ടുതട്ടായി ചിതകൾ എരി

യുന്ന മണികർണ്ണിക ഘട്ടിന്റെ ഏറ്റവും മുകളിലെ തട്ടിലേക്കാണ് അ
യാൾ അവരെ കൊണ്ടുപോയത്. ചിതകളിൽ നിന്നും വാരിയെടുക്കുന്ന
ഭസ്മം ഒരുഭാഗത്ത് കൂട്ടിയിട്ടുണ്ട്. അതിനിടയിൽ കത്തിത്തീരാൻ ബാ
ക്കിയുള്ള എല്ലുകളും തെളിഞ്ഞു കാണുന്നു. അതിനടുത്തു ചെന്ന് നി
ന്ന അഘോരി അവർക്കായി അവിടെ കാത്തുനിന്നു. കിതപ്പോടെ അവി
ടേക്കെത്തിയ രാകേഷിനെയും കേദാറിനെയും അയാൾ കൂന കൂടിക്കിട
ന്ന ചിതാഭസ്മത്തിന് പുറകിലുള്ള ഒരു കെട്ടിടത്തിന് നേർക്ക് കൈ ചൂ
ണ്ടി കാണിച്ചു.

'അതിനകത്ത് ആഭിചാരം നടത്തി. എന്തോ ദുർമന്ത്രവാദം.. നിന്റെ
അനുജത്തിയും കാലഭൈരവ സ്വാമി അഘോരിയും. അവിടെ വെച്ചാ
ണ് നിന്റെ അനുജത്തിക്ക് മാനസിക വിഭ്രാന്തി പിടിപെട്ടത്. അതിനക
ത്തുനിന്ന് ഭ്രാന്ത് പിടിച്ച് അവൾ ഓടിയിറങ്ങി വന്നത് എന്റെ മുന്നിലേ
ക്കാണ്. ഈ ശ്മശാനം മുഴുവനും ഓടിനടന്ന അവളെ ഞാനാണ് വൈ
ദ്യരുടെ അടുക്കലെത്തിച്ചത്...'

രാകേഷും കേദാറും കേട്ട വാക്കുകളെ വിശ്വസിക്കാനാവാതെ കണ്ണു
തുറിച്ച് അതേപടി നിന്നു. ആ ഷോക്കിൽ നിന്നും ആദ്യം കരകയറിയത്
കേദാർ ആണ്.

'അപ്പോൾ ആ അഘോരി സ്വാമി?'

'സ്വാമി തിരിച്ചുപോയി.. ഇന്നലെ വന്ന് ആ പെൺകുട്ടിയോട് സം
സാരിച്ചില്ലേ.. അദ്ദേഹമായിരുന്നു. അദ്ദേഹം കൂടുതൽ സമയവും കാല
ഭൈരവ ക്ഷേത്രത്തിൽ ആണ് ഉണ്ടാവുക. അധമ മന്ത്രങ്ങൾ ചൊല്ലു
ന്ന മാന്ത്രിക പ്രക്രിയകളിൽ വീഴ്ചകൾ സ്വാഭാവികമാണ്. നിങ്ങളുടെ
അനുജത്തി ഒരു ശവംതീനി ആയിരുന്നു. അവളിപ്പോൾ ഇത്രയെങ്കിലും
നന്നായിരിക്കുന്നതിന് മഹാദേവന് നന്ദി പറയുക.'

'ബദ്രി?'

'ബദ്രിനാഥ് കാശിയിലെ പ്രധാന ക്ഷേത്ര പൂജാരി ആയ കൃഷ്ണാ
നന്ദ പാണ്ഡയുടെ ഒരേയൊരു പുത്രനായിരുന്നു ബദ്രി.

ബ്രഹ്മചര്യം അനുഷ്ഠിക്കാൻ വിധിക്കപ്പെട്ടവൻ പഠനം കഴിഞ്ഞു വരു
മ്പോൾ താലിചാർത്തിയ പെണ്ണിനെയും കൊണ്ടാണ് വന്നത്. പാണ്ഡ
അത് ഒരിക്കലും അംഗീകരിക്കുമായിരുന്നില്ല.. അംഗീകരിക്കാൻ കഴിയി
ല്ല അയാൾക്ക്. ഒടുവിൽ എല്ലാവരും മത്സരിച്ചു കഴിഞ്ഞപ്പോൾ അവൻ
മാത്രം തോറ്റുപോയി.'

ഒന്നും പറയാനാവാതെ ഞെട്ടിത്തളർന്നു നിൽക്കുന്ന രാകേഷിന്റെ
മുന്നിലൂടെ അയാൾ മുകളിലേക്ക് നടന്നു പോയി.

പോകുന്നതിനു മുൻപ് അയാൾ കൈ ചൂണ്ടിക്കാണിച്ച മുറിയുടെ നേർക്ക് നടന്നുചെന്ന കേദാർ അതിനുചുറ്റും ഒന്നു നടന്നു നോക്കി. ഒരു വശത്തുള്ള ജനലിന്റെ പൊട്ടിയ ചില്ലിനിടയിലൂടെ അവൻ അകത്തേക്ക് തലയെത്തിച്ചു നോക്കി.

അതിനകത്ത് നിറയെ ചുടല ഭസ്മവും ചുവന്ന പൂക്കളും മറ്റ് എന്തൊ ക്കെയോ പൂജാസാമഗ്രികളും കുറെ വിളക്കുകളും നെടുനീളത്തിൽ വാരിക്കുട്ടി ഇട്ടിരിക്കുകയായിരുന്നു. ഒന്നും മനസ്സിലാവാതെ ഭ്രാന്ത് പി ടിച്ച ചിന്തകളുമായി അവൻ തിരിഞ്ഞ് രാകേഷിനെ നോക്കി.

'നമുക്ക് ഹോസ്പിറ്റലിലേക്ക് തന്നെ പോകാം ഏട്ടാ തമ്പുരാട്ടിക്കുട്ടി എഴുന്നേറ്റാൽ മാത്രമേ ഇതിനൊരു ഉത്തരം ഉണ്ടാവുകയുള്ളൂ.'

ഹോസ്പിറ്റലിൽ പ്രത്യേകിച്ച് ഒരു മാറ്റവും ഇല്ലാതെ ആര്യയുടെ നില തുടരുകയായിരുന്നു.

'ഏട്ടൻ ഒരു കാര്യം ചെയ്യ് ഏട്ടത്തിയെ കൂട്ടിക്കൊണ്ടുപോയി എന്തെ ങ്കിലും ഭക്ഷണം വാങ്ങിക്കൊടുക്കൂ. നമുക്കിനിയും ഒരുപാട് ദൂരം ഓടാ നുള്ളതാണ്...'

കേദാറിന്റെ വാക്കുകൾ അനുസരിച്ച് ഇനിയും ബോധം തെളിഞ്ഞി ട്ടില്ലാത്ത ആര്യയ്ക്ക് കൂട്ടായി അവനെ അവിടെ ഇരുത്തിയ ശേഷമാണ് രാകേഷ് നയനയെ ഭക്ഷണം കഴിക്കാൻ കൂട്ടിക്കൊണ്ടുപോയത്. ഇത്ര യും സമയം തങ്ങൾ കടന്നുപോയ അനുഭവം അവൻ നയനയുമായി പ കുവെച്ചു. ഭക്ഷണം കഴിച്ചിറങ്ങിയ അവൻ എന്തോ ഓർത്തതുപോലെ പെട്ടെന്ന് പറഞ്ഞു.

'കാലഭൈരവ ക്ഷേത്രത്തിൽ പോകണം! അതിന്റെ പരിസരങ്ങളിൽ എവിടെയോ ആണ് ഈ അഘോരി താമസിക്കുന്നത്...'

'അതിവിടെ അടുത്ത് തന്നെയാണോ?'

'അതെ! ഒരുപാട് ദൂരം പോകേണ്ട... നമുക്ക് ഒരു റിക്ഷ വിളിക്കാം...'

സമയം രാത്രിയായിരുന്നതു കൊണ്ടുതന്നെ അവിടെയെത്തുമ്പോൾ പൂജ കഴിഞ്ഞ് നടയടച്ചിരുന്നു. ക്ഷേത്രത്തിനകത്ത് നിന്നും പുറത്തേ ക്കിറങ്ങിയ അവർ ക്ഷേത്രത്തിനു പിറകിലെ തെരുവുകളിലൂടെ നടന്നു. ഒരുപാട് നേരത്തെ അന്വേഷണത്തിനുള്ളിൽ അവർ തളർന്ന് തിരികെ വരുമ്പോഴാണ് വലിയ മണിക്കിലുക്കവും കാലഭൈരവ സ്തോത്രവും ചെവിയിൽ അലയടിച്ചത്.

ഒരു ഞെട്ടലോടെ തിരിഞ്ഞുനോക്കിയ നയനയുടെയും രാകേഷിന്റെ യും മുന്നിലൂടെ കഴുത്തിൽ നിറയെ തലയോട്ടി മാല അണിഞ്ഞ് ദേഹ മാസകലം ചുടല ഭസ്മം വാരിപ്പൂശി കഴുത്തിലും കയ്യിലും തലയിലും

രുദ്രാക്ഷമാലകൾ നിറയെ അണിഞ്ഞ് മണികെട്ടിയ വടി കയ്യിൽ പിടി
ച്ച കാലഭൈരവ അഘോരി സ്വാമി മറ്റു കുറച്ച് അഘോരികളോടൊപ്പം
നടന്നുവരുന്നുണ്ടായിരുന്നു.ഭക്തിപൂർവ്വം തന്നെ കാത്തുനിന്ന് കൈകൂ
പ്പുന്ന രാകേഷിനെയും നയനയെയും ഒന്ന് ശ്രദ്ധയോടെ വീക്ഷിച്ച് അവ
രെ കടന്ന് മുന്നോട്ടേക്ക് പോയ അഘോരിയെ പിറകിൽ നിന്നും രാകേ
ഷ് ഉച്ചത്തിൽ വിളിച്ചു.

'സ്വാമി. ഞങ്ങൾക്ക് ഒന്ന് സംസാരിക്കണം...'

രാകേഷിന്റെ ശബ്ദം കേട്ട് അയാൾ തിരിഞ്ഞ് തങ്ങളുടെ അടുത്തേ
ക്ക് വരുമ്പോൾ നയനയ്ക്ക് അവിടെ നിന്നും ഓടിയൊളിക്കാൻ ആണ്
തോന്നിയത്.

അത്രയേറെ ഭീകരമായിരുന്നു അയാളുടെ രൂപം.അയാളുടെ കഴു
ത്തിൽ തൂക്കിയിട്ടിരുന്ന തലയോട്ടികൾ തമ്മിൽ ഉരയുമ്പോൾ ഉണ്ടാകു
ന്ന വല്ലാത്തൊരു ശബ്ദം നയനയെ വീണ്ടും വീണ്ടും അങ്ങോട്ടേക്ക് തന്നെ
നോക്കാൻ പ്രേരിപ്പിച്ചു.ചില തലയോട്ടികൾ വളരെ പഴക്കം ചെന്നതാ
ണെങ്കിൽ മറ്റു ചിലത് പുതുതായി അണിഞ്ഞതാണെന്ന് വ്യക്തം. അ
ഘോരി അവളുടെ മുന്നിലേക്ക് വന്നു നിൽക്കുമ്പോൾ നേർക്കുനേരെ
നിൽക്കുന്ന തലയോട്ടിയിലെ ഇളിച്ചുനിൽക്കുന്ന പല്ലുകൾ കാണുമ്പോൾ
നയനയ്ക്ക് തലകറങ്ങി. സ്വയമറിയാതെ അവളുടെ കൈകൾ രാകേഷി
നെ ഇറുകെ പുണർന്നു.

കിടുകിടെ വിറയ്ക്കുന്ന നയനയുടെ ശരീരം തന്റെ നെഞ്ചോട് ചേർ
ത്ത് അമർത്തിപ്പിടിച്ചുകൊണ്ട് രാകേഷ് സ്വാമിയോട് പറഞ്ഞു.

'എനിക്ക് ചോദിക്കാനുള്ളത് സ്വാമിജിക്ക് മനസ്സിലായിട്ടുണ്ടാവും എന്ന്
കരുതുന്നു... ഞങ്ങളെ രക്ഷിക്കണം. മറ്റൊരു വഴിയും എനിക്കുമുന്നിൽ
ഇനി ഇല്ല.'

അഘോരി മുഖമുയർത്തി രാകേഷിനെയും നയനയെയും മാറിമാറി
നോക്കി. കാവിവസ്ത്രങ്ങളും രുദ്രാക്ഷമാലയും അണിഞ്ഞ് മുടിയും താ
ടിയും നീട്ടി വളർത്തിയ ചൈതന്യമുള്ള മുഖത്തോട് കൂടിയ നല്ല ഉയര
മുള്ള ഒരു യുവാവ്. അവന്റെ നെഞ്ചിൽ പറ്റിച്ചേർന്നിരിക്കുന്ന വാടിപ്പോ
യ പൂവ് പോലൊരു പെൺകുട്ടി. അറിയാതെ പോലും തന്നിലേക്ക് ക
ണ്ണുകൾ വരാതിരിക്കാനാവാം അവൾ അവന്റെ നെഞ്ചിലേക്ക് മുഖം അ
മർത്തി തിരിഞ്ഞു നിൽക്കുകയാണ്.

'താങ്കൾ കരുതുന്നതുപോലെ ഞാൻ വിചാരിച്ചാൽ ഒരു മാറ്റവും വ
രുത്താൻ കഴിയില്ല ഇതിനൊന്നും. ഓരോ ജന്മത്തിനും ഓരോ നിയോഗ
മുണ്ട് അത് പൂർത്തിയാക്കാതെ പോകാനാവില്ല.'

'പക്ഷേ സ്വാമി.. ഇത്രയേറെ അനുഭവിക്കാൻ അവൾ ചെയ്ത തെറ്റ് അത്രയും വലുതാണോ?'

'ആഭിചാരം ചെറുതല്ല.. അതും അനല്പമായ അറിവ് വെച്ച്.'

'പക്ഷേ സ്വാമിക്ക് തിരുത്താമായിരുന്നല്ലോ.'

അഘോരിയുടെ കണ്ണുകളിലെ ഭാവം മാറുന്നത് രാകേഷ് ഉൾക്കിടി ലത്തോടെ നോക്കി നിന്നു. തലയുയർത്തിപ്പിടിച്ച് ഗാംഭീര്യത്തോടെ അയാൾ തുടർന്നു പറഞ്ഞു.

'കാലഭൈരവന്റെ അനുയായികളായ ഞങ്ങൾക്ക് അധമമന്ത്രങ്ങളും ആഭിചാരങ്ങളും പുതുതല്ല. മനുഷ്യമാംസം ഭക്ഷിക്കുന്ന അഘോരിയെ തന്നെ വേണമെന്ന നിർബന്ധം ഉള്ളതു കൊണ്ടാണ് ഞാൻ ആ ആഭി ചാരക്രിയയിൽ പങ്കെടുക്കേണ്ടി വന്നത്. അതിനുവേണ്ടി പ്രത്യേകിച്ച് ഒരു പ്രതിഫലവും ഞാൻ സ്വീകരിച്ചിട്ടില്ല.'

തന്റെ നെഞ്ചിലേക്ക് ഒട്ടിനിൽക്കുന്ന നയനയുടെ ദേഹം ഒന്നുകൂടി വിറച്ചത് രാകേഷ് അറിഞ്ഞു. അവൻ അലിവോടുകൂടി അവളെ തന്നോ ട് ചേർത്ത് പിടിച്ചുകൊണ്ട് അയാളോട് ചോദിച്ചു.

'പിന്നെ എന്തുകൊണ്ട് പിഴവ് സംഭവിച്ചു? ആ ജഡത്തിന് എന്താണ് സംഭവിച്ചത്?'

എത്ര നിയന്ത്രിക്കാൻ ശ്രമിച്ചിട്ടും രാകേഷിന്റെ സ്വരം വിറ കൊള്ളു ന്നുണ്ടായിരുന്നു.

'ആ പെൺകുട്ടി ഏകാഗ്രതയൊ ലക്ഷ്യബോധമോ ഇല്ലാതെ വികാ രഭരിത ആയിട്ടാണ് ചടങ്ങുകൾ ആരംഭിച്ചത്.

അവിടെത്തന്നെ പിഴച്ചു. പലപ്പോഴും മന്ത്രങ്ങൾ മറന്നു... മരിച്ച ദേ ഹത്തെ പുനരുജ്ജീവിപ്പിക്കുക എന്ന ലക്ഷ്യത്തോടെ തുടങ്ങിയ ചട ങ്ങുകൾ കൂടുവിട്ടു കൂടുമാറുക എന്ന തലത്തിലേക്ക് പ്രവേശിച്ചതോടെ ആ പെൺകുട്ടിയുടെ മനോനില തകർന്നു. ഒടുവിൽ പൂജാദ്രവ്യങ്ങൾ വാരിയെറിഞ്ഞ്, വെളിച്ചമെല്ലാം ചുടല ഭസ്മം വാരിപ്പൊത്തിയണച്ച്, മൃ തദേഹത്തെ ഭക്ഷിക്കാൻ ശ്രമിച്ചപ്പോഴാണ് അവൾക്ക് ചിത്തഭ്രമം പിടി പെട്ടിരിക്കുന്നു എന്ന് മനസ്സിലാക്കാൻ കഴിഞ്ഞത്.'

രാകേഷിന്റെ വിരലുകൾ അറിയാതെ നയനയുടെ മേൽ മുറുകിക്കൊ ണ്ടിരുന്നു. ഇത്രയേറെ വേദനകളും പരീക്ഷണങ്ങളും ആര്യ ഒറ്റയ്ക്ക് അതിജീവിച്ചു എന്ന് ചിന്തിക്കാൻ പോലും അവന് കഴിയുന്നുണ്ടായിരു ന്നില്ല. അവന്റെ നെഞ്ചിലെ പിടപ്പ് തിരിച്ചറിഞ്ഞതു പോലെ നയന ഇരു കൈകളും ഉയർത്തി രാകേഷിനെ ഒന്നുകൂടി മുറുകെപ്പുണർന്നു.

'ആ മൃതദേഹം... അത് ആരുടേതായിരുന്നു സ്വാമി? അത് പിന്നീട് ദ

ഹിപ്പിച്ചില്ലേ?'

അഘോരി രാകേഷിന്റെ കണ്ണുകളിലേക്ക് തന്നെ ഒന്ന് സൂക്ഷിച്ചു നോക്കി. മർമ്മം അറിയാതെയാണ് താൻ സംസാരിക്കുന്നത് എന്ന് അയാൾക്ക് മനസ്സിലായി എന്ന് രാകേഷിന് തിരിച്ചറിയാൻ കഴിയുന്നുണ്ടായിരുന്നു.

'ബദ്രിനാഥിന്റെ മൃതദേഹം ആയതുകൊണ്ടാണ് ഞാൻ ആഭിചാര ക്രിയയിൽ പങ്കെടുത്തത്. നാളെ കാശിനാഥനും കാലഭൈരവനും തുണയായി നിൽക്കേണ്ടവൻ മരിച്ചു മരവിച്ചു കിടക്കുന്നത് കണ്ടപ്പോൾ സഹിക്കാൻ കഴിഞ്ഞില്ല. പക്ഷേ അവൾ ചതിച്ചു. അവളുടെ വാക്കുകൾ വിശ്വസിച്ച ഞങ്ങളെ എല്ലാവരെയും വിഡ്ഢികളാക്കിക്കൊണ്ട് വെറു മൊരു ഭ്രാന്തിയായി മണികർണികയെ ഇളക്കി മറിച്ചു കൊണ്ടവൾ ചിതാഭസ്മത്തിൽ ആറാടി. ദഹിച്ചു തീരാത്ത ജഡങ്ങളെ ഭക്ഷിക്കാൻ ശ്ര മിച്ചു.'

രാകേഷിന്റെ കണ്ണുകളിൽ നിന്നും ഇറ്റുവീണ തുള്ളികൾ നയനയുടെ നെറുകയിൽ വീണ് അലിഞ്ഞുചേർന്നു. തന്റെ നെഞ്ചിൽ അമർന്നു നിൽക്കുന്ന അവളുടെ മുഖം വിതുമ്പലിൽ വിറയ്ക്കുന്നത് അവൻ അറിയുന്നുണ്ടായിരുന്നു...

10

'ബദ്രിയുടെ ജഡം...?'

'ഏറ്റവും രഹസ്യമായി കൃഷ്ണാനന്ദ പാണ്ഡ തന്നെ മകന്റെ കർമ്മ ങ്ങൾ ചെയ്തു. അത്രയും സമയം അവളെ വിശ്വസിച്ചു മകന്റെ ജഡ ത്തിന് കാവലിരുന്ന ആ പിതാവിനു മുന്നിൽ മറ്റു മാർഗങ്ങൾ ഇല്ലായിരു ന്നു...'

രാകേഷിന്റെ ഉള്ളം ഒരു ഞെട്ടലിൽ നടുങ്ങി വിറച്ചു. അപ്പോൾ ബദ്രി യുടെ പിതാവിന്റെ കൂടി അറിവോടെ ആയിരുന്നു ഇതെല്ലാം നടന്നത്. ഈ കർമ്മങ്ങളെല്ലാം ചെയ്യാൻ ആര്യാഹിയെ വിശ്വസിച്ച് കൂടെനിന്ന തും അദ്ദേഹം തന്നെ.. അപ്പോൾ ബദ്രി മരിച്ചത് എങ്ങനെയാണ്..? ഉ ള്ളിലെ സംശയം ഇനിയും മറച്ചു വെക്കാൻ അവനു കഴിഞ്ഞില്ല. അവ സാനമായിട്ട് എന്നവണ്ണം അഘോരിയോട് രാകേഷ് അതുകൂടി ചോദിച്ചു.

'ബദ്രിനാഥ് എങ്ങനെയാണ് മരിച്ചത്?'

'അറിയില്ല! മാന്ത്രികക്കളത്തിൽ എത്തുന്നത് വരെ മരിച്ചത് ബദ്രി യാണെന്ന് ഞാനും അറിഞ്ഞില്ല. അന്ന് അവിടെവെച്ച് കൃഷ്ണാനന്ദ പാ

65

ണ്ഡയ്ക്ക് വാക്കു കൊടുത്തതാണ് എന്നിൽ നിന്നും മറ്റൊരാൾ അറിയി ല്ലെന്ന്. പക്ഷേ നിങ്ങളതറിയാതെ തിരിച്ചു പോകില്ലെന്ന് മനസ്സിലായി. അതുമാത്രമല്ല അന്നത്തെ കർമ്മത്തിൽ ചിത്തഭ്രമം ബാധിച്ച ആ പെൺ കുട്ടിയുടെ സഹോദരൻ എന്ന നിലയിൽ നിങ്ങൾക്ക് അത് അറിയാനു ള്ള അവകാശവും ഉണ്ട്.'

അമർത്തിപ്പിടിച്ച വിതുമ്പലിൽ നയനയുടെ ദേഹം ഉലയുന്നത് അ ഘോരി ശ്രദ്ധിച്ചു.

അയാളുടെ കണ്ണുകൾ നയനയിലേക്ക് പതിഞ്ഞതോടെ വല്ലാത്തൊ രു ഭീതിയോടെ രാകേഷ് അവളെ തന്നോട് ഒന്നുകൂടി ചേർത്തുപിടിച്ചു.

'ഇത് താങ്കളുടെ പത്നിയാണോ?'

'അതെ.'

'പിന്നെന്താണ് താങ്കൾ ഈ വേഷത്തിൽ?'

ധരിച്ചിരിക്കുന്ന കാവി ജുബ്ബയും മുണ്ടും കഴുത്തിലെ വലിയ രുദ്രാ ക്ഷവും ചുമലറ്റം വളർന്നു പരന്നുകിടക്കുന്ന താടിയും മുടിയും അവന് തീർത്തും പരിത്യാഗിയായ ഒരു സന്യാസിയുടെ രൂപഭാവങ്ങൾ നൽകി യിരുന്നു. രാകേഷിന്റെ മുഖത്തെ പരുങ്ങൽ കണ്ടതോടെ അഘോരിയു ടെ കണ്ണുകൾ ഒന്നുകൂടി കുറുകി. അയാളുടെ നോട്ടം കണ്ടപ്പോൾ രാകേ ഷിന്റെ ഉള്ളിൽ അകാരണമായ ഒരു പരിഭ്രമം വന്നുനിറഞ്ഞു. തന്റെ യും നയനയുടെയും ബന്ധത്തെ അയാൾ തെറ്റിദ്ധരിക്കുമോ എന്നു കൂ ടി അവൻ ചിന്തിച്ചു. സത്യം തുറന്നു പറയുന്നത് തന്നെയാണ് നല്ലതെ ന്ന് അവന് തോന്നി.

'കുടുംബ ക്ഷേത്രത്തിലെ പൂജകൾ തുടരാൻ ഞാൻ ബ്രഹ്മചാരിയാ യി നിൽക്കേണ്ടതുണ്ട്.'

'അത് എവിടെയാണ് എഴുതപ്പെട്ടിരിക്കുന്നത്? താങ്കളുടെ കുടുംബ ക്ഷേത്രത്തിലെ ഏതെങ്കിലും താളിയോലകളിൽ അങ്ങനെ കുറിച്ചിട്ടു ണ്ടോ?'

അഘോരിക്ക് കൊടുക്കാൻ രാകേഷിന്റെ കയ്യിൽ മറുപടിയുണ്ടായി രുന്നില്ല. അയാളുടെ ചോദ്യം ശരിയാണ്.. ഇന്നുവരെ കുടുംബക്ഷേത്ര പരമായ താളിയോലകളിൽ ഒന്നിലും അവിടെ ബ്രഹ്മചാരി പൂജ ചെയ്യ ണം എന്ന് കുറിച്ചുവെച്ചത് കണ്ടിട്ടില്ല. പിന്നെ എങ്ങനെ തന്റെ മനസ്സിൽ അങ്ങനെയൊരു ചിന്ത വന്നു എന്ന് വിവരിച്ചു കൊടുക്കാനും രാകേഷി ന് കഴിഞ്ഞില്ല. ഉത്തരംമുട്ടിനിൽക്കുന്ന അവന്റെ നെഞ്ചിൽ മുഖം അമർ ത്തി നിൽക്കുകയായിരുന്ന നയന ഒന്ന് ചലിക്കുക പോലും ചെയ്യാതെ അങ്ങനെ തന്നെ നിന്നു.

'ബ്രഹ്മം എന്നാൽ ഈശ്വരൻ, പരമമായത് എന്നാണർത്ഥം. ചര്യ എ ന്നതുകൊണ്ട് ഉദ്ദേശിക്കുന്നത് പാത എന്നാണ്. നിങ്ങൾ സഞ്ചരിക്കുന്ന ത് ഈശ്വരന്റെ പാതയിലൂടെയാണൊ? എങ്കിൽ നിങ്ങൾ ബ്രഹ്മചാരിയാ ണ്. താലികെട്ടിയ പത്നിയെ അവഗണിച്ചും വേദനിപ്പിച്ചും മുന്നോട്ടു പോകുന്നവന്റെ പാത ഒരിക്കലും ഈശ്വരന്റെ പാത ആവില്ല.'

അഘോരിയുടെ കൈകൾ രാകേഷിന്റെ ചുമലിൽ നിന്നും അവന്റെ നെഞ്ചിൽ മുഖം അമർത്തി നിൽക്കുന്ന നയനയുടെ മൂർദ്ധാവിലേക്ക് താഴ്ന്നു വന്നമർന്നു.

ഒരു ഞെട്ടലോടെ തിരിഞ്ഞുനിന്ന നയന അയാളുടെ കണ്ണുകളിലെ ദയനിറഞ്ഞ നോട്ടം കണ്ട് അമ്പരന്നുനിന്നു.

'വിഷമിക്കേണ്ട.. ജീവരക്തം കൊണ്ട് പത്നിയുടെ താലി സുരക്ഷി തമാക്കിയ പതിയാണ് നിന്റെ ഈ ഭർത്താവ്...

മുജ്ജന്മ ബന്ധത്താൽ അത്രമേൽ പവിത്രവും ദൃഢവുമാണ് നിന്റെ താലി. ആ പവിത്രത നിന്നെ കൈവെടിയില്ല.'

ഒന്നും മനസ്സിലാവാതെ തരിച്ചു നിൽക്കുന്ന നയനയുടെ നെറുകയിൽ തള്ളവിരൽ കൊണ്ട് മുകളിലേക്ക് ഒന്നു വരഞ്ഞു ഭസ്മമണിയിച്ചു കൊണ്ട് അയാൾ തുടർന്നു പറഞ്ഞു.

'തിരിച്ചുപോയി സന്തോഷവതിയായി കാശി വിശ്വനാഥന്റെ മടിയിലി രുത്തി പ്രാർത്ഥിക്കാനായി നിന്റെ ഭർത്താവിന്റെ രക്തത്തിൽ നിനക്ക് പി റക്കുന്ന ഒരാൺ കുഞ്ഞുമായി ഒരു വരവു കൂടി വരിക...'

നയനയ്ക്ക് ദേഹമാസകലം ഒന്നു കുളിർന്നു വിറച്ചു. കൺമുന്നിലെ കാഴ്ചകളെ മറച്ചു നിറഞ്ഞൊഴുകുന്ന കണ്ണുകൾ തുടച്ചു കൊണ്ടവൾ ഒന്നുകൂടി മുന്നിലേക്ക് നോക്കുമ്പോഴേക്കും അഘോരി കണ്ണിൽ നിന്നും മറഞ്ഞു കഴിഞ്ഞിരുന്നു.

വിങ്ങിവിതുമ്പുന്ന ഭാര്യയെയും ചേർത്തുപിടിച്ച് തരിച്ചുനിൽക്കുകയാ യിരുന്ന രാകേഷിന്റെ തലച്ചോറിനുള്ളിലേക്കും അയാൾ പറഞ്ഞ അവ സാന വാക്കുകൾ വല്ലാതെ തുളച്ചു കയറി. ഇതുവരെ അറിയാത്ത ഒരു വികാരം. കാൽവിരൽ തൊട്ടു മൂർദ്ധാവ് വരെ പുതിയൊരു ഉണർവ് വന്നു നിറയുന്നു...

പിറക്കാനിരിക്കുന്ന പുത്രനെന്ന ഒറ്റവാക്ക് കൊണ്ട് നെഞ്ചിൽ കെട്ടി നിൽക്കുന്ന സകലവിധ ആകുലതകളെയും അഘോരി മായ്ച്ചു കളഞ്ഞ തുപോലെ..

*****

'ബദ്രി... ഞാൻ പറയുന്നത് കേൾക്ക്! നീ തിരിച്ചു വീട്ടിലേക്ക് വാ.'

67

'ഇല്ലച്ഛാ. ഞാൻ അണിയിച്ച താലിയാണ് ഇവളുടെ കഴുത്തിൽ. അതി നോട് എനിക്ക് നീതിപുലർത്തണം.'

കൃഷ്ണാനന്ദ് പാണ്ഡയുടെ ദയനീയമായ അപേക്ഷയ്ക്ക് മറുപടി പറഞ്ഞ ആ യുവാവിന്റെ മുഖം കോപം കൊണ്ട് ചുവന്നുതുടുത്തിരുന്നു.

'ഞാൻ പറഞ്ഞല്ലോ ബദ്രി! എന്നെന്നേക്കുമായി നീ ഇവളെ ഉപേ ക്ഷിക്കേണ്ട! എത്രയും വേഗം നീ തന്ത്രിയായി സ്ഥാനം ഏറ്റെടുത്തോളൂ! ഭഗവാന്റെ അനുമതി കിട്ടുന്ന നിമിഷം മുതൽ നിങ്ങൾക്ക് കുടുംബജീ വിതം തുടങ്ങാം.'

'അങ്ങനെയൊരു ഭഗവാന്റെയും ഔദാര്യം ഞങ്ങൾക്ക് ആവശ്യമില്ല! ഭഗവാനെ വിറ്റ് ജീവിക്കുന്നവർ ഇതൊക്കെ വിശ്വസിച്ചാൽ മതി. അക്കാ രണത്താൽ തന്ത്രിസ്ഥാനത്തു നിന്നും മാറിനിൽക്കേണ്ടി വന്നാലും ഞാൻ സന്തോഷത്തോടെ നിൽക്കും.'

'ഛീ... എന്തുപറഞ്ഞു നീ..? ഭഗവാനെ നിന്ദിക്കുന്ന മൂഢാ..!'

ഉയർന്നുപൊങ്ങിയ പാണ്ഡയുടെ കാലുകൾ താഴത്തെ പടിക്കെട്ടിൽ നിൽക്കുന്ന മകന്റെ നെഞ്ചിലേക്ക് ആഞ്ഞു പതിഞ്ഞു. തീർത്തും അപ്ര തീക്ഷിതമായുള്ള ആഘാതത്തിൽ ബദ്രി പടിയിലേക്ക് തലയടിച്ചു വീണു രുണ്ട് താഴേക്ക് പോകുന്നത് കണ്ടു ആര്യാംഹി തമ്പുരാട്ടി ഇരുകൈക ളും ചെവിയിൽ വെച്ച് അലറി വിളിച്ചു...

'ബദ്രീ...'

ഐസിയുവിനുള്ളിൽ ആര്യാംഹിത്തമ്പുരാട്ടിയുടെ ശ്വാസം അതിവേ ഗത്തിൽ ഉയർന്നു താഴുകയായിരുന്നു.

ഇതൊന്നുമറിയാതെ പുറത്ത് കേദാർ കുറച്ചുസമയം ഇടനാഴിയിൽ തന്നെ തനിച്ചിരുന്നു. ആകെ ഒരു മടുപ്പ് ബാധിച്ചത് കൊണ്ട് അവൻ എ ഴുന്നേറ്റ് ഇടനാഴിയിലൂടെ അങ്ങോട്ടുമിങ്ങോട്ടും നടന്നു. സമയം കടന്നു പോയിക്കൊണ്ടിരുന്നു. ഓരോ ചിന്തകളിൽ മുഴുകി എത്ര സമയമായി താൻ ഇങ്ങനെ നടക്കുന്നു എന്ന കാര്യമൊന്നും അവൻ ഓർത്തതേയി ല്ല.ഇത്രയും സമയം പൊടിഞ്ഞു പെയ്യുകയായിരുന്ന മഴ നിലച്ചിരിക്കു ന്നു. അന്തരീക്ഷം ആകെ ചലനമറ്റു നിൽക്കുന്നതുപോലെ. ഗ്രഹണ സ മയത്ത് ഇലകൾ പോലും ചലിക്കാതിരിക്കുന്നത് കണ്ടിട്ടുണ്ട്. അതുപോ ലെയാണ് കേദാറിന് തോന്നിയത്. ഇടനാഴിയിലൂടെ നടക്കുന്നതിനിട യിൽ പുറത്തു കാണുന്ന മരങ്ങളൊന്നും ചലിക്കുന്നത് പോലുമില്ല. ഇ ത്രയും സമയം വീശിക്കൊണ്ടിരിക്കുന്ന കാറ്റും എങ്ങോ പോയി മറഞ്ഞു കഴിഞ്ഞിരിക്കുന്നു. നിലാവിന്റെ ഒരു നേർത്ത വെട്ടം പോലും എവിടെ യും ഇല്ല. ആശുപത്രി വരാന്തയിലെ പഴയ മങ്ങിയ ബൾബുകളുടെ വെ

ളിച്ചം മാത്രം. പുറത്തേക്കു നോക്കുമ്പോൾ കട്ടപിടിച്ച ഇരുട്ട്. ഇന്ന് അ മാവാസിയാണെന്ന് കേദാറിന് മനസ്സിലായി. ചന്ദ്രന്റെ നേരിയവെളിച്ചം പോലും കാണാനില്ല. പ്രകൃതിയുടെ മാറ്റങ്ങൾ കാണുമ്പോൾ എന്തോ അവനിൽ പറഞ്ഞറിയിക്കാനാവാത്ത ഒരു അസ്വസ്ഥത മുളപൊട്ടുന്നു ണ്ടായിരുന്നു.പെട്ടെന്നാണ് എവിടെനിന്നോ നായ്ക്കൾ ഓരിയിട്ടുതുടങ്ങി യത്. ആദ്യം ഒന്നോ രണ്ടോ ശബ്ദങ്ങൾ മാത്രമാണെങ്കിൽ പിന്നീടത് അ തിവേഗം ഒരു കൂട്ടമായി രൂപാന്തരം പ്രാപിച്ചു. നിർത്താതെയുള്ള അവ റ്റകളുടെ ഓലിയിടൽ കേൾക്കുമ്പോൾ അവന്റെ മനസ്സിലെ അസ്വസ്ഥ ത വർദ്ധിച്ചുവന്നു.

തികച്ചും അപ്രതീക്ഷിതമായി ലൈറ്റുകൾ ഒന്നു രണ്ടു പ്രാവശ്യം മി ന്നി തെളിഞ്ഞ് പതുക്കെ അതിന്റെ വെളിച്ചം അണഞ്ഞു വരുന്നത് കേ ദാർ നോക്കി നിന്നു. ഇടനാഴി മുഴുവൻ ഇരുട്ടിൽ ആയതോടെ അവൻ തിരിച്ചു നടന്നു കസേരയിലേക്ക് പോയിരിക്കാൻ തുനിഞ്ഞു. പഴയ ഹോ സ്പിറ്റൽ ആയതുകൊണ്ടാവാം ഐസിയുവിനുള്ളിൽ മാത്രം ഇൻവെർ ട്ടർ പ്രവർത്തിക്കുന്നുണ്ട്. ഇടനാഴിയും ആശുപത്രിയുടെ പുറംഭാഗവും മുഴുവനായും ഇരുട്ടിൽ അമർന്നിരിക്കുന്നു.

എവിടെ നിന്നോ ഭസ്മത്തിന്റെ ഗന്ധം.

കസേരയിലേക്ക് വന്ന് ചാരിയിരുന്ന അവൻ ഒരു ഞെട്ടലോടെ ക ണ്ണുതുറന്ന് ചുറ്റും നോക്കി. വെറും ഭസ്മമല്ല.. ഇത് ചുടല ഭസ്മത്തിന്റെ ഗന്ധമാണ്.. ആദ്യം വളരെ നേർത്ത ഗന്ധം ആയിരുന്നെങ്കിൽ ഇപ്പോൾ അത് അതി രൂക്ഷമായിരിക്കുന്നു. ആരോ തൊട്ടടുത്ത് എത്തിയത് പോ ലെ.. കേദാറിന്റെ ദേഹത്തുകൂടി തണുത്തു വിറയ്ക്കുന്നതു പോലെ ഒ രു കുളിർമ്മ പിടഞ്ഞുണരുന്നത് അവൻ അറിയുന്നുണ്ടായിരുന്നു. ഒ ന്നു ചാടി എഴുന്നേൽക്കാൻ ആഗ്രഹമുണ്ടായിരുന്നെങ്കിലും അവന് ക ണ്ണുകൾ അടയുന്നത് പോലെയാണ് തോന്നിയത്. എന്തോ ഒരു താൽ ക്കാലികമായ മയക്കം തന്നെ ബാധിക്കുന്നതുപോലെ. അടഞ്ഞുപോകു ന്ന കൺപോളകളെ വലിച്ചുതുറന്നു കൊണ്ട് അവൻ ഇടനാഴിയിലേക്ക് നോക്കി.

വിജനമായ ഇടനാഴിയുടെ അങ്ങേയറ്റത്തു നിന്നും ഒരു പുക അവിട മാകെ പരക്കുന്നതുപോലെ അവനു തോന്നി.

അത് മുന്നോട്ടേക്ക് വരുന്നതനുസരിച്ച് ഇടനാഴിയുടെ ആ ഭാഗം വെ ളുപ്പിൽ നിറയുന്നു. ആകെ പുക മാത്രം. ആ പുകയ്ക്കുള്ളിൽ എവിടെ യോ നിന്ന് രുദ്രാക്ഷവും മണികളും കൂട്ടി ഉരയുന്ന ശബ്ദം പോലെ.അ ന്ന് മണികർണ്ണികാഘട്ടിൽ പോയി നിന്നപ്പോൾ ഉണ്ടായ അതേ രൂക്ഷഗ

ഡം. ആ ശ്മശാനത്തിൽ നിൽക്കുമ്പോൾ താൻ അനുഭവിച്ച അതേ അ നുഭൂതി. കേദാറിന്റെ ദേഹം അടിമുടി ഒന്നു കുളിർന്നുവിറച്ചു. പടർന്നു വരുന്ന പുകയിലേക്ക് താനും അലിഞ്ഞുചേരുന്നത് പോലെ അവനു തോന്നി. വലിച്ചു തുറക്കാനായി ശ്രമിച്ചെങ്കിലും അറിയാതെ കണ്ണുകൾ ആരോ തിരുമ്മി അടച്ചുകളയുന്നതുപോലെ.

'കേദാർ... എഴുന്നേൽക്ക്!എന്തൊരു ഉറക്കമാണിത്.'

ചേച്ചിയുടെ വിളികേട്ടാണ് പിന്നെ കേദാർ കണ്ണുതുറന്നത്. ഒരു ഞെ ട്ടലോടെ ചാടി എഴുന്നേറ്റ് ചുറ്റും നോക്കിയ അവനു മുന്നിൽ നല്ല വെളി ച്ചത്തിൽ രാകേഷും നയനയും കുളിച്ചു മാറ്റി സെറ്റർ ഒക്കെ ധരിച്ചു വ ന്നു നിൽക്കുന്നുണ്ടായിരുന്നു. നയന പകച്ചു നിൽക്കുന്ന അനിയന്റെ മു ഖത്തേക്ക് തന്നെയാണ് നോക്കുന്നതെങ്കിലും രാകേഷ് ചുറ്റും ശ്രദ്ധിച്ചു കൊണ്ടിരിക്കുകയായിരുന്നു.

കഴിഞ്ഞ കുറച്ചു ദിവസങ്ങളായി പരിചിതമായി തീർന്ന ആ ഗന്ധം രാകേഷ് ഒന്നുകൂടി ആഞ്ഞു ശ്വസിച്ചു.

ചുറ്റും നോക്കിയ അവനു മുന്നിൽ ഒഴിഞ്ഞു കിടക്കുന്ന ഇടനാഴിയും തങ്ങൾ മൂന്നുപേരും മാത്രം..

'നല്ല ആളെയാണ് ഇവിടെ ഏൽപ്പിച്ചത്! ഇങ്ങനെ ഇരുന്നു ഉറങ്ങാ മോ?'

ചേച്ചി പറയുന്നതും കേട്ടുകൊണ്ട് ഒരു വിഡ്ഢിയെപ്പോലെ പകച്ചു നിൽക്കുന്ന കേദാറിനോട് രാകേഷ് പെട്ടെന്ന് ചോദിച്ചു.

'ഇവിടെ ആരെങ്കിലും വന്നിരുന്നോ?'

കേദാർ ഒന്നു കൂടി ആലോചിച്ചു. ഇല്ല. ആരും വന്നിട്ടില്ല. പക്ഷേ ആ ഗന്ധം... അവൻ രാകേഷിനു നേർക്ക് തിരിഞ്ഞു കൊണ്ട് പറഞ്ഞു.

'വല്ലാത്തൊരു ഗന്ധം ഉണ്ടായിരുന്നു കുറച്ചു സമയം. എന്തോ പുക വന്നു നിറഞ്ഞതു പോലെ.'

'അതിനെയാണ് നമ്മൾ ശ്രദ്ധിക്കേണ്ടത്! എത്രയും പെട്ടെന്ന് നമു ക്ക് ആര്യയെയും കൊണ്ട് ഇവിടെ നിന്നു പോകണം. ജീവൻ വെച്ചുള്ള ആഭിചാരപ്രക്രിയകൾ പിഴച്ചാൽ തിരിച്ചു വരാൻ ഒരുമ്പെടുന്ന ആത്മാ വ് സ്വന്തം ശരീരം കിട്ടാതെ ആവുമ്പോൾ ഏറ്റവും ദുർബലമായ മറ്റൊ രു ശരീരത്തിൽ കയറിപ്പറ്റാൻ ശ്രമിക്കും. അങ്ങനെ എന്തെങ്കിലും അന്ന വിടെ സംഭവിച്ചിട്ടുണ്ടോ എന്ന് നമുക്ക് അറിയില്ല.'

രാകേഷ് എന്താണ് പറഞ്ഞു വരുന്നത് എന്ന് മനസ്സിലാവാതെ കേ ദാർ അവന്റെ ഓരോ വാക്കുകളും ശ്രദ്ധിച്ച് അവന്റെ കണ്ണുകളിലേക്ക് നോക്കി നിന്നു.

'ഏട്ടൻ എന്താ പറഞ്ഞുവരുന്നത്? ബദ്രിയുടെ ആത്മാവ് ഇവിടെ ആ രുടെയെങ്കിലും ശരീരത്തിലൂടെ ജീവിക്കുന്നുണ്ടാവും എന്നാണോ..?'

'അറിയില്ല. പക്ഷേ അതിനും സാധ്യതയുണ്ട്. എന്തിനും ആദ്യം ആ ര്യയെ ഒന്നു കാണട്ടെ.'

പിറ്റേന്നാണ് രാകേഷിന് അനുജത്തിയെ കയറി കാണാൻ കഴിഞ്ഞ ത്. അവൾ പൂർണ്ണമായും ഇപ്പോൾ സ്വബോധത്തിലേക്ക് തിരിച്ചുവന്നു എന്ന് പറഞ്ഞതോടൊപ്പം തന്നെ അവൾക്ക് പുതുതും പഴയതുമായ എല്ലാ കാര്യങ്ങളും ഇപ്പോൾ ഓർമ്മയുണ്ട് എന്ന സത്യവും ഡോക്ടർ രാകേഷി നോട് തുറന്നു പറഞ്ഞിരുന്നു. അതുകൊണ്ടുതന്നെ രാകേഷ് അടുത്തേ ക്ക് വന്നപ്പോൾ ആര്യയുടെ മനസ്സിൽ ചെറിയ ഭയവും കുറ്റബോധവും ഉടലെടുത്തുതുടങ്ങിയിരുന്നു.

'ഏട്ടന് എന്നോട് പിണക്കമാണോ?'

അവളുടെ സ്വരം ഇടറുന്നത് കേട്ടപ്പോൾ രാകേഷിന് സഹതാപം തോന്നി.

അവൻ അനുജത്തിയുടെ മുടിയിൽ തലോടി കൊണ്ട് പറഞ്ഞു.

'എനിക്ക് നിന്നോട് പിണക്കമില്ല! പക്ഷേ പല കാര്യങ്ങളും നീ ഇതു വരെ എന്നോട് തുറന്നു പറഞ്ഞിട്ടില്ല! നിന്റെ ജീവിതത്തിൽ എന്ത് സംഭ വിച്ചാലും എന്നോട് പറയാനുള്ള സ്വാതന്ത്ര്യം ഞാൻ നിനക്ക് തന്നിരുന്നു.

നിന്റെ ഒരു ഇഷ്ടങ്ങൾക്കും ഞാൻ ഇതുവരെ എതിർ നിന്നിട്ടില്ല എ ന്നാണ് എന്റെ ഓർമ്മ. എന്നിട്ടും നീ എന്തുകൊണ്ട് ബദ്രിയുടെ വിവരം എന്നോട് മറച്ചുവെച്ചു?'

ആര്യയുടെ മുഖത്ത് സങ്കടം തിങ്ങി. അവൾ പതുക്കെ ഏട്ടനോട് സംസാരിച്ചു തുടങ്ങി.

'ബദ്രിക്ക് ഇനിയും കുറച്ചു വർഷങ്ങൾ കൂടി ബ്രഹ്മചര്യം വേണമാ യിരുന്നു. അതിനിടയിൽ ഞങ്ങൾ വിവാഹിതരായ വിവരം ആരും അറി യരുതെന്ന് ബദ്രി ആഗ്രഹിച്ചു. എനിക്കുവേണ്ടി ഒരു സമുദായത്തിന്റെ മുഴുവൻ ആചാരങ്ങളെയും വിശ്വാസങ്ങളെയും കാറ്റിൽ പറത്തി കൊണ്ടാ ണ് അവൻ എന്റെ കഴുത്തിൽ താലികെട്ടിയത്. കാത്തിരിക്കാൻ ഞാൻ തയ്യാറായിരുന്നു. പക്ഷേ അവൻ എന്നെ നഷ്ടപ്പെടുത്താൻ വയ്യ എന്നു പറഞ്ഞു ഈ താലി വെച്ച് നീട്ടിയപ്പോൾ എനിക്ക് നിരസിക്കാൻ കഴി ഞ്ഞില്ല.'

'അത് എന്നോട് പറയാമായിരുന്നില്ലേ മോളെ? ഞാനത് മുത്തശ്ശനെ കൊണ്ട് സമ്മതിപ്പിച്ചേനെ.'

'ബദ്രിയെയും കൊണ്ട് നാട്ടിലേക്ക് വരാൻ ആയിരുന്നു ഞാൻ തീരു

മാനിച്ചത്. അവിടെവെച്ച് നിങ്ങളുടെ എല്ലാം അനുഗ്രഹം വാങ്ങി തിരി ച്ചു പോരണം എന്ന ആലോചനയിലാണ് ഞങ്ങൾ ബദ്രിയുടെ അച്ഛനെ കാണാൻ ഇവിടെ എത്തിയത്.'

'എന്നിട്ട്..?'

'അദ്ദേഹം ഞങ്ങളെ വീട്ടിൽ കയറ്റിയില്ല! ബദ്രിയുമായി വലിയ തർ ക്കങ്ങൾ നടന്നു. ബദ്രിയുടെ നെഞ്ചിൽ ചവിട്ടി. ഞാൻ പേടിച്ചു വിറച്ചു പോയി. ബോധം നഷ്ടപ്പെട്ടുപോയ എന്നെയും കൊണ്ട് അവൻ അവിടെ നിന്നും രക്ഷപ്പെട്ടു പോരുമ്പോൾ ബദ്രിയുടെ പിതാവ് ഞങ്ങളെ അംഗീ കരിക്കാൻ തയ്യാറാണെന്ന് പറഞ്ഞുകൊണ്ട് ഒരു ദൂതനെ അയച്ചു. സ ന്ധ്യ കഴിഞ്ഞു മണികർണികാഘട്ടിൽ വന്ന് അദ്ദേഹത്തെ കാത്തിരി ക്കാൻ പറഞ്ഞു.'

ആര്യയുടെ ഓരോ വാക്കുകളും ശ്രദ്ധയോടെ കേൾക്കുകയായിരു ന്ന രാകേഷ് മുഖം തിരിച്ചു നോക്കിയപ്പോൾ നയനയും കേദാറും അവ ളെ തന്നെ കേട്ടു കൊണ്ടിരിക്കുകയായിരുന്നു. ആകാംക്ഷ അടക്കാനാ വാതെ കേദാറാണ് ഇടയിൽ കയറി ചോദിച്ചത്.

'എന്നിട്ട് ബദ്രിയുടെ അച്ഛൻ വന്നോ? നിങ്ങൾ മണികർണികാഘട്ടിൽ പോയോ?'

'പോയി.. അച്ഛൻ പറഞ്ഞതുപോലെ സന്ധ്യ കഴിഞ്ഞു ഞങ്ങൾ രണ്ടു പേരും മണികർണികാഘട്ടിൽ പോയി അച്ഛനെയും കാത്തിരുന്നു. എനി ക്ക് നല്ല ഓർമ്മയുണ്ട് പുറകിലേക്ക് തിരിഞ്ഞു നോക്കിയാൽ കത്തുന്ന ഒരുപാട് ചിതകൾ കണ്ട് പരിഭ്രമിച്ച ഞാൻ ബദ്രിയുടെ ചുമലിൽ തല ചായ്ച്ചു കൊണ്ട് നദിയിലേക്ക് നോക്കി ഇരിക്കുകയായിരുന്നു. എന്റെ പേടി മാറ്റാനായി അവൻ എന്തൊക്കെയോ സംസാരിക്കുന്നുണ്ടായിരുന്നു.'

പറഞ്ഞുകൊണ്ടിരിക്കുന്നതിനിടയിൽ ആര്യയുടെ മുഖഭാവം മാറുന്ന ത് രാകേഷ് ശ്രദ്ധിച്ചു. അവൻ അവളുടെ കയ്യിൽ മുറുകെ പിടിച്ച് അമർ ത്തിക്കൊണ്ട് ചോദിച്ചു.

'എന്നിട്ട്..?'

'പെട്ടെന്നാണ് പുറകിൽ നിന്നും അച്ഛൻ ബദ്രിയെ അടിച്ചത്! ഒരു വ ലിയ മരക്കഷണം കൊണ്ട് അടിക്കുന്നത് പോലെയാണ് എനിക്ക് തോ ന്നിയത്. പക്ഷേ അവൻ അത് കണ്ടില്ല. ഞാൻ നോക്കിനിൽക്കെ ബദ്രി വെള്ളത്തിലേക്ക് കമിഴ്ന്നു വീണു. ഒന്ന് അനങ്ങിയത് പോലുമില്ല. ഞാൻ അലറിക്കരഞ്ഞുകൊണ്ട് അവനെ രക്ഷിക്കാനായി വെള്ളത്തിലേക്ക് എ ടുത്തുചാടി. പക്ഷേ അപ്പോഴേക്കും അച്ഛൻ മകനെ വെള്ളത്തിൽ നി ന്നും കരഞ്ഞുകൊണ്ട് എടുത്തുയർത്തി കഴിഞ്ഞിരുന്നു.'

'പിന്നീട് എന്ത് സംഭവിച്ചു?'

'എനിക്ക് കൃത്യമായി ഓർമ്മയില്ല! ബദ്രി നഷ്ടപ്പെട്ടു എന്ന് മനസ്സിലാ
യപ്പോൾ എനിക്ക് ആകെ ഭ്രാന്ത് പിടിച്ചിരുന്നു. ഞാനാണ് എന്നുതോ
ന്നുന്നു അവന്റെ മൃതദേഹം ചുടാറുന്നതിനു മുൻപ് ജീവൻ തിരിച്ചു പിടി
ക്കാനുള്ള ആഭിചാരം ചെയ്യാമെന്ന് അവരോട് പറഞ്ഞത്.

മുത്തശ്ശൻ പഠിപ്പിച്ച കുറച്ചു കാര്യങ്ങൾ എനിക്ക് ഓർമ്മയുണ്ടായിരു
ന്നു. അല്പജ്ഞാനം ആപത്താണെന്ന് അറിയാഞ്ഞിട്ടല്ല. എന്റെ മുന്നിൽ
മറ്റുവഴികൾ ഇല്ലായിരുന്നു.'

തനിക്ക് ചുറ്റുമിരുന്ന് തന്നെ കേട്ടുകൊണ്ടിരിക്കുന്ന മൂന്നുപേരെയും
ശ്രദ്ധിക്കാതെ ആര്യ പറഞ്ഞുകൊണ്ടിരുന്നു.

'ബദ്രിയുടെ അച്ഛൻ കൂടി സമ്മതിച്ചതോടെ ചടങ്ങുകൾ തിടുക്കത്തിൽ
നടത്താനുള്ള ഒരുക്കങ്ങൾ തുടങ്ങിയിരുന്നു. അഘോരിയെ ഒക്കെ വിളി
ക്കാൻ പോയത് എനിക്ക് ഓർമ്മയുണ്ട്. ഞാൻ പൂജതുടങ്ങുമ്പോൾ അ
വിടെ ഒരുപാട് ആളുകൾ ഉണ്ടായിരുന്നു. പുറത്ത് ചിതയുടെ അരികിൽ
ഉറങ്ങിക്കിടക്കുന്ന കുറെ അഘോരികളെയും സന്യാസിമാരെയും എനി
ക്ക് ഇപ്പോഴും ഓർമ്മയുണ്ട്...'

കിതച്ചുകൊണ്ടിരിക്കുന്ന അനുജത്തിയെ തന്റെ നെഞ്ചോട് ചേർത്തു
പിടിച്ച് അവളുടെ ചുമലിൽ മൃദുവായി തട്ടിക്കൊണ്ടിരുന്നു രാകേഷ്.

'പിന്നെ... പിന്നെ എന്താണ് സംഭവിച്ചത് എന്ന് എനിക്ക് ഓർമ്മയില്ല.
എനിക്ക് മുന്നിൽ നീണ്ടു നിവർന്നു കിടക്കുന്ന വെള്ളപുതച്ച ബദ്രിയു
ടെ മൃതശരീരം എനിക്ക് ഓർമ്മയുണ്ട്. പിന്നീട് എനിക്ക് ഓർമ്മ വരു
മ്പോൾ ഞാൻ വാരണാസിയിൽ ആണ്. ബദ്രി എന്റെ അടുത്തുതന്നെ
എവിടെയോ ഉള്ളതുപോലെ. പക്ഷേ അവനോടൊന്നും ചോദിക്കാൻ കഴി
യുന്നില്ല എനിക്ക്. പലപ്പോഴും ഞാൻ മയങ്ങിപ്പോകുന്നു. അന്ന് എന്താ
ണ് സംഭവിച്ചത് എന്ന് എനിക്കൊന്ന് ചോദിക്കണമെന്ന് ആഗ്രഹമുണ്ട്.
പക്ഷേ...'

'സാരമില്ല! മോളതൊന്നും ആലോചിക്കേണ്ട. നീ ഒരു കാര്യം മാ
ത്രം മനസ്സിലാക്കിയാൽ മതി. ബദ്രി ഈ ലോകത്ത് ഇനി ഇല്ല. അന്ന
ത്തെ ആ അപകടത്തിൽ അവനെ അവർ കൊന്നുകളഞ്ഞു.'

11

ആര്യ വിതുമ്പിക്കരഞ്ഞുകൊണ്ട് ഏട്ടന്റെ നെഞ്ചിലേക്ക് തളർന്നു വീ
ണുകഴിഞ്ഞിരുന്നു.

'ബദ്രിക്ക് എന്താണ് സംഭവിച്ചത് എന്ന് അവനറിയണം ആദ്യം. അ

73

വനത് അറിയാത്തതുകൊണ്ടാണ് ഇപ്പോഴും നിന്നെതന്നെ ചുറ്റിത്തിരി യുന്നത്.'

ആര്യയുടെ വിതുമ്പലുകൾ ഉച്ചത്തിൽ ആയി. ഏട്ടന്റെ ഷർട്ടിൽ മുറു കെപ്പിടിച്ചുകൊണ്ട് അവൾ കരഞ്ഞുകൊണ്ടേയിരുന്നു.

'അതിന് ആദ്യം അറിയേണ്ടത് അന്നത്തെ പൂജ പിഴച്ചതിനുശേഷം അവിടെ എന്താണ് സംഭവിച്ചത് എന്നാണ്. ഇതിനെല്ലാം നീ എന്റെ കൂ ടെ വേണം. സ്വന്തം പിതാവിനാലാണ് താൻ കൊല്ലപ്പെട്ടതെന്ന് ബദ്രി യെ അറിയിക്കണം. നമ്മൾ ഒരുമിച്ചാണെങ്കിൽ മാത്രമേ ഇതൊക്കെ നട ക്കുകയയുള്ളൂ.'

ഒന്നും പറയാതെ കരഞ്ഞുതളരുന്ന ആര്യയെയും പിടിച്ചുകൊണ്ട് ഒ രുപാട് സമയം രാകേഷ് അങ്ങനെതന്നെ ഇരുന്നു. ഒടുവിൽ കരഞ്ഞു ത ളർന്ന് അവൾ ഉറങ്ങിത്തുടങ്ങിയപ്പോഴാണ് രാകേഷ് മുഖംതിരിച്ചത്. ന യനയും കിടക്കയിൽ ചുരുണ്ടു കൂടി കിടന്നു മയങ്ങുകയായിരുന്നു.ആ ര്യയെ കിടക്കയിലേക്ക് ചായ്ച്ചുകിടത്തി എഴുന്നേൽക്കാൻ തുനിയുക ആയിരുന്ന രാകേഷ് അതുപോലെ തന്നെ നിൽക്കുന്നതു കണ്ടാണ് കേദാർ അവനെ ശ്രദ്ധിച്ചത്.

തിടുക്കത്തിൽ കേദാറിനു നേർക്കുതിരിഞ്ഞ രാകേഷ് അവനോട് ചുണ്ടുവിരൽ മുഖത്തേകടുപ്പിച്ച് മിണ്ടരുത് എന്ന് ആംഗ്യം കാണിച്ചു..

കേദാർ ചുറ്റും നോക്കി... അതെ പ്രകൃതി നിശ്ചലമായിക്കഴിഞ്ഞിരി ക്കുന്നു. എവിടെനിന്നോ വെളുത്ത പുക മുറിയിലേക്ക് വ്യാപിക്കുകയാ ണ്... സഹിക്കാനാവാത്ത ശ്മശാനത്തിന്റെയും ചുടലഭസ്മത്തിന്റെയും രൂക്ഷഗന്ധം... ആ പുകപടലങ്ങൾക്കിടയിൽ എവിടെനിന്നോ രുദ്രാക്ഷ വും നേർത്ത മണികിലുക്കവും ഇടകലരുന്ന ശബ്ദം...

രാകേഷിന്റെ ദേഹമാസകലം രോമങ്ങൾ എഴുന്നേറ്റ് നിന്നു. ഇത്ര യും സമയം താൻ കാത്തിരുന്ന മുഹൂർത്തമാണ് വരാൻ പോകുന്നത് എന്ന് അവന് മനസ്സിലായി.

കേദാറിന് കാര്യം മനസ്സിലായില്ലെങ്കിലും അവൻ രാകേഷിന്റെ അടു ത്തേക്ക് ചെന്ന് അവനോടൊപ്പം നിന്നു. അപ്പോഴേക്കും ആ നനത്ത പു കപടലം മുറിയിലേക്ക് കുറച്ചുകൂടി വ്യാപിച്ചു കഴിഞ്ഞിരുന്നു. ആ പുക മറയ്ക്കുള്ളിൽ ആരോ എന്തോ മന്ത്രിക്കുന്നതുപോലെ രാകേഷിന് അനു ഭവപ്പെടുന്നുണ്ടായിരുന്നു...

അവന്റെ കൈകൾ കഴുത്തിലെ രുദ്രാക്ഷ മാലയിലേക്ക് പതുക്കെ നീങ്ങി. ദേവി സ്തോത്രം ഉരുക്കഴിക്കുന്നതിനോടൊപ്പം ഓരോ രുദ്രാക്ഷ ങ്ങളിലുമായി അവൻ വിരലുകൾ കൊണ്ട് തെരുപ്പിടിപ്പിച്ചു.

അകത്തേക്ക് വ്യാപിച്ച ആ വെളുത്തപുക മുറിയിൽ കലർന്നതോടെ കേദാറിന് മയക്കം അനുഭവപ്പെട്ടു തുടങ്ങി. അടഞ്ഞുപോകുന്ന കണ്ണു കൾ വലിച്ചുതുറന്നുകൊണ്ട് അവൻ രാകേഷിനെ തൊട്ടുകൊണ്ടുതന്നെ നിന്നു.

കുറച്ചുസമയത്തെ ജപങ്ങൾക്ക് ശേഷം രാകേഷ് പെട്ടെന്നുണ്ടായ എന്തോ ഉൾവിളി എന്നപോലെ കഴുത്തിലെ രുദ്രാക്ഷം അഴിച്ച് ആര്യ യുടെ കഴുത്തിലേക്ക് ഇട്ടു. മുറി നിറയെ പതഞ്ഞു നിറയുകയായിരുന്ന പുക പെട്ടെന്നാണ് കാറ്റടിച്ചതുപോലെ നീങ്ങിത്തുടങ്ങിയത്. രൂക്ഷമായ ചിതാഭസ്മത്തിന്റെ ഗന്ധം കുറഞ്ഞു വരുന്നതുപോലെ. മുറിയിൽ ഉണ്ടാ വുന്ന മാറ്റങ്ങൾ രാകേഷിനൊപ്പം തന്നെ കേദാറിനും അനുഭവിക്കാൻ കഴിഞ്ഞു. പതുക്കെപ്പെതുക്കെ അവർ നോക്കിനിൽക്കേ മുറി തെളിഞ്ഞു വരികയായിരുന്നു..

'കേദാർ പെട്ടെന്ന് വാ.'

കേദാറിനെ വിളിച്ചുകൊണ്ട് രാകേഷ് പുറത്തേക്കിറങ്ങി.

ഇത്രയും സമയം മുറിയിൽ ഉണ്ടായിരുന്ന ആ നേർത്ത പുകപടലം ഇടനാഴിയിലൂടെ അകന്നു പോകുന്നത് കേദാർ ഒരു ഞെട്ടലോടെ ക ണ്ടു. അതിനു നേർക്ക് കുതിച്ച രാകേഷിന് പിറകെ മറ്റൊന്നും ആലോ ചിക്കാതെ കേദാറും ഓടിത്തുടങ്ങി.

രാകേഷിന്റെ തോളിലെ രക്ഷ ശക്തിയായി വിറച്ചു തുടങ്ങി. അവൻ അതിൽത്തന്നെ കൈ അമർത്തി കുറച്ചു സമയം കണ്ണുകൾ അടച്ചു നി ന്നശേഷം കേദാറിനോട് പറഞ്ഞു.

'അവൻ നമ്മെ കബളിപ്പിച്ച് മാറിക്കളയുകയാണ്.. വിടരുത്..'

'പക്ഷേ ഏട്ടാ എങ്ങോട്ടേക്ക്?ഒന്നും കാണാൻ കഴിയുന്നില്ലല്ലോ?'

ഏകാഗ്രതയോടെ ഭഗവതിയെ ധ്യാനിച്ചുകൊണ്ടു നോക്കൂ! എവി ടെയെങ്കിലും അമ്മ നമുക്കായി ഒരു സൂചന കാണിക്കാതിരിക്കില്ല.'

അപ്പോഴേക്കും ഇരുവരും തെരുവിലേക്ക് ഇറങ്ങിക്കഴിഞ്ഞിരുന്നു. സ മയം അർദ്ധരാത്രി കഴിഞ്ഞതു കൊണ്ടാവാം തെരുവുകൾ ഒക്കെ ഏറെ ക്കുറെ വിജനമാണ്. അങ്ങേയറ്റത്ത് നടന്നകലുന്ന കുറച്ച് അഘോരിക ളെ കണ്ടതോടെ രാകേഷിന്റെ കണ്ണുകൾ അങ്ങോട്ടേക്കായി...

'അവരുടെ കൂട്ടത്തിൽ ഉണ്ടാവും... പെട്ടെന്ന് വരൂ കേദാർ.. ഭയമു ണ്ടെങ്കിൽ നീ തിരിച്ച് ഹോസ്പിറ്റലിലേക്ക് പൊയ്ക്കോളൂ.'

'എന്തിനാ ഭയം? ഏട്ടൻ ഉണ്ടല്ലോ കൂടെ. ഞാനും വരുന്നു.'

പറയുന്നതിനോടൊപ്പം തന്നെ രാകേഷിനെ അനുഗമിച്ചുകഴിഞ്ഞിരു ന്നു കേദാർ. നോക്കി നിൽക്കെയാണ് അഘോരികൾ വേഗത കൂട്ടിയത്.

അവർ ഒഴുകി നീങ്ങുകയയാണെന്നാണ് രാകേഷിന് തോന്നിയത്. നദിയി
ലേക്കുള്ള പടവുകളിലേക്ക് അവർ തിരിഞ്ഞേക്കും എന്ന രാകേഷിന്റെ
പ്രതീക്ഷ തെറ്റിച്ചു കൊണ്ട് ആ കൂട്ടം മുകളിലേക്ക് തന്നെ നടക്കുകയാ
യിരുന്നു. ഇടുങ്ങിയ തെരുവുകളിലൂടെ കൂടുതൽ കൂടുതൽ അകത്തേ
ക്ക് കടക്കുന്നതിന് അനുസരിച്ച് തെരുവുകൾ ഇരുണ്ടും വൃത്തിഹീനമാ
യും വന്നുകൊണ്ടിരുന്നു. കുറച്ചുകൂടി ഉള്ളിലേക്ക് ചെന്നതോടെ അടു
ക്കിവെച്ച വിറകുകെട്ടുകളാണ് റോഡിന് ഇരുവശത്തും ദൃശ്യമായത്. വീ
ണ്ടും ഉള്ളിലേക്ക് നടക്കുന്നതിനനുസരിച്ച് വഴി കൂടുതൽ ഇടുങ്ങി വ
ന്നു. അതനുസരിച്ച് ഇരുവശങ്ങളിലുമുള്ള വിറകിന്റെ കെട്ടുകളുടെ വ
ലിപ്പവും കൂടി വന്നു.

നോക്കുന്നിടത്തെല്ലാം ഉണക്ക വിറകിന്റെ വലിയ മല. ആദ്യമാദ്യം
തെരുവിന്റെ ഇരുവശങ്ങളിലും മാത്രം കണ്ട വിറകുശേഖരം പിന്നീട് വ
ലിയ കെട്ടിടങ്ങളുടെ ഉയരത്തിൽ നിറഞ്ഞു പരന്നുകിടന്നു.

അതിനിടയിലൂടെ കഷ്ടി രണ്ടോ മൂന്നോ പേർക്ക് മാത്രം നടക്കാനാ
വുന്ന വഴി മാത്രമേ ഇനി ബാക്കിയുള്ളു. ദിക്കറിയാതെ കുഴങ്ങിപ്പോയ
യാത്രികരെ പോലെ കേദാറും രാകേഷും ചുറ്റും നോക്കി അവിടെത്ത
ന്നെ കുറച്ചുസമയം നിന്നുപോയി. ഇത്രയും സമയം കാണുന്ന ദൂരത്തിൽ
ആയിരുന്ന അഘോരികളുടെ സംഘത്തെ ഇപ്പോൾ കാണാനേയില്ല.

അവരെങ്ങോട്ടേക്കാണു മാഞ്ഞു പോയതെന്നു മനസ്സിലാകുന്നില്ല. എ
ങ്ങോട്ട് നോക്കിയാലും വിറകുകൾ മാത്രം.

'അവരെങ്ങോട്ട് പോയി?'

ചുറ്റുമുള്ള വിറകുകൾ നോക്കിനിൽക്കെ രാകേഷിന് ഈ ഇടുങ്ങിയ
വഴി അവരുടെ താവളത്തിലേക്ക് ഉള്ളതാവുമോ എന്ന് തോന്നി. അവൻ
കേദാറിനെ നോക്കി മുന്നോട്ടേക്ക് തന്നെ നീങ്ങാൻ പറഞ്ഞുകൊണ്ട് ഇ
രുവരും മുന്നോട്ടേക്ക് തന്നെ നീങ്ങി. ഇടുങ്ങിയ പടവുകളിലൂടെ വിറകു
കൾക്കിടയിലൂടെ ഇരുവരും കഷ്ടപ്പെട്ട് ഞെരുങ്ങി ഇറങ്ങി.കുറച്ചുകൂടി
താഴേക്ക് ഇറങ്ങിയപ്പോൾ ചിതാഭസ്മത്തിന്റെ രൂക്ഷഗന്ധം അവിടെ ആ
കെ പരക്കുന്നത് രാകേഷ് മനസ്സിലാക്കി.

അവൻ ഒരു ഞെട്ടലോടെ മുന്നോട്ടു നോക്കിയപ്പോൾ കേദാർ അവി
ടെ തന്നെ തറഞ്ഞുനിൽക്കുകയായിരുന്നു.

'ഏട്ടാ! ഇത് മണികർണികാഘട്ടല്ലേ?'

ആ ഇടുങ്ങിയ പടവുകളുടെ താഴെയായി മണികർണികാഘട്ടിൽ മൃത
ദേഹങ്ങൾ ജ്വലിക്കുന്നതിന്റെ വെളിച്ചം വ്യക്തമായി കാണാമായിരുന്നു.
അതിനിടയിൽ എവിടെയോ അവർ മാഞ്ഞു പോയിരിക്കുന്നു. ഇവിടെ

എവിടെയോ ആവാം അവരുടെ താവളം. ഈ വഴി നേരെ ഇറങ്ങിയാൽ ശ്മശാനത്തിലേക്ക് ഏറ്റവും എളുപ്പമാണ്. രാകേഷ് കണ്ണുകളടച്ച് മനസ്സിൽ ദേവിയെ സ്തുതിച്ചു. അവന്റെ മനസ്സിലെ തടസ്സങ്ങളുടെ മതിൽ ക്കെട്ടുകൾ ഇടിഞ്ഞുവീഴാൻ വിഘ്നേശ്വരന്റെ കൃപയ്ക്കായി ജപിച്ചു തു ടങ്ങി. കുറച്ചു നിമിഷങ്ങൾക്കുശേഷം ഒന്നും പറയാതെ രാകേഷ് താഴേ ക്ക് ഇറങ്ങിത്തുടങ്ങി.

ഉള്ളിലെ ഭയം പുറത്തുകാണിക്കാതെ കേദാറും അവനെ അനുഗമി ച്ചു. താഴേക്ക് ഇറങ്ങുന്നതിന് അനുസരിച്ച് മണികർണ്ണികാഘട്ടത്തിലെ ദൃശ്യങ്ങൾ കൂടുതൽ തെളിഞ്ഞുവന്നു. നിറയെ എരിഞ്ഞു കത്തുന്ന ചി തകൾക്കിടയിലേക്ക് രാകേഷും കേദാറും ഇറങ്ങി വന്നു. എന്തോ അ ന്വേഷിക്കുന്നതുപോലെ രാകേഷ് ചുറ്റും നോക്കി. അവന്റെ ചുണ്ടുകൾ ജപം തുടർന്നു കൊണ്ടേയിരുന്നു. എരിഞ്ഞ കത്തുന്ന ചിതകൾക്കിടയി ലേക്ക് ആ രണ്ട് യുവാക്കളും ഇറങ്ങുന്നതിനനുസരിച്ച് ഇരുവശങ്ങളി ലും ഉള്ള ചിതാഭസ്മം മുകളിലേക്ക് പാറിപ്പടരുന്നുണ്ടായിരുന്നു. വല്ലാ ത്തൊരു ശബ്ദത്തിൽ വീശിയടിച്ച കാറ്റിൽ ചിതയിലെ വെണ്ണീർ മൊ ത്തം ഇളകിപ്പറന്ന് കനലുകൾ മാത്രം ജ്വലിച്ചുനിന്നു.

ജ്വലിച്ചുനിൽക്കുന്ന ആ കനലുകൾക്കിടയിലൂടെ പകുതിയും കരി ഞ്ഞ മൃതദേഹങ്ങൾ തെളിഞ്ഞുകാണാമായിരുന്നു. പേടിയോടെ ഒരു ചിതയിലേക്ക് നോക്കിയ കേദാർ മുഖം മുഴുവനും ഉരുകി തീർന്ന ആ ജ ഡത്തിന്റെ പല്ലുകളുടെ ഭാഗം എഴുന്നു നിൽക്കുന്നത് കണ്ട് വിറച്ചുപോ യി. പേടികൊണ്ട് അവന്റെ ഉള്ളിലൂടെ ഒരു തണുപ്പ് പടരുന്നത് അവൻ അറിഞ്ഞു. ഇതൊന്നുമറിയാതെ രാകേഷ് ജപിച്ചു കൊണ്ടേയിരുന്നു. കേ ദാറിന്റെ ഭയമകറ്റാനായി അവൻ പറഞ്ഞു.

'അധമ മന്ത്രങ്ങൾ ഉരുവിടേണ്ട ശ്മശാനത്തിൽ വേദ മന്ത്രങ്ങൾ ഉരു വിടുന്നതിന്റെ തിരിച്ചടികളാണിത്. പ്രകൃതി പലവിധത്തിലും കോപിക്കും. കണക്കാക്കേണ്ട.'

ശരിയാണ് കാറ്റിന്റെ ശക്തി കൂടിക്കൊണ്ടേയിരിക്കുന്നു. ചിതകളിൽ നിന്നും പൊട്ടിത്തെറിക്കുന്ന തീക്കനലുകൾ കൊണ്ട് മണികർണ്ണികാഘട്ട് നിറഞ്ഞിരിക്കുന്നു.

ജപിച്ചുകൊണ്ട് ഓരോ പടവുകളായി ഇറങ്ങിക്കൊണ്ടിരുന്ന രാകേ ഷ് ഏതോ ഒരു പടിക്കെട്ടിൽ നിശ്ചലനായി. കണ്ണുകൾ അടച്ച് കുറച്ചു സമയം ധ്യാനത്തിൽ നിന്നശേഷം അവൻ മുഖം വലതു വശത്തേക്ക് തിരിച്ചു. അവിടെ അണഞ്ഞു തുടങ്ങിയ ചിതകളുടെ അരികിൽ ഒരുപാ ട് അഘോരികൾ നിരന്നിരിക്കുന്നുണ്ടായിരുന്നു. ഒരു സ്വപ്നത്തിൽ എ

ന്നപോലെ രാകേഷ് ആ ഭാഗത്തേക്ക് തിരിഞ്ഞു. ചുണ്ടുകളിലെ നേർ ത്ത മന്ത്രജപം നിർത്താതെ കണ്ണുകൾ അടച്ച് അവൻ മുന്നോട്ടേക്ക് ത ന്നെ നടന്നു.

കുറച്ചു നിമിഷങ്ങൾക്കൊടുവിൽ എരിഞ്ഞമർന്നു കിടക്കുന്ന ഒരു ചി തയുടെ അരികിൽ അവൻ നിശ്ചലനായി. കേദാർ അവന്റെ പിറകിൽ നി ന്നും മുന്നോട്ടേക്ക് എത്തിനോക്കി.അവിടെ കത്തിത്തീർന്ന ഒരു ചിതയു ടെ അരികിൽ ആ ഭസ്മം മുഴുവൻ ദേഹമാസകലം വാരിപ്പൂശി അതിൽ അമർന്നു കിടക്കുകയായിരുന്നു ഒരു അഘോരി. നീണ്ടു മെലിഞ്ഞു വി ളർത്ത ദേഹം. ശരീരം മുഴുവനും ചുളിഞ്ഞു ചെതുമ്പൽ പിടിച്ചത് പോ ലെ. മുടിയഴകൾ നിറയെ ഭസ്മവും ചെളിയും കൂടിക്കലർന്ന് ചുരുണ്ടി റങ്ങിയിരിക്കുന്നു. ഒറ്റ നോട്ടത്തിൽ അയാൾ മരിച്ചു കിടക്കുകയാണെന്ന് തോന്നുന്നു.

'മറഞ്ഞുനിന്നുള്ള കളികൾ അവസാനിപ്പിക്കാൻ സമയമായി ബദ്രി.. പറയൂ നിനക്കെന്തു വേണം..?'

രാകേഷിന്റെ ചോദ്യം കേട്ട് ഒരു നടുക്കത്തോടെ കേദാർ അയാളെ തന്നെ നോക്കി. ഇത്രയും സമയം കണ്ണുകൾ അടച്ച് കിടക്കുകയായിരു ന്ന അയാളുടെ മുഖത്തേക്ക് ഇപ്പോഴാണ് അവൻ കൃത്യമായി നോക്കി യത്. ഒന്നോ രണ്ടോ നിമിഷങ്ങൾക്കൊടുവിൽ അവൻ ഒരു ഞെട്ടലോ ടെ അയാളെ തിരിച്ചറിഞ്ഞു.

'ഏട്ടാ ഇത് ? അന്ന് നമ്മളെ സഹായിച്ച...'

ഇതിനു മുൻപ് പല പ്രാവശ്യം തങ്ങൾ കണ്ടിട്ടുള്ള അഘോരിയാണ് ഇതെന്ന് രാകേഷിനും മനസ്സിലായിക്കഴിഞ്ഞിരുന്നു.

അവൻ നിശ്ശബ്ദനായി തന്റെ രക്ഷയിൽ മുറുകെ പിടിച്ചുകൊണ്ട് വീ ണ്ടും ജപം തുടർന്നു. ബോധംകെട്ട് ഉറങ്ങുന്നത് പോലെയുള്ള ആ കിട ത്തം വല്ലാതെ അസ്വസ്ഥമാകുന്നത് പോലെ അയാൾ ചലിക്കുന്നുണ്ടാ യിരുന്നു. രാകേഷിന്റെ ജപം ഉച്ചത്തിൽ ആയി.

'നിനക്കെന്തു വേണം?'

ജപത്തിനിടയിൽ മുഖത്ത് ചുടുള്ള വെണ്ണീർ പാറി വീണപ്പോൾ രാകേ ഷ് ഒരു നടുക്കത്തോടെ കണ്ണുകൾ തുറന്നു. അവന്റെ മുഖത്തോട് മുഖം ചേർത്ത്. കണ്ണുകളിലേക്ക് തന്നെ നോക്കിക്കൊണ്ട് നിൽക്കുകയായിരു ന്നു ആ അഘോരി.

രാകേഷ് അയാളുടെ കണ്ണുകളിലേക്ക് തന്നെ രൂക്ഷമായി നോക്കി. അഘോരിയുടെ കണ്ണുകളിലേക്ക് ആഴ്ന്നിറങ്ങുന്ന അവന്റെ കൃഷ്ണമ ണികൾക്ക് കാണാമായിരുന്നു വാരിപൂശിയ ആ വേഷത്തിനുള്ളിൽ പിട

യ്ക്കുന്ന ബദ്രിയുടെ ആർദ്രമായ മിഴികൾ.

'എന്തിനെന്റെ സഹോദരിയെ നീ പിന്തുടരുന്നു? മരിച്ചിട്ടും മരിക്കാതെ എന്തിനീ ദേഹം ഉപയോഗിക്കുന്നു?'

അഘോരിയിൽ നിന്നും ഒരു മറുപടി പോലും ഉണ്ടായില്ല. അയാൾ തീർത്തും ഒരു ഭ്രാന്തനെപ്പോലെ രാകേഷിനെ തന്നെ തുറിച്ചു നോക്കു കയാണ്.

'നീ ബദ്രി ആണെന്ന് എനിക്ക് മനസ്സിലായി. നീ എങ്ങനെ ഈ വൃ ദ്ധന്റെ ശരീരത്തിൽ പ്രവേശിച്ചു എന്നും എനിക്ക് മനസ്സിലായി..'

ചോദ്യഭാവത്തോടെയുള്ള അഘോരിയുടെ കണ്ണുകളുടെ ചലനം തി രിച്ചറിഞ്ഞ രാകേഷ് തലയുയർത്തിപ്പിടിച്ച് അയാളുടെ കണ്ണുകളിലേക്ക് തന്നെ നോക്കിക്കൊണ്ടു പറഞ്ഞു.

'ആര്യ നടത്തിയ ആഭിചാര കർമ്മം പിഴച്ചു പോയതോടെ തിരിച്ചുവ രാൻ ഒരുമ്പെട്ട നിന്റെ ആത്മാവിന് ആ കരുത്ത് നഷ്ടപ്പെടുന്നതിനു മുൻ പ് ഒരു ശരീരം വേണമായിരുന്നു. മൃതപ്രാണനായി പട്ടിണിയും ഭാംഗി ന്റെ അമിതമായ ഉപയോഗവും മൂലം ബോധമില്ലാതെ ചിതയ്ക്കരികിൽ കിടന്ന ഏറ്റവും ദുർബലമായ ശരീരത്തിലേക്കാണ് നീ പ്രവേശിച്ചത്. അതൊരു അഘോരി ആയതുകൊണ്ട് ആരും അറിഞ്ഞില്ല.'

അഘോരിയുടെ കണ്ണുകൾ ഇടുങ്ങിവരുന്നത് കേദാർ ശ്രദ്ധിക്കുന്നു ണ്ടായിരുന്നു. അവൻ ഒരു ധൈര്യത്തിന് വേണ്ടി രാകേഷിന്റെ കൈയിൽ ഇറുകെ പിടിച്ചു.

'അന്നുമുതൽ നീ ഇവിടെ അലഞ്ഞു തിരിയുകയാണ് നിന്റെ ശാരീ രിക പരിമിതികൾ മൂലം നിനക്ക് ആര്യയെത്തേടി വരാൻ കഴിഞ്ഞില്ല. അതല്ലെങ്കിൽ നിന്റെ അപകർഷതാ ബോധം അതിന് നിന്നെ അനുവദി ച്ചില്ല. ഒടുവിൽ തീർത്തും അപ്രതീക്ഷിതമായി ആര്യ ഇവിടെ കാലുകു ത്തിയത് നീയറിഞ്ഞു. ആ നിമിഷം മുതൽ വീണ്ടും നീ അവളെ ചുറ്റിപ്പ റ്റി നിൽക്കുകയാണ്.'

ഒന്നും പറയുന്നില്ലെങ്കിലും അയാളുടെ കണ്ണുകളിലെ ആർദ്രമായ ഭാവം കാണുമ്പോൾ താൻ പറഞ്ഞ ഓരോ വാക്കും ശരിവെക്കുകയാ ണെന്ന് രാകേഷിനും മനസ്സിലായി. അവൻ സ്വരം കുറച്ചു മയപ്പെടുത്തി തുടർന്ന് പറഞ്ഞു.

'നിന്നെ ഞാൻ കുറ്റപ്പെടുത്തുന്നില്ല ബദ്രി!പക്ഷേ നീ മരണമാണ്.. അവൾക്ക് ഇനിയും ജീവിതം ബാക്കിയാണ്. ഇനി ഒരിക്കലും നിനക്ക് അവൾക്കൊരു ജീവിതം കൊടുക്കാൻ കഴിയില്ല! ഞങ്ങൾ ആരും ആഗ്ര ഹിച്ചിട്ടല്ലെങ്കിലും നിനക്ക് മരണം സംഭവിച്ചു കഴിഞ്ഞു. ഈ ശരീരത്തി

ലുള്ള നിന്റെ ജീവിതത്തിന് പരിമിതികൾ ഉണ്ട്. അത് ഏത് നിമിഷവും അവസാനിക്കും. നിന്റെ ആത്മാവിന് നിത്യശാന്തിക്കുള്ള സമയമായി. ഇത്രയേറെ നരകിക്കാനുള്ള പാപമൊന്നും നീ ചെയ്തിട്ടില്ല ബദ്രി...'

അയാളുടെ കണ്ണുകളിൽ നീർപൊടിഞ്ഞുവരുന്നത് കേദാർ ഹൃദയ വേദനയോടെ കണ്ടുനിന്നു. കവിളിലേക്ക് ഇറ്റുവീണ നീർത്തുള്ളികൾ ഭസ്മത്തിൽ ഇടകലർന്ന് ഒഴുകിവീണു.

'നിന്റെ ആത്മാവിനു നിത്യശാന്തി ലഭിച്ചാൽ മാത്രമേ ഇനി ഒരു പു നർജ്ജന്മം നിനക്ക് സാധ്യമാവുകയുള്ളൂ. എത്രകാലം ഈ ഭൂമിയിൽ ഇ ങ്ങനെ അലഞ്ഞു നടന്നാലും ആര്യയുടെ ഭർത്താവാകാൻ ഇനി നിന ക്ക് കഴിയില്ല. കാരണം അവളുടെ കഴുത്തിൽ താലികെട്ടിയ ജീവിച്ചിരി ക്കുന്ന കേദാർ ആണ് അവളുടെ ഭർത്താവ്.അല്ലാതെ ഒരു വർഷം മുൻ പ് മരിച്ചുപോയ ബദ്രിയല്ല.'

ഒരു നിമിഷംകൊണ്ട് മുഖംതിരിച്ച് കേദാറിനെ നോക്കിയ ആ കണ്ണു കളിൽ നിന്നും അഗ്നി ജ്വലിക്കുന്നതുപോലെ കേദാറിന് തോന്നി. പക യും വെറുപ്പും രോഷവും തിളങ്ങുന്ന ആ കണ്ണുകൾ കൊണ്ട് കേദാറി നെ ഒന്ന് ഉഴിഞ്ഞുനോക്കി അയാൾ എന്തോ അവനു നേർക്ക് കൈനീട്ടി ജപിച്ചു തുടങ്ങി. തൊട്ടടുത്ത നിമിഷം രാകേഷ് തന്റെ കഴുത്തിലെ ചെ റിയ രുദ്രാക്ഷം വലിച്ചെടുത്ത് ബദ്രിക്ക് നേരെ ആഞ്ഞെറിഞ്ഞു. നിമിഷ നേരം കൊണ്ട് അഘോരി നിന്ന ഇടം ശൂന്യമാകുന്നത് കേദാർ വിറയ് ക്കുന്ന ഹൃദയത്തോടെ നോക്കി നിന്നു.

'എത്രയുംവേഗം ബദ്രിയുടെ പിതാവിനെ ഇവിടെ എത്തിക്കണം. ആ ദൃശ്യം ആര്യ കാണണം. കാരണം അവൾ തിരിച്ചറിയണം അവളുടെ ജീവിതം കേദാർനാഥ് ആണെന്ന്.

നീ പോയി ആര്യയെ കൂട്ടിക്കൊണ്ടു വാ. ബദ്രിയുടെ പിതാവിനെ ഞാൻ എത്തിച്ചു കൊള്ളാം.'

രാകേഷിന്റെ വാക്കുകൾ ശിരസാവഹിച്ചുകൊണ്ട് കേദാർ പടിക്കെ ട്ടുകളുടെ താഴേക്ക് ഇറങ്ങി ഓടി.

എത്രയും വേഗം ഈ ഭീകരമായ അന്തരീക്ഷത്തിൽ നിന്നും പുറ ത്ത് കടക്കണം എന്ന് അവന്റെ മനസ്സ് മന്ത്രിച്ചു കൊണ്ടിരുന്നു.

12

ഹോസ്പിറ്റലിൽ നിന്നും ആര്യയെയും കൊണ്ട് കേദാർ മണികർ ണികാഘട്ടിലേക്ക് എത്തുമ്പോൾ രാകേഷ് അവിടെ ഉണ്ടായിരുന്നില്ല.
'ഇതെന്താ നമ്മൾ ഇവിടെ? ഇവിടെയാണോ ബദ്രിയുള്ളത്?'

'അതെ. ഇവിടെ എവിടെയെങ്കിലും ഉണ്ടാവും.'

ആര്യ കേദാറിന്റെ കയ്യിലെ പിടിവിട്ട് ചിതകൾക്കിടയിലേക്ക് കയറി പ്പോയി. ശൂന്യതയിൽ എവിടെനിന്നോ ബദ്രി തന്റെ മുന്നിലേക്ക് ഇറങ്ങി വരും എന്ന പ്രതീക്ഷയിൽ എന്നപോലെ ആര്യ ആൾക്കൂട്ടത്തിനിടയിൽ ബദ്രിയെ തിരഞ്ഞ് നടന്നുകൊണ്ടിരുന്നു.

ഗംഗാരതിയും പൂജകളും കഴിഞ്ഞിരിക്കുന്നു. രാത്രി നന്നായി ഇരു ട്ടി.ചിത കത്തുന്ന വെളിച്ചത്തിൽ കേദാർ അഘോരിയെ തിരഞ്ഞുകൊ ണ്ടേയിരുന്നു.

തീർച്ചയായും തങ്ങൾ വന്നിട്ടുണ്ടെന്ന കാര്യം അയാൾക്ക് അറിയാൻ കഴിയും എന്ന് കേദാറിന് ഉറപ്പായിരുന്നു.

പെട്ടെന്നാണ് ചിതാഭസ്മത്തിന്റെ രൂക്ഷഗന്ധം അവന് അനുഭവപ്പെ ട്ടുതുടങ്ങിയത്. കേദാർ ഒരു ഉൾക്കിടിലത്തോടെ മുഖമുയർത്തി ചുറ്റും നോക്കി. എല്ലായിടത്തും നേർത്ത വെളുത്തപുക വ്യാപിച്ചുവരികയാണ്. അന്തരീക്ഷം ഗ്രഹണം ബാധിച്ചത് പോലെ നിശ്ചലമായിരിക്കുന്നു. എ വിടെനിന്നോ ഓട്ട് മണികൾ കിലുങ്ങുന്ന ശബ്ദം കേട്ടുതുടങ്ങി ഏറ്റവും മുകളിൽ വലത്തേയറ്റത്തായി എരിയുന്ന ചിതയുടെ ഭാഗത്തേക്കാണ് ആ പുക പടർന്നു പോകുന്നതെന്ന് കേദാർ ശ്രദ്ധിച്ചു. അവൻ ഒരു കു തിപ്പിന് മുന്നോട്ടേക്ക് ഓടി. അവിടെ നിന്ന് ചുറ്റും നോക്കുകയായിരുന്ന ആര്യയുടെ കൈപിടിച്ച് മുകളിലേക്ക് കുതിച്ചു.

വലത്തെ അറ്റത്ത് ആളിക്കത്തിക്കൊണ്ടിരിക്കുന്ന ചിതയുടെ അരി കിലേക്ക് പോയി അവൻ ചുറ്റും നോക്കി. അവിടെ ആരുമില്ല. പക്ഷേ കേദാറിന് അനുഭവിക്കാൻ കഴിയുന്നുണ്ടായിരുന്നു രൂക്ഷമായ ചിതാഭ സ്മം എരിയുന്ന ഗന്ധം. അവൻ കത്തുന്ന ചിതയുടെ കുറച്ചു മാറി അ ണഞ്ഞുകൊണ്ടിരിക്കുന്ന മറ്റൊരു ചിത കണ്ടു. ഏതോ ഉൾവിളിയിൽ എന്നവണ്ണം കേദാർ ആര്യയുടെ കയ്യിൽ മുറുകെപ്പിടിച്ച് അങ്ങോട്ടേക്ക് നടന്നു. വല്ലാത്തൊരു ശക്തിയോടെ കാറ്റ് ആഞ്ഞു വീശി തുടങ്ങി. ചിത യിൽ നിന്നും പറന്നുയരുന്ന ഭസ്മ ധൂളികളും തീപ്പൊരികളും കൊണ്ട് അവിടെ നിറഞ്ഞു. കേദാറിന് ആര്യയുടെ കൈപിടിച്ച് മുന്നോട്ടേക്ക് നീ ങ്ങാൻ വഴി തെളിയാത്തവിധം ഭസ്മവും തീപ്പൊരിയും അവരെ തട ഞ്ഞുകൊണ്ടിരുന്നു. തീപ്പൊരി ദേഹത്ത് വീണു കേദാറിന് ശരീരത്ത് അവിടെയും ഇവിടെയും പൊള്ളുന്നുണ്ടായിരുന്നു.

പക്ഷേ ആര്യ അതൊന്നും അറിയുന്നില്ല എന്ന് തോന്നി. അണയാറാ യ ചിത കാറ്റിൽ ഒന്നുകൂടി ജ്വലിച്ചതോടെ അവിടെ വെളിച്ചം വന്നത് ശ്ര ദ്ധിച്ച ആര്യ തന്റെ വേഗത കൂട്ടി.

ആ ചിതയ്ക്ക് അരികിൽ എത്തിയ അവൾ ചുറ്റും നോക്കി. അവിടെ എവിടെയും ആരെയും കാണാനില്ല. ചിതയുടെ അപ്പുറത്ത് അണഞ്ഞു തുടങ്ങിയ ചാരത്തിൽ ഒരു ഉണങ്ങിയ വൃദ്ധനായ അഘോരി ചുരുണ്ടു കൂടി കിടക്കുന്നുണ്ട്. തങ്ങൾ അങ്ങോട്ടേക്ക് വന്നതൊന്നും അയാൾ അറിഞ്ഞിട്ടേയില്ല എന്ന് തോന്നുന്നു.അവൾ ചുറ്റും നോക്കി.

ഇല്ല. ബദ്രി എവിടെയും ഇല്ല.

'ബദ്രി വന്നില്ലല്ലോ കേദാർ?'

തളർച്ചയോടെ തനിക്ക് പിറകിൽ നിൽക്കുന്ന കേദാറിനോട് ചോദിച്ച ആര്യയുടെ കൈപിടിച്ച് വിറയ്ക്കുന്ന കാലടികൾ പെറുക്കി വെച്ച് കേ ദാർ മുന്നോട്ടുതന്നെ നീങ്ങി. ബദ്രിയെ കാണാൻ കഴിയും എന്ന വാക്ക് വിശ്വസിച്ച് ഇറങ്ങിവന്ന്,ഒന്നും മനസ്സിലാവാതെ അവനെത്തന്നെ നോ ക്കുന്ന ആര്യയെ ആ അഘോരിയുടെ കാൽക്കൽ കൊണ്ടുവന്നു നിർ ത്തി കേദാർ അടഞ്ഞു പോകുന്ന ശബ്ദം ഉയർത്തി വിളിച്ചു.

'ബദ്രി എഴുന്നേൽക്ക്.. ഞങ്ങൾ വന്നു.'

ഒറ്റ നിമിഷം... തന്റെ കൈക്കുള്ളിൽ ഒതുങ്ങി നിൽക്കുകയായിരുന്ന തമ്പുരാട്ടി കുട്ടിയുടെ ദേഹം ഒന്നു ഞെട്ടി വിറച്ചത് കേദാർ അറിഞ്ഞു. വേദനയോടെ അവൻ അവളെ പതുക്കെ മുന്നിലേക്ക് നീക്കി നിർത്തി. തനിക്ക് മുന്നിൽ പത്മാസനത്തിൽ ഇരിക്കുന്ന ചിതാഭസ്മം വാരിപുശി യ അഘോരിയെ തന്നെ ആര്യ ഉറ്റു നോക്കുകയായിരുന്നു. ഇവിടെ എ ന്തിനാണ് കേദാർ തന്നെ കൊണ്ടുവന്നത് എന്ന് അവൾക്ക് മനസ്സിലായി ല്ല. കൃത്യ സമയത്താണ് കേദാർ ആ വൃദ്ധനെ നോക്കി ബദ്രി എന്നു വി ളിച്ചത്. അതോടെ ആര്യയുടെ നടുക്കം പൂർണമായി.

കാറ്റിന് ശക്തി കൂടിയിരിക്കുന്നു.

ഇവിടെനിന്നോ രുദ്രാക്ഷവും ഓട്ട് മണികളും ഉരയുന്ന ശബ്ദം. ചുറ്റും പാറി പറക്കുന്ന തീപ്പൊരികളും ഭസ്മപ്പൊടികളും.

ഏതോ ഒരു ലോകത്തിൽ നിന്ന് പോലെ ആര്യ മുഖം കുനിച്ച് ആവൃ ദ്ധനായ അഘോരിയെ തന്നെ നോക്കി.

ഒരു നിമിഷം...

അയാൾക്കു നേരെ കുനിഞ്ഞ അവളുടെ മുഖത്തിനു നേർക്കുനേർ എത്തിയപ്പോൾ അഘോരി കണ്ണുകൾ തുറന്നു അവളെ നോക്കി. ഞെട്ടി ത്തരിച്ചു പോയ ആര്യ വീണ്ടും വീണ്ടും അയാളുടെ കണ്ണുകളിലേക്ക് നോക്കി...

'നോ...'

ഇരു കൈകളും ചെവിയിൽ അമർത്തി അലറിക്കൊണ്ട് ആര്യ മുട്ടു

കുത്തി.

അഘോരിയിൽ ഒരു ചലനവും ഉണ്ടായില്ല.

'അന്ന് രാത്രി തമ്പുരാട്ടി പൂജ നടത്തിയത് ഇവിടെ വച്ചാണോ?'

ആര്യ ചുറ്റും നോക്കി. എരിഞ്ഞു കൊണ്ടിരിക്കുന്ന പുതിയതും പഴ യതുമായ ചിതകൾ. ഏറ്റവും മുകളിൽ വലതുവശത്തുള്ള പഴയ കെട്ടി ടം. അതിനു പുറത്ത് കൂട്ടിയിട്ടിരിക്കുന്ന പഴയതും പുതിയതുമായ വാടി ക്കരിഞ്ഞുപോയ ശവത്തിനുമുകളിൽ ചാർത്തിയ ജമന്തിമാലകളും പൂ ക്കളും.

'അതെ... ഇവിടെ തന്നെയാണ്...'

വിങ്ങിപ്പൊട്ടിക്കൊണ്ട് കൺമുന്നിൽ കണ്ട കാഴ്ചയുടെ ആഘാതം താങ്ങാൻ ആവാതെ ആര്യാഹി തമ്പുരാട്ടി വെറും മണ്ണിൽ കുഴഞ്ഞു വീണുപോയി. കേദാർ ചുറ്റും നോക്കി. മണികർണികാഘട്ടിൽ ഇനി ബാ ക്കിയുള്ളത് എരിയുന്ന ഒരുപാട് ചിതകളും അതിനിടയിലൂടെ ഓടിനട ന്ന് ശവങ്ങളെ കുത്തിയിളക്കി കത്തിക്കുന്ന ചണ്ഡാളന്മാരും മാത്രം. വ ലിയ കെട്ടിടങ്ങളുടെ ഉയരത്തിൽ അടുക്കിവെച്ച ഉണക്ക വിറകുകൾക്കി ടയിലൂടെയുള്ള ഇടുങ്ങിയ വഴിയിലൂടെ തുവെള്ളവസ്ത്രംധരിച്ച നാ ലോ അഞ്ചോ പൂജാരികൾ ഇറങ്ങിവരുന്നുണ്ടായിരുന്നു. വരിവരിയായി ഇറങ്ങിവരുന്ന അവരെ കണ്ടപ്പോൾ ആര്യയുടെ ദേഹം കുളിരുകോരി.

ഏറ്റവും മുന്നിൽ തലയെടുപ്പോടെ നടന്നുവരുന്നത് കൃഷ്ണാനന്ദ പാണ്ഡയാണ്.

അയാൾക്ക് പിന്നിൽ ജഗൻമോഹൻ പാണ്ഡ, അവനു പിന്നിലുള്ള മ റ്റൊരു യുവാവ് സദാനന്ദ പാണ്ഡയുടെ രണ്ടാമത്തെ മകനും ജഗൻമോ ഹൻ പാണ്ഡയുടെ സഹോദരനും ആണെന്ന് കേദാറിന് മനസ്സിലായി. കുറച്ചു പ്രായമുള്ള വൃദ്ധനാണ് നാലാമതൊരാൾ. നടക്കുമ്പോൾ ശരീര ത്തിന് ചെറിയ വളവ് വന്നിട്ടുണ്ട്. അവർ നാലുപേരും ഇറങ്ങി തങ്ങളു ടെ അടുത്തേക്ക് നടന്നു വരുന്നതും നോക്കിക്കൊണ്ട് രാകേഷും സംഘ വും നിശ്ചലരായി നിന്നു. രാകേഷിനു മുന്നിൽ വന്നു നിന്ന് കൃഷ്ണാന ന്ദ പാണ്ഡ ആര്യയെ പുച്ഛത്തോടെ ഒന്നു നോക്കിയ ശേഷം അവനോടു പറഞ്ഞു.

'ഇത് ശ്മശാനമാണ് ഞങ്ങളെപ്പോലുള്ളവർക്ക് വരാൻ പറ്റിയ സ്ഥ ലമല്ല ഇത്. എന്റെ മകനെക്കുറിച്ചുള്ള എന്ത് വിവരമാണ് ഇവിടെ വച്ച് നിങ്ങൾക്ക് തരാനുള്ളത്? എന്ത് ലാഭത്തിനു വേണ്ടിയാണ് ഇങ്ങനെയൊ രു പ്രഹസനം?'

'നിങ്ങളിൽ നിന്നും ഒന്നും നേടാൻ അല്ല! നിങ്ങളുടെ മകനെ ചിലത്

ബോധിപ്പിക്കാൻ വേണ്ടിയാണ്.'

പുച്ഛത്തോടെയുള്ള ഒരു ചിരി കൂടിനിൽക്കുന്നവരിൽ വിടർന്നുവരു ന്നത് കേദാറും രാകേഷും ശ്രദ്ധിച്ചു.

'എന്റെ മകൻ മരണപ്പെട്ടുപോയത് സത്യം. എന്ന് കരുതി താൻ പറ യുന്നത് എന്തും ഞാൻ തൊണ്ടതൊടാതെ വിഴുങ്ങും എന്ന് കരുതരുത്.'

'നിങ്ങളെ വിശ്വസിപ്പിക്കണമെന്ന് എനിക്കും തെല്ലും ആഗ്രഹമില്ല! കാരണം നിങ്ങൾ അത് അർഹിക്കുന്നില്ല. ആ പാവം യുവാവിനെ കൊ ലപ്പെടുത്തിയ പിതാവായ നിങ്ങളിൽനിന്നും അവൻ നീതി പ്രതീക്ഷി ക്കുന്നുണ്ടാവില്ല.'

കൃഷ്ണാനന്ദ പാണ്ഡ കോപം കടിച്ചമർത്തി നിൽക്കുകയാണെന്ന് കേദാർ ശ്രദ്ധിക്കുന്നുണ്ടായിരുന്നു. രാകേഷിന്റെ അവസാനത്തെ വാക്കു കളിൽ അവരെല്ലാവരും ഒന്ന് ഉലഞ്ഞിട്ടുണ്ടെന്നും അവൻ മനസ്സിലാക്കി.

'നിനക്ക് എന്താണ് അറിയേണ്ടത്?'

'ബദ്രി ആരുടെ കൈകൊണ്ടാണ് മരിച്ചത്?'

ഇത്രയും സമയം നിശബ്ദനായി നിന്ന് ആ വൃദ്ധൻ ബുദ്ധിമുട്ടി മു ന്നോട്ടേക്ക് വന്ന് നിന്നുകൊണ്ട് രാകേഷിനോട് ചോദിച്ചു.

'അതിന്റെ മറുപടി അറിയാൻ വേണ്ടിയാണോ കുറച്ചുദിവസമായി നിങ്ങൾ ക്ഷേത്ര പരിസരത്ത് പാണ്ഡയുടെ വിവരങ്ങൾ അന്വേഷിച്ച് ചു റ്റിത്തിരിഞ്ഞത്?'

അപ്പോഴാണ് അവർ കാര്യങ്ങളെല്ലാം അറിയുന്നുണ്ടായിരുന്നു എ ന്ന കാര്യം രാകേഷിന് മനസ്സിലായത്. കഴിഞ്ഞ കുറച്ചുദിവസങ്ങളായി തങ്ങൾ ക്ഷേത്ര പരിസരത്ത് ബദ്രിയെയും ബദ്രിയുടെ കുടുംബത്തെ യും കുറിച്ച് പലരോടും അന്വേഷിച്ചിട്ടുണ്ട്.

'നിങ്ങൾക്ക് കിട്ടേണ്ട വിവരങ്ങൾ കിട്ടിയാൽ തിരിച്ചുപോകുമോ? '

' പോകും! പക്ഷേ അതു കേൾക്കേണ്ട ആൾ കൂടി വരട്ടെ.'

'ഇനി ആരാണ്? നിങ്ങൾ പോലീസിനെ വിളിച്ചിട്ടുണ്ടോ?'

'ബദ്രി... നീ എവിടെ? ഇതു നിന്റെ അവസാനത്തെ അവസരമാണ് ഇറങ്ങി വാ.. എവിടെയാണ് നീ മറഞ്ഞിരിക്കുന്നത്? ഇനി നിനക്ക് വേ ണ്ടി ഇവരോട് മത്സരിക്കാൻ ഞാനിവിടെ കാത്തുനിൽക്കില്ല. വന്നു നി ന്റെ പിതാവിന്റെ വായിൽ നിന്നുതന്നെ കേൾക്ക്.. നിന്നോട് ചെയ്ത ക്രൂരത.'

ജഗന്റെയും അനുജന്റെയും കൃഷ്ണനന്ദ പാണ്ഡയുടെയും ആ വൃ ദ്ധന്റെയും മുഖത്തുപോലും വല്ലാത്തൊരു പുച്ഛമാണ് നിഴലിച്ചത്. ജഗൻ ഒരു ചിരിയോടെ രാകേഷിനോട് പറഞ്ഞു.

'ഇവിടെ ഡ്രാമയൊക്കെ സെറ്റ് ചെയ്തിട്ടുണ്ടല്ലോ?ആരെയാണ് അ ഭിനയിക്കാൻ ഏൽപ്പിച്ചിരിക്കുന്നത്? ബദ്രിയോട് സാമ്യമുള്ള ആളെ ത ന്നെയാണോ ലഭിച്ചത്?'

അവന്റെ പുച്ഛത്തോടെയുള്ള ചോദ്യത്തിന് രാകേഷ് മറുപടിയെന്നും പറഞ്ഞില്ല. അവൻ ചുറ്റും എരിയുന്ന ചിതകളിൽ നിന്നും പുറപ്പെടുന്ന ഗന്ധത്തിന് എന്തെങ്കിലും വ്യത്യാസം ഉണ്ടോ എന്ന് ശ്രദ്ധിക്കുകയായി രുന്നു. നിമിഷങ്ങൾ കടന്നുപോയിക്കൊണ്ടിരുന്നു.

'ഞങ്ങൾക്ക് ഇവിടെ അധികസമയം നിൽക്കാൻ ആവില്ല. ഇവിടത്തെ നാടകം കഴിഞ്ഞെങ്കിൽ ഞങ്ങൾക്ക് പോകണം.'

രാകേഷിനോട് ക്രോധത്തോടെ പറഞ്ഞുകൊണ്ട് മുന്നോട്ടേക്ക് വന്ന ജഗൻ അവിടമാകെ വല്ലാത്തൊരു വെളുത്ത പുക വ്യാപിച്ചിരിക്കുന്നത് കണ്ട് ഒന്ന് അമ്പരന്നു.

ചിതയിൽ നിന്നുള്ള പുകയല്ല. മഞ്ഞുപോലെ വെളുത്ത എന്തോ ഒ ന്ന് പടർന്നുവരികയാണ്. തൊട്ടപ്പുറത്ത് നിൽക്കുന്ന അച്ഛനെയും രാകേ ഷിനെയും വ്യക്തമായി കാണാൻ കഴിയുന്നില്ല. അവൻ മുഖം തിരിച്ചു കൃഷ്ണാനന്ദ പാണ്ഡ എവിടെ എന്ന് നോക്കി.

വലിയച്ഛനെ ചെറിയൊരു നിഴൽ പോലെ കാണാം എന്നല്ലാതെ മ ണികർണ്ണിക ഘട്ട് നിറയെ വല്ലാത്തൊരു മൂടൽമഞ്ഞ് പടർന്ന് ഇറങ്ങു കയാണ്. കൃഷ്ണാനന്ദ പാണ്ഡയും അതുതന്നെയാണ് ശ്രദ്ധിച്ചത്.

'ഈ സമയത്ത് എവിടെനിന്നാണ് ഇത്രയേറെ മഞ്ഞുപുക..?'

ചിതാഭസ്മത്തിന്റെ വല്ലാത്തൊരു രൂക്ഷഗന്ധം അവിടെ നിമിഷനേ രം കൊണ്ട് വ്യാപിച്ചുതുടങ്ങിയിരുന്നു. കൃഷ്ണാനന്ദ പാണ്ഡയ്ക്ക് ഇവി ടെ എന്തോ അമാനുഷികമായ ഒരു ശക്തി പ്രവർത്തിക്കാൻ പോവുക യാണെന്ന് മനസ്സിലാക്കാൻ കഴിഞ്ഞു. വർദ്ധിച്ചുവരുന്ന ഹൃദയമിടിപ്പി നെ ശാന്തമാക്കാൻ ശ്രമിച്ചുകൊണ്ട് അയാൾ ചുറ്റും കണ്ണോടിച്ചു.

ചിതാഭസ്മത്തിന്റെ രൂക്ഷഗന്ധത്തോടെ ഒട്ടു മണികൾ കിലുക്കിക്കൊ ണ്ട്.. ശരീരമാസകലം രുദ്രാക്ഷം വാരിച്ചുറ്റിയ ഒരാൾ നടന്നു വരുമ്പോൾ ഉള്ള നേർത്തശബ്ദം കാതുകളിൽ പ്രതിധ്വനിക്കുന്നു.

ഇത്രയും സമയം ചുറ്റോടുചുറ്റും നിരന്നു കത്തിയ ചിതകളെല്ലാം ഏതോ ലോകത്തേക്ക് അകന്നു പോയതുപോലെ.

പക്ഷേ ചിതാഭസ്മം മാത്രം വല്ലാതെ പറന്നുയർന്നു കണ്ണുകളിലും ദേഹത്തും നിറയെ പൊടിഞ്ഞു വീഴുന്നു. വിറയ്ക്കുന്ന കൈകളോടെ അയാൾ വലതു കൈ നീട്ടി ജഗനെ തൊട്ടുകൊണ്ടു പറഞ്ഞു.

'എന്താണ് ഇവിടെ സംഭവിക്കുന്നത്?'

അവനും ഒരു മതിഭ്രമത്തിൽ പെട്ടതുപോലെ മയങ്ങി നിൽക്കുകയാ
യിരുന്നു. ചുറ്റും എന്തൊക്കെയോ സംഭവിക്കുന്നുണ്ടെന്ന് മനസ്സിലാവു
ന്നു. പക്ഷേ പ്രതികരിക്കാൻ കഴിയുന്നില്ല.

'നിങ്ങളുടെ മകൻ വരികയാണ്. ചതിയിലൂടെ നിങ്ങൾ കൊന്നുത
ള്ളി ദുരാത്മാവായി ഈ കഴിഞ്ഞ ഒരു വർഷം ഈ മണികർണിക ഘട്ടി
ലെ ചിതകൾക്കിടയിൽ അലഞ്ഞു നടന്ന നിങ്ങളുടെ മകൻ...'

ഞെട്ടലോടെ മുഖമുയർത്തിയ കൃഷ്ണാനന്ദ പാണ്ഡയുടെ മുന്നിൽ.
വെളുത്ത പുക പോലെ പടർന്നു പിടിക്കുന്ന ആ മഞ്ഞിനിടയിലൂടെ ഒ
രു രൂപം തെളിഞ്ഞു വന്നു. ആദ്യം അയാൾക്ക് തോന്നിയത് അതൊരു
വൃദ്ധനായ അഘോരി ആണെന്നായിരുന്നു. ദേഹമാസകലം ചിതാഭസ്
മം വാരിപൂശി മുഖമാകെ വെളുത്ത ഭസ്മത്തിൽ കുളിച്ച് നിറയെ രുദ്രാ
ക്ഷമണിഞ്ഞ്. മുഷിഞ്ഞുനാറുന്ന ജഡപിരിഞ്ഞു കിടക്കുന്ന ശരീരത്തോ
ടെ ഒരു മരണാസന്നനായ വൃദ്ധ അഘോരി.

തൊട്ടടുത്ത നിമിഷം ആ പുകമറ അവരിലൂടെ ഒന്നുകൂടി പടർന്നു
പന്തലിച്ചു. കണ്ണിലേക്ക് വന്നു വീഴുന്ന ചിതാഭസ്മം തട്ടിക്കളഞ്ഞുകൊ
ണ്ട് കൃഷ്ണാനന്ദ പാണ്ഡ ഒന്നുകൂടി ആ അഘോരിയെ നോക്കി.

പുകമറയ്ക്കുള്ളിൽ കാണുന്ന അഘോരിയുടെ കണ്ണുകൾക്ക് വല്ലാ
ത്ത മാന്ത്രിക തിളക്കം. ഉണങ്ങിച്ചുരുണ്ട പടുവൃദ്ധന്റെ രൂപത്തിനുള്ളിൽ
നിഴൽ പോലെ തെളിഞ്ഞു പുഞ്ചിരിക്കുന്ന ദൈവ ചൈതന്യമുള്ള ആ
മുഖം.. അവന്റെ കണ്ണുകളിൽ എരിയുന്നവേദന...

രക്തബന്ധത്തിന്റെ ഒരിക്കലും മായാത്ത കണ്ണികൾ ഹൃദയത്തിനു
ള്ളിൽ നിന്നും കൊളുത്തിവലിക്കുന്നു. ഒരു പിതാവിന്റെ ഹൃദയം ഒരു
നിമിഷം കൊണ്ട് ആ മുഖത്തെ തിരിച്ചറിഞ്ഞു കഴിഞ്ഞിരുന്നു...

വലതു കൈയുയർത്തി നെഞ്ചിലേക്ക് ആഞ്ഞടിച്ചുകൊണ്ട് അയാൾ
അലറി വിളിച്ചു.

'ബദ്രീ... എന്റെ മകനേ...'

കാറ്റിന്റെ ശക്തി വല്ലാതെ കൂടിക്കഴിഞ്ഞിരുന്നു. ചിതകളിൽ നിന്നും
എന്തൊക്കെയോ പൊട്ടിത്തെറിക്കുന്ന ശബ്ദം കൂടി ഉയർന്നു തുടങ്ങിയ
തോടെ എല്ലാവരിലും പരിഭ്രമം നിറഞ്ഞു. ഓട്ടു മണികളുടെ കിലുക്ക
ത്തോടൊപ്പം തന്നെ എന്തോ ഒരു ജപത്തിന്റെ ശബ്ദം കൂടി ഉയർന്നു തു
ടങ്ങി. മുന്നിൽ വന്നു നിറഞ്ഞ പുകപടലങ്ങളിൽ പെട്ട് കണ്ണുകാണാതെ
മുന്നോട്ടേക്ക് ഇറങ്ങാൻ തുനിഞ്ഞ അയാൾക്ക് മുന്നിൽ ആ പുകയ്ക്കിട
യിൽ നിന്നും വൃദ്ധനായ അഘോരിയുടെ മുഖം പെട്ടെന്നു മിന്നി തെളി
ഞ്ഞു. ഒന്ന് പുറകിലേക്ക് ആഞ്ഞു വീഴാൻ പോയ അയാൾ ജഗനെ പി

ടിച്ചു നിന്നുകൊണ്ട് അഘോരിയെത്തന്നെ സൂക്ഷിച്ചു നോക്കി. അല്പം മുൻപ് ആ കണ്ണുകളിൽ കണ്ട സ്നേഹമോ ദയനീയതയോ നിസ്സഹായ വസ്ഥയോ കാണാനില്ല. അവിടെ നിറയെ ജ്വലിച്ചുനിൽക്കുന്നത് പക യും വെറുപ്പും മാത്രം സകല നിയന്ത്രണവും വിട്ട് കൃഷ്ണാനന്ദപാ ണ്ഡ ഉച്ചത്തിൽ വിളിച്ചു.

'ബദ്രീ... മറഞ്ഞുനിൽക്കാതെ നീ പുറത്തു വാ... ഞാൻ കാണട്ടെ നിന്നെ... നിന്നോട് തന്നെ പറയാം ഞാൻ...'

ഒറ്റ നിമിഷം കൊണ്ട് ചുറ്റും നിന്ന് ബഹളം വയ്ക്കുന്ന എല്ലാവരും നിശബ്ദരായി. എല്ലാവരും ഹൃദയമിടിപ്പിനെ നിയന്ത്രിക്കാൻ ശ്രമിച്ചുകൊ ണ്ട് ചുറ്റും നോക്കി.

മറ്റുള്ളവരുടെ കണ്ണിൽ തെളിഞ്ഞു നിൽക്കുന്ന വെളുത്തപുകയും ചുറ്റോട് ചുറ്റും പറക്കുന്ന ചിതാഭസ്മവും തീപ്പൊരികളും മാത്രമാണ് കാണാൻ കഴിഞ്ഞതെങ്കിൽ. കൃഷ്ണാനന്ദ പാണ്ഡയുടെ കണ്ണുകളിൽ മാത്രം തൊട്ടുമുന്നിൽ നിൽക്കുന്ന മരണാസന്നനായ അഘോരിയുടെ സ്ഥാനത്ത് ഇപ്പോൾ ആറടി ഉയരത്തിൽ സ്വർണ്ണ നിറത്തിൽ. നീട്ടി വളർ ത്തിയ മുടി കുടുമയിൽ ചുറ്റികെട്ടി നെറ്റിയിൽ ചെറിയൊരു ഗോപി വര ച്ച് മുഖം നിറഞ്ഞു കിടക്കുന്ന താടി മീശകളോടെ.. കാതിലെ തിളങ്ങു ന്ന രത്ന കല്ല് പതിച്ച കടുക്കനും ഒരു നേർത്ത ഷാൾ കൊണ്ട് മറച്ച വി രിഞ്ഞ നെഞ്ചിൽ രുദ്രാക്ഷം കെട്ടിയ സ്വർണ്ണമാലയും... പഞ്ചകെട്ടിയ വെളുത്തമുണ്ടും ധരിച്ച് ദൈവീക ശോഭയോടെ ബദ്രി പുഞ്ചിരിച്ചു.

അയാൾക്ക് നോക്കി നിൽക്കെ ദേഹം കുളിർന്നു വിറച്ചു. കണ്മുന്നിൽ തെളിഞ്ഞുവന്ന കാഴ്ച അയാളെ അടിമുടി തകർത്ത് കഴിഞ്ഞിരുന്നു... വീണ്ടും വീണ്ടും... വിശ്വസിക്കാനാവാതെ അയാൾ കണ്ണുകൾ ചിമ്മി തുറന്നു നോക്കി.

അവന്റെ ചുണ്ടുകളിലെ കൊല്ലുന്ന പുഞ്ചിരി... അത് തന്റെ ഹൃദയ ത്തിലേക്കാണ് ആഴ്ന്നിറങ്ങുന്നത്. വിറയാർന്ന ഹൃദയത്തെ കീറിമുറി ച്ചു കൊണ്ടാണ് അവന്റെ പുഞ്ചിരി കടന്നു പോകുന്നത്. അയാളുടെ ഹൃദയം ഏറ്റവും നിശബ്ദമായി അലറി കരഞ്ഞു കൊണ്ടിരുന്നു. ഒരായി രം പ്രതീക്ഷകളുമായി വളർത്തിക്കൊണ്ടുവന്ന എന്റെ മകൻ...

ഓരോ നിമിഷവും അവനിലൂടെ തന്റെ പാരമ്പര്യം ഏറ്റവും ഉജ്ജ്വല മായി ജ്വലിച്ചു നിൽക്കുന്നത് കാണുന്ന ദിവസങ്ങളിലേക്കുള്ള യാത്ര മാ ത്രമായിരുന്നു ജീവിതം.ഒടുവിൽ ഒരുനാൾ തികച്ചും അപ്രതീക്ഷിതമാ യി സകലതും തകർത്തെറിഞ്ഞ അവന്റെ എടുത്തുചാട്ടം കൊണ്ട് തനി ക്ക് നഷ്ടപ്പെട്ടത്...

കൃഷ്ണാനന്ദപാണ്ഡ മകന്റെ കണ്ണുകളിലേക്ക് തന്നെ നോക്കി. ചു റ്റും പാറിനടക്കുന്ന തീപ്പൊരികൾക്കും ഭസ്മധൂളികൾക്കും നനുത്ത പു കപടലത്തിനുമിടയിൽ അവന്റെ തിളക്കമാർന്ന മിഴികൾ. ആ കണ്ണുകളി ലേക്ക് തന്നെ നോക്കിക്കൊണ്ട് സ്വയമറിയാതെ അയാൾ ഉച്ചത്തിൽ പ റഞ്ഞു.

'ഞാനാണ്... ഞാൻ മാത്രമാണ്. എന്റെ മകനല്ലേ... എന്റെ ദൈവ ത്തെ ചതിച്ചു വന്നു നിൽക്കുന്നത് കണ്ടപ്പോൾ അതിനു കാരണക്കാരി യായവളെ ഇല്ലാതാക്കണം എന്നുമാത്രമാണ് കരുതിയത്. മറ്റൊന്നും മു ന്നിൽ തടസ്സമായിരുന്നില്ല... പക്ഷേ അവിടെയും നീ എന്നെ ചതിച്ചു കള ഞ്ഞു.. എന്റെ സ്വപ്നങ്ങൾ...എന്റെ പ്രതീക്ഷകൾ... എന്റെ ജീവിതം...എ ല്ലാം കൈക്കുമ്പിളിൽ നിന്ന് ഊർന്നുപോയി.'

കൃഷ്ണാനന്ദ പാണ്ഡയുടെ കണ്ണുകളിൽ നിന്നും രക്തമാണ് ഒഴുകി ഇറങ്ങുന്നതെന്ന് എല്ലാം കേട്ടുകൊണ്ട് തറഞ്ഞു നിൽക്കുന്ന ഓരോരു ത്തർക്കും തോന്നി.

'നീയാണ് കാരണം... നീ മാത്രം... ഒരച്ഛന്റെ വേദന നീ മനസ്സിലാ ക്കിയില്ല... സ്വന്തം ജനതയോടുള്ള കടമ നീ മറന്നുകളഞ്ഞു. ഭഗവാനെ മറന്നുകളഞ്ഞു.

മനപ്പൂർവ്വം അല്ലെങ്കിലും എന്റെ കൈകൊണ്ട് അത് സംഭവിച്ചത് ഭഗ വാന്റെ ശിക്ഷ തന്നെ ആവാം എന്ന് ഞങ്ങൾ സമാധാനിച്ചു.. എങ്കിലും നിന്നെ ജീവനോടെ ലഭിക്കാൻ വേണ്ടി ഈ ദുർമന്ത്രവാദിനി പറഞ്ഞ ആഭിചാരങ്ങൾ വരെ ഞാൻ ചെയ്തു...'

ഭ്രാന്ത് പിടിച്ചതുപോലെ കൃഷ്ണാനന്ദ അലറുകയായിരുന്നു. അയാൾ ക്ക് മുന്നിൽ എല്ലാം കേട്ടുകൊണ്ട് നിശ്ചലനായി നിൽക്കുന്ന അഘോരി യെയാണ് മറ്റുള്ളവർക്ക് കാണാൻ കഴിഞ്ഞത്.

പക്ഷേ ആ അച്ഛന്റെ കണ്ണുകളിൽ മാത്രം.. തന്റെ കൈകളാൽ കൊ ല്ലപ്പെട്ട മകന്റെ ജീവൻ തുടിക്കുന്ന രൂപം തെളിഞ്ഞു നിൽക്കുന്നുണ്ടാ യിരുന്നു. എവിടെനിന്നൊക്കെയോ വല്ലാത്തൊരു ശബ്ദത്തിൽ ഓട്ട് മണി കൾ തുടർച്ചയായി മുഴങ്ങുന്നുണ്ട്. കത്തിജ്വലിക്കുന്ന ചിതകൾ തെളി ഞ്ഞു വരികയാണ്. പടർന്നു കയറിയ പുക വല്ലാത്തൊരു കാറ്റിനൊപ്പം അകന്നു പോവുകയാണ്. ശ്മശാനത്തിൽ ഉയർന്നു പാറിക്കൊണ്ടിരുന്ന ഭസ്മധൂളികളും തീപ്പൊരികളും അമർന്നടങ്ങിയിരിക്കുന്നു.

അപ്പോൾ ദഹിപ്പിക്കാൻ കൊണ്ടുവന്ന ഒരു ജഡത്തിനരികിൽ ഇരു ന്ന് ആരോ ഉച്ചത്തിൽ കരയുന്നുണ്ട്. അയാളുടെ മകനാണെന്ന് തോന്നു ന്നു മരിച്ചിരിക്കുന്നത്. വാർദ്ധക്യം ബാധിച്ചിട്ടില്ലാത്ത ആ പിതാവ് ചിത

യുടെ കാൽക്കലിരുന്ന് നെഞ്ചിലടിച്ച് അലറിക്കരയുകയാണ്. പതുക്കെ ചുറ്റും ദൃശ്യമായി കൊണ്ടിരുന്നു. പരസ്പരം കാഴ്ച തെളിഞ്ഞുകിട്ടിയ തിന്റെ ആശ്വാസത്തോടെ സദാനന്ദ പാണ്ഡ ചേട്ടനെ നോക്കി. മണികർ ണിക ഘട്ടിന്റെ അവസാനത്തെ പടവുകളിൽ ഒന്നിൽ വെറും നിലത്ത് മുട്ടുകുത്തി കമിഴ്ന്നു വീണുകിടക്കുകയാണ് അയാൾ. ചെയ്തുപോയ സകല പാപങ്ങൾക്കും മാപ്പപേക്ഷിക്കുന്നതുപോലെ.

'അച്ഛനോട് ക്ഷമിക്കണേ മോനേ.'

തകർന്നു പോകുന്ന ആ ഹൃദയം അവസാനത്തെ മിടിപ്പിന് മുൻപ് മന്ത്രിച്ചത് അഘോരിയിൽ മാത്രം പ്രതിഫലിച്ചു.

ഈ സമയത്ത് ആയിരക്കണക്കിന് കിലോമീറ്ററുകൾക്കകലെ കൊ ട്ടാരത്തിലെ കാവിനകത്ത് ധ്യാനത്തിൽ ആയിരുന്നു കേഗി. അയാളുടെ ചുണ്ടുകൾ ആരോടോ സംസാരിക്കുന്നത് പോലെ മന്ത്രിക്കുന്നുണ്ടായി രുന്നു.

'എല്ലാം അവസാനിച്ചിരിക്കുന്നു... വരികയാണ്... നിയോഗങ്ങൾ തിരി ച്ചറിഞ്ഞ് വിധിയെ അംഗീകരിച്ചവർക്ക് വഴികാട്ടി ആവുക എന്ന ജന്മ നി യോഗം പൂർത്തിയാക്കാൻ ഞാൻ കാത്തിരിക്കുകയാണ്.'

13

കൊട്ടാരത്തിൽ തിരിച്ചെത്തിയതിനുശേഷം പഴയ ആര്യാഹി തമ്പു രാട്ടിയുടെ പ്രതാപം അവളിൽ തിരിച്ചുവന്നെങ്കിലും, ജ്വലിക്കുന്ന സൂര്യ നുമേൽ മറഞ്ഞു കിടക്കുന്ന കാർമേഘത്തുണ്ട് പോലെ ആ മുഖത്ത് സദാ വിഷാദം തുളുമ്പിനിന്നു. ഏറ്റവും പ്രിയപ്പെട്ട സുഹൃത്ത് എന്ന നി ലയിൽ അവൾ കേദാറിനെ അംഗീകരിച്ചു കഴിഞ്ഞിരുന്നു. കൂടുതൽ സമ യം പ്രാർത്ഥനയും പൂജയും ആയി ഒതുങ്ങിടുമ്പോഴും കേദാറുമായി വിശേഷങ്ങൾ പങ്കുവെക്കാൻ ആര്യ മടി കാണിച്ചില്ല.

അന്ന് കാവിൽ ആര്യാഹി തമ്പുരാട്ടിയുടെ വക പ്രത്യേക പൂജയു ണ്ടായിരുന്നു. പതിവുപോലെ പൂജ കഴിഞ്ഞ് എല്ലാവരും തിരിച്ചു പോ കാൻ ഒരുങ്ങുമ്പോഴാണ് തീർത്തും അലസമട്ടിൽ കേദാർ കയറിവന്ന ത്. എല്ലാവരും തിരിച്ചു വരികയാണെന്ന് കണ്ടതോടെ അവൻ അവരോ ടൊപ്പം തിരിഞ്ഞു നടന്നുകൊണ്ട് പറഞ്ഞു.

'ഞാൻ ഉറങ്ങിപ്പോയി. നേരത്തെ എഴുന്നേൽക്കണം എന്ന് ഓർത്ത താണ്. പിന്നെയും ഉറങ്ങിപ്പോയി.'

'പോകാൻ വരട്ടെ...'

കേഗിയുടെ സ്വരം കേട്ട് നാലുപേരും ഒരുപോലെ തിരിഞ്ഞു നിന്നു.

89

വൃദ്ധൻ ചെറിയ ആട്ടത്തോടെ നടന്നുവന്ന് കേദാറിനു മുന്നിൽ നിവർ
ന്നു നിന്ന് അവന്റെ കൈ മുറുകെ പിടിച്ചുകൊണ്ടു പറഞ്ഞു.

'നീ പോകേണ്ട. മാറ്റത്തിന് സമയമായി. സത്യം തിരിച്ചറിയാത്തവന്
ജീവിച്ചിരിക്കാൻ അർഹതയില്ല... നീ നിന്റെ സത്യം തിരിച്ചറിയുന്ന നാൾ
വരെ ഇനി ഇതിനുള്ളിലാണ്.'

ഒന്നും പറയാനാവാതെ ഞെട്ടിത്തരിച്ച് രാകേഷിനെ നോക്കിയ കേ
ദാർ അവൻ ആര്യയുടെ കൈപിടിച്ചു മുന്നോട്ടു നടക്കുന്നത് കണ്ടു പിറ
കിൽ നിന്നും വിളിച്ചു പറഞ്ഞു..

'എന്താ ഏട്ടാ ഇതൊക്കെ?'

'ഞാൻ രാവിലെ വരാം.. നീ കുറച്ചു ദിവസം കേഗിയോടൊപ്പം
നിൽക്കൂ.'

അവൻ പറഞ്ഞതിന്റെ അർത്ഥം മനസ്സിലാക്കാൻ ശ്രമിക്കാതെ കേദാർ
ഞെട്ടലോടെ തിരിഞ്ഞു കേഗിയെ നോക്കി.

ഉണങ്ങി ചുരുണ്ട ആ വലതു കൈ തന്റെ മൂർദ്ധാവിന് നേർക്ക് ഉയ
രുന്നത് കണ്ട് കേദാർ ഒരു വിറയലോടെ കണ്ണുകൾ അടച്ചു. എന്താണ്
സംഭവിക്കുന്നത് എന്ന് മനസ്സിലാവുന്നതിനു മുൻപ് ആര്യയെ രാകേഷ്
മുന്നോട്ടേക്ക് തള്ളി കൊണ്ടു പോയിരുന്നു. അതുകൊണ്ടുതന്നെ പാല
ത്തിലേക്ക് ഇറങ്ങിയശേഷമാണ് കേദാറിനെ അവിടെത്തന്നെ നിർത്താ
നാണ് രണ്ടുപേരുടെയും പ്ലാൻ എന്ന് അവൾക്ക് മനസ്സിലായത്. ഇപ്പോ
ഴത്തെ അവസ്ഥയിൽ അവൾക്ക് ഏറ്റവും ആശ്രയമായി ഉള്ളത് കേദാ
റാണ്. അവൻ അരികിൽ നിന്ന് മാറിനിൽക്കുന്നത് ഇപ്പോൾ അവൾക്ക്
ചിന്തിക്കാൻ പോലും കഴിയില്ല.. ആര്യ രാകേഷിന്റെ കൈപിടിച്ച് തിരി
ഞ്ഞു നടക്കാൻ ശ്രമിച്ചുകൊണ്ട് പറഞ്ഞു.

'വേണ്ട ഏട്ടാ. കേദാറിനെ അയാൾ എന്തെങ്കിലും ചെയ്യും. അവനു
പേടിയാവുന്നുണ്ടാവും.'

ആര്യ തിരിച്ചുവരുന്നത് കണ്ടതോടെ കേദാർ തിടുക്കത്തിൽ അങ്ങോ
ട്ടേക്ക് ഓടി ഇറങ്ങാൻ ശ്രമിച്ചുകൊണ്ട് രാകേഷിനോട് വിളിച്ചു പറഞ്ഞു.

'ഞാനിവിടെ നിൽക്കില്ല ഏട്ടാ. ഞാനും വരുന്നുണ്ട്.'

വെള്ളത്തിൽ ഉയർന്നു നിൽക്കുന്ന തൂക്കുപാലത്തിലേക്ക് അവൻ കാ
ലുകൾ എടുത്തു വയ്ക്കുന്നതിനു മുൻപ് തന്നെ പാലം അപ്രത്യക്ഷമാ
യി കഴിഞ്ഞിരുന്നു. പക്ഷേ നയനയും രാകേഷും ആര്യയും വെള്ളത്തി
നു മുകളിൽ തന്നെ നിൽക്കുന്നുണ്ട്.കേദാറിന് തല വേദനിക്കുന്നുണ്ടാ
യിരുന്നു.

'ഇതു മാറ്റിവയ്ക്കാൻ ആവില്ല കേദാർ! മുത്തച്ഛൻ ചെയ്യേണ്ട കർമ്മ

മാണിത്. അദ്ദേഹത്തിന്റെ കടമകൾ തീർക്കാനുള്ള സമയമായി. നീ ആ രെന്ന് തിരിച്ചറിയാനുള്ള സമയം നിനക്കുമായി. നീ നിന്റെ സത്യം തിരിച്ചറിഞ്ഞാൽ മാത്രമേ പഴയ ആര്യാഹിയെ നമുക്ക് തിരിച്ചു കിട്ടുകയു ള്ളൂ. മുത്തശ്ശന്റെ ആത്മാവ് ഇവിടെത്തന്നെയുണ്ട് നീ പേടിക്കേണ്ട. കേ ഗിക്ക് വഴികാട്ടാൻ അദ്ദേഹം കൂടെത്തന്നെയുണ്ട്.'

കേദാറിന്റെ നട്ടെല്ലിനുള്ളിൽ നിന്നും ഒരു തണുപ്പ് പടർന്നു മുകളി ലേക്ക് കയറി.

രാകേഷ് എന്തൊക്കെയാണ് വിളിച്ചു പറയുന്നതെന്ന് അപ്പോഴാണ് അവന് മനസ്സിലായത്. ഉച്ചത്തിൽ ഒരു കുട്ടിയെപ്പോലെ നിലവിളിക്കാൻ തോന്നിയെങ്കിലും ആത്മാഭിമാനം അവനെ അതിന് അനുവദിച്ചില്ല.

അപ്പോഴേക്കും തളർന്നു നിൽക്കുന്ന ആര്യയെയും പിടിച്ചു വലിച്ചു കൊണ്ട് രാകേഷ് അക്കരെ എത്തിക്കഴിഞ്ഞിരുന്നു.

ഒന്നും മിണ്ടാൻ ആവാതെ പകച്ചു നിൽക്കുന്ന കേദാറിന്റെ മുന്നിൽ പുറത്തേക്കുള്ള നിലവറയുടെ വാതിൽ ഒന്ന് തുറന്നടഞ്ഞു. ഒരു തളർ ച്ചയോടെ വെറുംനിലത്ത് നനഞ്ഞ വസ്ത്രങ്ങളോടെ ഇരുന്ന അവന്റെ ചുമലിൽ കേഗി സ്പർശിച്ചു. തിരിഞ്ഞു നോക്കിയ അവന്റെ കണ്ണുക ളിൽ ആത്മരോഷവും അയാളോടുള്ള വെറുപ്പും ജ്വലിച്ചു നിൽക്കുന്നത് കണ്ട് ആ വൃദ്ധൻ അർത്ഥഗർഭമായി പുഞ്ചിരിച്ചു.

'എഴുന്നേറ്റ് മൂന്നു മുങ്ങി വാ... കുറച്ചു കാര്യങ്ങളുണ്ട്.'

കേദാർ വൃദ്ധനോട് എതിർത്തുപറയാനാണ് ചാടിയെഴുന്നേറ്റതെങ്കി ലും പെട്ടെന്ന് ഉയർന്നുവന്ന വൃദ്ധന്റെ വലതു കൈയിലെ തള്ളവിരൽ അവന്റെ തിരുനെറ്റിയിൽ അമർന്നു. വല്ലാത്ത ചൂടുള്ള എന്തോ ഒരു വ സ്തു നെറ്റിയിൽ പതിച്ചത് പോലെയാണ് ആദ്യം കേദാറിന് തോന്നിയ തെങ്കിലും പൊടുന്നനെ അവനുമുന്നിൽ മയക്കത്തിൽ എന്ന പോലെ മറ്റൊരു ലോകം ദൃശ്യമായി.

ഒരുപാട് ആളുകൾ എങ്ങോട്ടൊക്കെയോ ഓടുന്നതുപോലെ ഒരു മി ന്നൽ കാഴ്ച അവന്റെ കണ്മുന്നിൽ വന്നു മറഞ്ഞു.

കണ്ണടച്ച് തുറന്ന അവൻ ചുറ്റും നോക്കുമ്പോൾ താൻ മണ്ഡപത്തിൽ ഒരുപാട് വിളക്കുകൾക്ക് നടുവിൽ ആ വൃദ്ധന്റെ മുന്നിൽ പത്മാസന ത്തിൽ ഇരിക്കുകയാണ്. അയാൾ എന്തോ ജപിക്കുന്നുണ്ട് എന്ന് മനസ്സി ലായകേദാറിന് അവിടെനിന്നും എഴുന്നേറ്റു പോകണം എന്നുണ്ടായിരു ന്നെങ്കിലും എന്തൊക്കെയോ അവന്റെ മനസ്സിൽ വല്ലാതെ കലങ്ങി കിട ക്കുന്നതുകൊണ്ട് അവന് ഒന്നും ചെയ്യാനായില്ല..

'വിളക്കുകൾ കെടുത്തി ഇവിടെത്തന്നെ കിടന്നോളൂ. ബ്രഹ്മ മുഹൂർ

ത്തിൽ എഴുന്നേൽക്കണം. അതിനിനി അധികനേരമില്ല. അല്പസമ
യം കണ്ണടച്ചോളൂ.'

'പറ്റില്ല.'

എന്നു മറുപടി പറയാനാണ് അവന് തോന്നിയതെങ്കിലും പെട്ടെന്ന്
മുന്നോട്ടു വന്ന കേകി ഒരു പിടി ഭസ്മം എടുത്ത് അവന്റെ നെറ്റിയിൽ
തേച്ചു. നേരത്തെ അനുഭവപ്പെട്ടതുപോലെ ആകെ ഒരു മന്ദിപ്പ് അനുഭവ
പ്പെട്ട കേദാർ അങ്ങനെ തന്നെ ഇരുന്നു പോയി. അയാൾ തന്റെ നെറ്റിയി
ലേക്ക് വാരിപ്പൂശിയ ഭസ്മത്തിൽ എന്തോ മയക്കു മരുന്നുണ്ടെന്ന് അവ
ന് തോന്നി. ഒന്നും പറയാൻ കഴിയാതെ എഴുന്നേറ്റ് വിളക്കുകൾ ഓരോ
ന്നായി കെടുത്തുമ്പോൾ അവന്റെ മനസ്സിൽ നിസ്സഹായത മാത്രമായി
രുന്നു.

എന്തുകൊണ്ടാണ് രാകേഷേട്ടൻ തന്നെ ഇയാൾക്ക് വിട്ടുകൊടുത്തത്
എന്ന് എത്ര ആലോചിച്ചിട്ടും അവനു മനസ്സിലായില്ല.

വിളക്കുകളൊക്കെ കെടുത്തിക്കഴിഞ്ഞപ്പോഴേക്കും കേദാർ ക്ഷീണി
ച്ചിരുന്നു. കിടക്കാനായി ചുറ്റും നോക്കിയ അവൻ ആ മണ്ഡപത്തിന്റെ ഒ
രു മൂലയിൽ വെറും നിലത്ത് ചുരുണ്ടു കൂടി ഉറങ്ങുന്ന ആ വൃദ്ധനെ ക
ണ്ടു പകച്ചു പോയി. താനും ഇങ്ങനെ തന്നെയാണ് കിടക്കേണ്ടത് എന്ന്
മനസ്സിലായ അവൻ ഒന്നും പറയാതെ നനവ് ആറിത്തുടങ്ങിയ മേൽമു
ണ്ടെടുത്ത് നിലത്തുവിരിച്ച് മലർന്നു കിടന്നു. ഇവിടെ എന്തൊക്കെയാ
ണ് സംഭവിക്കുന്നതെന്ന് ചിന്തിച്ചു ചിന്തിച്ചു തലയുടെ വേദന കൂടിത്തു
ടങ്ങിയപ്പോൾ അവൻ കണ്ണുകൾ അടച്ചു.

കൊട്ടാരത്തിൽ ആര്യ കേദാറിനെ കൊണ്ടുവരാൻ ബഹളം വയ്ക്കു
കയായിരുന്നു. കുറച്ചു പ്രാവശ്യം അവളോട് വളരെ ശാന്തനായി രാകേ
ഷ് കാര്യങ്ങൾ വിശദീകരിക്കാൻ ശ്രമിച്ചുകൊണ്ടിരുന്നു.

'നീ കരുതുന്നതുപോലെ കേദാർ വെറുമൊരു നേഴ്സിന്റെ ജോലി
ചെയ്തു നടക്കേണ്ട യുവാവല്ല. അവന് ഒരുപാട് കടമകൾ ഉണ്ട് ഈ
കുടുംബത്തിന് വേണ്ടി ചെയ്തുതീർക്കാൻ! നിന്നോട് ചെയ്തുതീർ
ക്കാൻ...'

'എന്നോട് ഒന്നും ചെയ്തുതീർക്കേണ്ട! അവനെ ഇങ്ങ് കൊണ്ടുവ
ന്നാൽ മാത്രം മതി. അവിടെ അവന് തീരെ ശരിയാവില്ല.'

അവളുടെ വാശിപിടിച്ചുള്ള സംസാരം കേട്ടപ്പോൾ രാകേഷിനും കു
റേശ്ശെ ദേഷ്യം വന്നുതുടങ്ങിയിരുന്നു. ഒടുവിൽ അവൻ കുറച്ച് ശബ്ദം ഉ
യർത്തി പറഞ്ഞു.

'മിണ്ടരുത്.. നീ ഒറ്റ ഒരുത്തി കാരണമാണ് ഇതൊക്കെ സംഭവിച്ചത്.'

'പക്ഷേ ഏട്ടാ കേദാർ.'

ചാടി എഴുന്നേറ്റ രാകേഷ് ഒരലർച്ചയോടെ പറഞ്ഞു.

'അവന് എന്തു പറ്റിയാലും നിനക്കെന്തൊ? അവനെ കേഗി എന്ത് ചെ യ്താലും അത് നിന്നെ ബാധിക്കില്ല. ഇനി ചിലപ്പോൾ അവനെ അയാൾ അങ്ങ് കൊന്നുകളഞ്ഞേക്കാം. അപ്പോഴും നിനക്ക് ലാഭം മാത്രമല്ലേ ഉ ള്ളൂ? ഇങ്ങനെ സന്യാസിനി വേഷം കെട്ടി ഇഷ്ടം പോലെ നടക്കാമല്ലോ! അല്ലെങ്കിൽത്തന്നെ വിവാഹം കഴിഞ്ഞ് ഇന്നീ നിമിഷം വരെ നീ കേദാ റിനെ ഭർത്താവായി അംഗീകരിച്ചിട്ടുണ്ടോ? ഇത്രയും മന്ത്ര തന്ത്രങ്ങളിൽ അറിവുള്ള നിനക്ക് സ്വന്തം സത്യം തിരിച്ചറിയാൻ കഴിഞ്ഞിട്ടുണ്ടോ? എ ന്തുകൊണ്ടാണ് മുത്തശ്ശൻ കേദാറിനെത്തന്നെ നിനക്ക് ഭർത്താവായി തിരഞ്ഞെടുത്തതെന്ന് നീ ആലോചിച്ചിട്ടുണ്ടോ? ഇതിലും ഭേദം അവൻ ഇല്ലാതാവുന്നത് തന്നെയാണ്. അതിനുവേണ്ടി പ്രാർത്ഥിച്ചുകൊണ്ട് പോ യി കിടന്നുറങ്ങ്...'

ഞെട്ടിത്തരിച്ചു നിൽക്കുന്ന ആര്യയുടെ കണ്ണുകളിലൂടെ ഒഴുകുന്ന കണ്ണുനീർ കണ്ടിട്ടും കാണാത്ത ഭാവത്തിൽ രാകേഷ് അവളെ പിടിച്ചു വലിച്ചു മുറിയിലേക്ക് തള്ളി പുറത്തുനിന്നും വാതിൽ അടച്ച് ലോക്ക് ചെയ്തു. കാവിനു മുകളിൽ കാറ്റ് വീശുന്നതോ അവിടെ മേഘങ്ങൾ ഉ രുണ്ടുകൂടുന്നതോ ആർത്തലച്ചു മഴ ഭൂമിയിലേക്ക് പെയ്തിറങ്ങുന്നതോ അപ്പോൾ രാകേഷ് അറിഞ്ഞില്ല..

*****

കേദാർ നല്ല ഉറക്കത്തിൽ ആയിരുന്നു. തലയ്ക്കുള്ളിലൂടെ എന്തൊ ക്കെയോ ഓടി നടക്കുന്നതുപോലെ തോന്നിയിട്ടാണ് അവൻ കണ്ണുതുറ ന്നത്. ചുറ്റോടുചുറ്റും കൂരിരുട്ടാണ്. ശ്രീകോവിനുള്ളിലെ ഒറ്റത്തിരി പോലും കെട്ടുപോയെന്ന് തോന്നുന്നു.

തണുപ്പുകൊണ്ട് അവന്റെ ദേഹം മരവിച്ചിരുന്നു. നേരം വെളുക്കാൻ ആയതിന്റെ ഒരു ലക്ഷണവും കാണാനില്ല.

വെറും നിലത്ത് വിരിച്ചിരുന്ന മേൽമുണ്ടെടുത്ത് അവൻ ചുമലിലൂടെ ചുറ്റികൊണ്ട് മണ്ഡപത്തിന്റെ നിലത്ത് എഴുന്നേറ്റിരുന്നു. ആരോ നേർ ത്ത ശബ്ദത്തിൽ എന്തോ സംസാരിക്കുന്നത് പോലെ അവനു തോന്നി. ചുറ്റും നോക്കിയ കേദാറിനു മുന്നിൽ കുളത്തിലെ ജലത്തിന്റെ നേർത്ത തിളക്കം മാത്രം ചെറുതായൊന്നു മിന്നി മാഞ്ഞു.

കുറച്ചുസമയം കൂടി കഴിഞ്ഞതോടെ കണ്ണുകൾ ഇരുട്ടുമായി ഇടപഴ കിത്തുടങ്ങിയിരുന്നു. കുളത്തിലെ ജലത്തിൽ മാത്രം ഇടയ്ക്കിടെ ഓ രോ ഓളങ്ങൾ അനങ്ങുന്നത് ശ്രദ്ധിച്ച അവൻ എഴുന്നേറ്റ് അങ്ങോട്ടേക്ക്

നീങ്ങി നിന്ന് നോക്കി.

ആ നേർത്ത ഇരുട്ടിലും കൺമുന്നിൽ തെളിഞ്ഞ കാഴ്ച കണ്ട് കേദാറിന്റെ ശരീരമാസകലം രോമങ്ങൾ എഴുന്നേറ്റ് നിന്നുപോയി. ജലത്തിനു മധ്യത്തിൽ പത്മാസനത്തിൽ ഇരുന്ന് ആ ഉണങ്ങിച്ചുരുണ്ട വൃദ്ധനായ കേഗി ആരോടോ സംസാരിക്കുകയാണ്. അയാൾ തനിച്ചിരുന്ന് എന്തോ പിറുപിറുക്കുകയാണ് എന്നാണ് അവൻ ആദ്യം കരുതിയത്. പക്ഷേ ജലത്തിലെ ഓളങ്ങൾ ഇളകുമ്പോൾ അയാൾക്ക് തൊട്ടുമുന്നിൽ ഒരു കറുത്ത നിഴൽ രൂപം കൃത്യമായും കേദാറിന് കാണാമായിരുന്നു. ഒരു പുകമറ പോലൊരു മനുഷ്യരൂപം നിൽക്കുന്നതുപോലെ. അതിനോടാണ് വൃദ്ധൻ നിർത്താതെ സംസാരിക്കുന്നത്. കേദാറിന് കാലുകൾക്ക് വിറയൽ അനുഭവപ്പെട്ടുതുടങ്ങിയിരുന്നു.

അന്ന് മണികർണിക ഘട്ടിൽ വെച്ച് അനുഭവപ്പെട്ട അതേ ഗന്ധം. അതിനർത്ഥം....?

അതൊരു ആത്മാവാണ് എന്നാണോ...?

അവന് ഭയം തോന്നിയെങ്കിലും അതിനേക്കാൾ ഉപരി സങ്കടമാണ് തോന്നിയത്. എന്തുകൊണ്ടാണ് തങ്ങൾക്കു ചുറ്റും ഇങ്ങനെ അമാനുഷികമായ കാര്യങ്ങൾ സംഭവിക്കുന്നത് എന്നാണവൻ ആലോചിച്ചത്. അതിനു പിറകിലെ രഹസ്യങ്ങൾ തനിക്ക് എന്തുകൊണ്ട് തിരിച്ചറിയാൻ കഴിയുന്നില്ല?

'കാരണം നിന്റെ ബുദ്ധിക്ക് മുന്നിൽ അലസതയുടെ മറ സൃഷ്ടിച്ചിട്ടുണ്ട്.'

ചെവിക്ക് പിറകിൽ നിന്നും ആരോ പറയുന്നത് കേട്ട് ഒരു അലർച്ചയോടെ തിരിഞ്ഞുനിന്ന കേദാറിനു മുന്നിൽ വൃദ്ധൻ വളഞ്ഞു കൂടി നിർവികാരതയോടെ നിൽക്കുന്നുണ്ടായിരുന്നു. ഒരു വിറയലോടെ അവൻ തിരിഞ്ഞു കുളത്തിലേക്ക് നോക്കി.

ബ്രഹ്മ മുഹൂർത്തം ആയെന്നു തോന്നുന്നു വിട പറയാൻ ഒരുങ്ങുന്ന നിലാവിന്റെ നേർത്ത വെളിച്ചം ഇപ്പോൾ കുളത്തിലും കരയിലും പതിക്കുന്നുണ്ട്. പക്ഷേ എവിടെയും നേരത്തെ താൻ കണ്ട നിഴൽ ഇല്ല. സ്തബ്ധനായി നിൽക്കുന്ന കേദാറിന് പിറകിൽ നിന്നും കേഗി വീണ്ടും പറഞ്ഞു.

'ബ്രഹ്മ മുഹൂർത്തമായി! നമുക്ക് പഠനം തുടങ്ങണം. എത്രയും വേഗം കുളിച്ചു കയറി വാ.'

മടുപ്പോട് കൂടി കേദാർ വൃദ്ധനോട് പറഞ്ഞു.

'എനിക്കു മാറിയുടുക്കാൻ വസ്ത്രങ്ങൾ ഇല്ല. പല്ലുതേപ്പും മറ്റു പ്രാഥ

മിക ആവശ്യങ്ങളുണ്ട്! അല്ലാതെ സദാസമയം നിങ്ങളെപ്പോലെ ചുരു
ണ്ടു കൂടി ഇരുന്നാൽ പോരാ.'

'ആദ്യം നീ മൂന്നുരു മുങ്ങി കയറി വാ. എല്ലാ പ്രശ്നത്തിനും പരി
ഹാരം ഉണ്ടാകും.'

കേദാർ ഒന്നു കൂടി തർക്കിക്കാൻ മുതിർന്നെങ്കിലും വൃദ്ധൻ ഒറ്റനോ
ട്ടം കൊണ്ട് അവനെ നിശ്ചലനാക്കി കളഞ്ഞു. പിന്നെ ഒന്നും പറയാതെ
അവൻ കുളത്തിലേക്ക് ഇറങ്ങി. വെള്ളത്തിൽ മൂന്നുരു മുങ്ങി കയറിവ
ന്ന തന്റെ ശരീരം പൂർണ്ണമായും രാവിലെ എഴുന്നേറ്റ് പ്രാഥമികകൃത്യ
ങ്ങൾ കഴിഞ്ഞ് പല്ലുതേച്ചു കുളിച്ചാൽ ഉള്ള അവസ്ഥയിലാണ് ഇപ്പോഴു
ള്ളത് എന്ന് അത്ഭുതത്തോടെ കേദാർ മനസ്സിലാക്കി.

' ഇവിടെ വന്നിരുന്നോളൂ...!'

ജ്വലിക്കുന്ന വെളിച്ചം കണ്ണിലേക്ക് അടിച്ചപ്പോഴാണ് അവൻ ഇതുവ
രെയുള്ള അനുഭൂതിയിൽ നിന്നുണർന്നു ചുറ്റും നോക്കിയത്. മണ്ഡപം
നിറയെ ചിരാതുകളും വലിയ അഞ്ച് വിളക്കുകളും കത്തിജ്വലിക്കുന്നു.
ശ്രീകോവിലിനുള്ളിലെ ഭദ്രകാളിയുടെ പ്രതിഷ്ഠയും പൂർണ്ണമായും ദീ
പാഞ്ജലിയിൽ കുളിച്ചുനിൽക്കുന്നു.

'ഇത്രയും വിളക്കുകൾ നിങ്ങൾ എപ്പോൾ കത്തിച്ചു?'

അത്ഭുതത്തോടെയുള്ള കേദാറിന്റെ ചോദ്യത്തിന് മറുപടി പറയാതെ
വൃദ്ധൻ അവനെ തനിക്ക് മുന്നിൽ ഇരിക്കുവാൻ കൈ ചൂണ്ടിക്കാണിച്ചു.
അയാളോട് ചെറിയൊരു മതിപ്പുതോന്നിയ കേദാർ പിന്നെ ഒന്നും പറ
യാതെ അവിടെപ്പോയി ഇരുന്നു.

'കേദാർനാഥ് എന്ന നിന്റെ പേരിന്റെ അർത്ഥം എന്താണെന്ന് അറി
യാമോ?'

'ശിവൻ എന്നല്ലേ?'

'ഇത്രയും പ്രൗഢഗംഭീരമായ ഒരു പേരു മാത്രമല്ല നിനക്കുള്ളത്. അ
തിനേക്കാൾ ഗംഭീരമായ ഒരു മുജ്ജന്മ ചരിത്രം കൂടി നിനക്കുണ്ട്. അതി
ലേക്കുള്ള യാത്രയിലാണ് ഇനിയുള്ള ദിവസങ്ങളിൽ നീ.'

'നിങ്ങൾക്ക് അതൊക്കെ അറിയാമെങ്കിൽ പറഞ്ഞുതന്നാൽ പോരെ?'

കേഗിയുടെ കണ്ണുകൾ ഒന്നു കുറുകിയത് കണ്ടതോടെ കേദാർ വാ
യടച്ചു.

'വേദ ചന്ദ്ര മാളികകൾ രാശിചക്രത്തിന് പിന്നിലെ നക്ഷത്രങ്ങളെ
രൂപപ്പെടുത്തുന്നു, അവ ഓരോന്നും വ്യത്യസ്ത ദൈവിക ഗുണങ്ങളെ
യും ആത്മാന്വേഷണത്തിലേക്കുള്ള യാത്രയുടെ വിവിധ ഘട്ടങ്ങളെയും
പ്രതിനിധീകരിക്കുന്നു. നിങ്ങൾ യഥാർത്ഥത്തിൽ ആരാണെന്നും ഈ

ജീവിതകാലത്ത് നിങ്ങളുടെ ആത്മാവിന്റെ ഉദ്ദേശ്യം എന്താണെന്നും മന
സ്സിലാക്കുന്നതിനുള്ള താക്കോലാണ് അവ , രാശിചക്രത്തിനപ്പുറമുള്ള
27 വേദ നക്ഷത്രങ്ങൾ, അവരുടെ ദേവന്മാരും ശക്തികളും, നമ്മുടെ ദൈ
വിക സാധ്യതകൾ വെളിപ്പെടുത്തുന്നു.'

കേഗി പറയുന്ന ഒരു വാക്കുപോലും കേദാറിന് മനസ്സിലായില്ലെങ്കി
ലും അയാൾ തന്നെ വേദം പഠിപ്പിക്കുവാൻ ആണ് തുടങ്ങുന്നത് എന്ന്
അവനു തോന്നി.

'ഓം ഭൂർ ഭുവഃ സ്വഃ

തത് സവിതുർ വരേണ്യം,

ഭർഗോ ദേവസ്യ ധീമഹി,

ധിയോ യോ നഃ പ്രചോദയാത്. '

കൈകൂപ്പി ഇരിക്കുകയായിരുന്ന വൃദ്ധൻ നെഞ്ചിൽ വലതുകൈ ചു
രുട്ടി വെച്ച് ഒന്നു പ്രാർത്ഥിച്ച ശേഷം കേദാറിന്റെ നെറ്റിയിൽ തള്ളവി
രൽ കൊണ്ട് ഭസ്മം തൊടുവിച്ചു.

അയാളുടെ നെഞ്ചിനുള്ളിൽ നിന്ന് എങ്ങനെയാണ് ഭസ്മം വന്നത്
എന്ന അത്ഭുതത്തോടെ കേദാർ നിശബ്ദനായി ഇരുന്നു.

'നിനക്കൊരു നിയോഗമുണ്ട് മനസ്സിനെ ഏകാഗ്രമാക്കൂ. എന്റെ ക
ണ്ണിലേക്ക് നോക്കി ഞാൻ ചൊല്ലുന്നത് മാത്രം ചൊല്ലുക...'

കേദാർ ഒന്നു ദീർഘശ്വാസം എടുത്ത് കണ്ണുകൾ അടച്ചു തുറന്ന് വൃ
ദ്ധന്റെ ഇടുങ്ങിയ നയനങ്ങളിലേക്ക് നോക്കി. ചുളിഞ്ഞു കറുത്ത തൊ
ലിക്കുള്ളിലെ കൃഷ്ണമണിയിൽ നിന്നും പുറപ്പെടുന്ന വല്ലാത്തൊരു തി
ളക്കം അവന്റെ കണ്ണുകളിലൂടെ ചുറ്റി പിണഞ്ഞു തലച്ചോറിനുള്ളിലേ
ക്ക് പാഞ്ഞു കയറി..

ഒരു തരിപ്പോടെ നിശ്ചലനായി ഇരുന്നു പോയ കേദാർ കേഗിയുടെ
ചുണ്ടുകളിലേക്ക് ഉറ്റുനോക്കി അയാൾ ജപിക്കുന്ന മന്ത്രങ്ങൾ ഉരുവിട്ട്
തുടങ്ങി.

14

ആര്യ രണ്ടുമൂന്നു പ്രാവശ്യം വാതിലിൽ ആഞ്ഞടിച്ചുകൊണ്ട് ഉച്ച
ത്തിൽ വിളിച്ചു.

'ഏട്ടാ... കതക് തുറക്ക്... ഏട്ടാ... ഏട്ടത്തി.... പ്ലീസ്.. ഒന്ന് തുറക്ക്...'

പുറത്തുനിന്നും ഒരനക്കവും കേൾക്കാതെ ആയതോടെ അവളുടെ
തലയിലേക്ക് ദേഷ്യം ഇരമ്പിക്കയറിവന്നുകൊണ്ടിരുന്നു.

മുറിയിലൂടെ അങ്ങോട്ടുമിങ്ങോട്ടും അതിവേഗത്തിൽ നടന്നു കൊണ്ടി

രിക്കുന്ന ആര്യയുടെ മാനസികാവസ്ഥ അവളുടെ കയ്യിൽ നിന്നും നിയ
ന്ത്രണം വിട്ടുപോകുന്ന അവസ്ഥയിലേക്കാണ് വന്നുകൊണ്ടിരുന്നത്

അഴിഞ്ഞുലഞ്ഞ സ്വർണ്ണക്കളർ നിറമുള്ള മുടിയും ഇന്നലെ ധരിച്ച
മുണ്ടും നേരിയതും

ചുവന്നുവിങ്ങിയ കണ്ണും മുഖവും. വെള്ളി നിറത്തിൽ തിളങ്ങുന്ന
കൃഷ്ണമണികളും,

ആ കണ്ണുകളിൽ ജ്വലിച്ചുനിൽക്കുന്ന കോപം കൂടിയാവുമ്പോൾ അ
വളെ കാണാൻ ഒരു ദുർമന്ത്രവാദിനിയെപ്പോലെ ഉണ്ടായിരുന്നു. ഇരു
കൈകളും ചുരുട്ടിപ്പിടിച്ച് കത്തി ജ്വലിക്കുന്ന കണ്ണുകളോടെ. ഏതോ
ബാധ കയറിയത് പോലെ ചുറ്റിത്തിരിഞ്ഞു നടന്ന്. മനസ്സിൽ ബന്ധനമു
ക്തമന്ത്രം ഉരുക്കഴിച്ചു കൊണ്ടവൾ സ്വയമറിയാതെ വാതിലിന് നേർക്ക്
തീക്ഷ്ണമായി ഒന്നു നോക്കി

നിമിഷനേരം കൊണ്ട് ഒരു ശബ്ദം പോലും ഇല്ലാതെ ആര്യയുടെ
കിടപ്പുമുറിയുടെ വാതിൽ അവൾക്ക് മുന്നിൽ മലർക്കെ തുറന്നു...

വെള്ളിക്കണ്ണുകളിൽ നിറഞ്ഞുനിൽക്കുന്ന വന്യതയോടെ. വീശിയടി
ക്കുന്ന കാറ്റിൽ പറന്നുലഞ്ഞുപടർന്നു കിടക്കുന്ന കനത്ത സ്വർണ്ണ നാ
ഗങ്ങളെപ്പോലെ വിരിഞ്ഞുനിൽക്കുന്ന മുടിക്കെട്ടിനെ ഒന്ന് ഒതുക്കുക പോ
ലും ചെയ്യാതെ. ഏതോ വന്യമായ ശക്തി ആവേശിച്ചതുപോലെ അ
വൾ പടിക്കെട്ടുകൾ ഇറങ്ങി മുത്തശ്ശന്റെ മുറിയിലേക്ക് നടന്നു കയറി.
അവിടെനിന്നും കാവിലേക്കുള്ള ഇടുങ്ങിയ ഇടനാഴിയിലേക്ക് കടക്കാ
നുള്ള വാതിൽ ഒരൊറ്റ നോട്ടത്തിൽ അവൾ മലർക്കെ തുറന്നു. പുറ
കിൽ വീശി അടിക്കുന്ന കാറ്റിനെയോ പാറിപ്പറക്കുന്ന വാതിൽ കർട്ടനു
കളെയോ ഒന്നു തിരിഞ്ഞു പോലും നോക്കാതെ ആര്യാഹി ഭ്രാന്ത് പിടി
ച്ച ഒരു സ്വപ്നത്തിൽ എന്നപോലെ അതിവേഗം കാവിലേക്ക് നടന്നു
കൊണ്ടിരുന്നു...

മുകളിലെ മുറിയിൽ നയനയേയും നെഞ്ചോട് ചേർത്തുപിടിച്ച് രാ
കേഷ് അതിഗാധമായ ഉറക്കത്തിൽ ആയിരുന്നു.

അവന്റെ കയ്യിലെ രക്ഷ വല്ലാതെ ചൂടായി വിറച്ചു തുടങ്ങിയത് അ
വൻ അറിഞ്ഞതേയില്ല. ഇരുണ്ട ഇടനാഴിയിൽ നിന്നും കാവിലേക്ക് ഇറ
ങ്ങാനായി തുറക്കുന്ന വാതിലിന്റെ അരികിൽ നിന്ന് ആര്യാഹി ജപിച്ചു
തുടങ്ങിയിരുന്നു. കാവിന്റെ രൂപം പതുക്കെ മാറിത്തുടങ്ങി. അത്രയും
സമയം മൃദുലമായി വീശിക്കൊണ്ടിരുന്ന കാറ്റിന് ശക്തിയേറുകയായി
രുന്നു...

കാവിനുള്ളിലെ മണ്ഡപത്തിൽ സമയം കടന്നു പോയിക്കൊണ്ടിരു

ന്നു. പക്ഷേ അതൊന്നും അറിയാതെ കേദാർ പൂർണമായും കേഗിയു ടെ വാക്കുകളിലേക്ക് ലയിച്ചുചേർന്നുകഴിഞ്ഞിരുന്നു. അവൻ ശ്രദ്ധിച്ചു തുടങ്ങിയതോടെ കേഗിയും പൂർണമായും കേദാറിലേക്ക് തന്റെ അറി വുകൾ പകർന്നുകൊണ്ടിരുന്നു.

ഓരോ മനുഷ്യന്റെയും ജനനസമയത്തെക്കുറിച്ച് നക്ഷത്രങ്ങളെക്കു റിച്ച് അവന്റെ പുനർജന്മത്തെകുറിച്ച് നിയോഗങ്ങളെ കുറിച്ച് കേഗി പറ ഞ്ഞു കൊണ്ടേയിരുന്നു.

കേദാറിന്റെ അലസമായ നോട്ടം പതുക്കെ പതുക്കെ ദൃഢമാവുന്ന തും, അവന്റെ കണ്ണുകളിലേക്ക് പ്രൗഢിയുള്ള ഒരു തിളക്കം മിന്നിമാഞ്ഞു പോകുന്നതും വൃദ്ധൻ കാണുന്നുണ്ടായിരുന്നു.

'പുനർജ്ജന്മം എന്നാൽ എല്ലാവർക്കും തിരിച്ചറിയാൻ കഴിയുന്ന ഒ ന്നല്ല!

അപൂർവ്വം ചില വിശിഷ്ട ജന്മങ്ങൾക്ക് അവരുടെ ആ ജന്മത്തിലെ നി യോഗം പൂർത്തീകരിക്കാൻ കഴിയാതെ മടങ്ങേണ്ടി വരും. അവർ മരണ പ്പെട്ട സമയവും പുനർജ്ജനിച്ച സമയവും തമ്മിൽ പല ബന്ധങ്ങളും ഉ ണ്ട്. കൃത്യമായ പ്രാർത്ഥനയും സിദ്ധിയും ഉള്ള ഒരു വ്യക്തിക്ക് അവ ന്റെ മുൻജ്ജന്മത്തെ വളരെ എളുപ്പത്തിൽ

മനസ്സിലാക്കാൻ കഴിയും. പക്ഷേ അതിനുള്ള കഴിവ് എല്ലാവർക്കും ഉണ്ടാവില്ല. എങ്കിലും പോയ ജന്മത്തിൽ ബാക്കിവെച്ച കടമകൾ ചെയ് തുതീർക്കാൻ കഴിയാതെ മരിച്ചുപോകുന്നവർ എപ്പോഴും മരണം വരെ അസ്വസ്ഥരായിരിക്കും.

കാരണമറിയാത്ത ഒരു അസ്വസ്ഥത അവരെ സദാസമയം വലയം ചെയ്തു കൊണ്ടിരിക്കും.'

'അത് തിരിച്ചറിയുക എങ്ങനെയാണ്?'

'അത് അവനവന്റെ ഉള്ളിൽ നിന്ന് തന്നെ വരണം. പലപ്പോഴും നമ്മു ടെ ജീവിത യാത്രയിൽ നമ്മൾ കണ്ടുമുട്ടുകയും പരിചയപ്പെടുകയും ചെയ്യുന്ന ചിലരോട് നമുക്ക് ഒരു കാരണവുമില്ലാതെ വെറുപ്പ് തോന്നും. മറ്റു ചിലരെ എവിടെയോ കണ്ടതുപോലെയുള്ള ഒരു സ്നേഹവും.

ജനനത്തിനും മരണത്തിനും ഇടയിലുള്ള സമാന്തര പ്രപഞ്ചത്തിൽ വച്ച് കണ്ടുമുട്ടുന്ന ആത്മാക്കൾ ഭൂമിയിലെ പോലെ തന്നെ സുഹൃത്തു ക്കളും ശത്രുക്കളുമായി പുനർജന്മത്തിലേക്ക് യാത്ര പറയുന്നു.

ആ ബന്ധങ്ങളുടെ ബാക്കിയാണ് നമുക്ക് പറഞ്ഞറിയിക്കാൻ പറ്റാ ത്ത ഈ വികാരങ്ങൾ.'

വൃദ്ധന്റെ ഓരോ വാക്കുകളും കേദാറിന്റെ ഹൃദയത്തിനുള്ളിലേക്കാണ്

വെളിച്ചമായി ചെന്ന് കയറിക്കൊണ്ടിരുന്നത്. ഇരുട്ടിനുള്ളിലൂടെ ഒരു വല്ലാത്ത പ്രകാശം കടന്നു വരുന്നതു പോലെ മനസ്സിനുള്ളിൽ ഉണർവും ഉന്മേഷവും നിറയുന്നത് അവന് അറിയാൻ കഴിയുന്നുണ്ടായിരുന്നു.

'മന്ത്രങ്ങൾ ഏറ്റുചൊല്ലിക്കോളൂ.' എന്ന കേഗിയുടെ വാക്കുകൾ കേട്ടതോടെ കേദാർ കണ്ണുകൾ അടച്ച് അയാളുടെ ശബ്ദം മാത്രം മനസ്സിലേക്ക് ആവാഹിച്ച് ശ്രദ്ധയോടെ ഇരുന്നു. പെട്ടെന്നാണ് കുളത്തിനപ്പുറത്തെ ചെറിയ വാതിലിൽ എന്തോ വന്ന് അടിക്കുന്നത് പോലെയുള്ള വലിയ ശബ്ദം കേട്ടത്. കേദാർ അത് ശ്രദ്ധിച്ചതേയില്ല. പക്ഷേ വൃദ്ധൻ കണ്ണുകൾ തുറന്ന് അങ്ങോട്ടേക്ക് മുഖം തിരിച്ചപ്പോൾ മലർക്കെ തുറന്ന വാതിലിനുള്ളിൽ നിന്നും ആര്യാഹി കോപം കൊണ്ട് ഉറഞ്ഞു തുള്ളുന്ന ദേവിയെ പോലെ... മുടിയഴിച്ചിട്ട്.

വീശിയടിച്ച് അവളെ പിറകിലേക്ക് തള്ളുന്ന കാറ്റിനെ വകവയ്ക്കാതെ മുന്നോട്ടേക്ക് നടന്നുവരുന്നു.

'തമ്പുരാട്ടിക്കുട്ടി അരുത്...ഇങ്ങോട്ടേക്ക് വരരുത്.. നിനക്ക് വരാനുള്ള സമയമായില്ല.'

വൃദ്ധന്റെ ഉച്ചത്തിലുള്ള ശബ്ദം കേട്ട് കേദാർ കണ്ണു തുറക്കുമ്പോൾ കാവിന്റെ രൂപം ആകെ മാറിയിരുന്നു. ആഞ്ഞുവീശുന്ന കാറ്റും വല്ലാത്ത മിന്നലും. വൃദ്ധന്റെ മുഖത്തേക്ക് നോക്കി അയാൾ നോക്കുന്ന ഇടത്തേക്ക് നോക്കിയ കേദാർ ഞെട്ടിപ്പോയി.

ഉദിച്ചുവരുന്ന പ്രഭാതസൂര്യന്റെ പൊൻവെളിച്ചത്തിൽ ഒരു ഭ്രാന്തിയെ പോലെ തമ്പുരാട്ടിക്കുട്ടി കാവിലെ വലിയ കുളത്തിലേക്ക് ഇറങ്ങാൻ വേണ്ടി നടന്നുവരുന്നു. കേദാർ ചാടി എഴുന്നേറ്റ് അവളുടെ അടുത്തേക്ക് പോകാനായി ഇറങ്ങി...

പക്ഷെ... അവസാനത്തെ പടവിൽ അവൻ നിശ്ചലനായി നിന്നുപോയി. ജലത്തിൽ പാലം ഉയർന്നു വന്നിട്ടില്ല. രാകേഷോ ആര്യയോ കാല് വെച്ചാൽ മാത്രമേ സാധാരണ ജലത്തിൽ നിന്നും പാലം ഉയർന്നു വരുന്നത് കാണാറുള്ളൂ. അതല്ലെങ്കിൽ അവരുടെ സാമീപ്യം വേണം. നിസ്സഹായനായി നോക്കി നിൽക്കുന്ന അവനെ കണ്ടതോടെ അപ്പുറത്തുനിന്നും ആര്യ ഓടി വെള്ളത്തിലേക്ക് ഇറങ്ങി. പക്ഷേ കേദാറിനെ ഞെട്ടിച്ചുകൊണ്ട് ആര്യ വെള്ളത്തിലേക്ക് തന്നെയാണ് ഇറങ്ങി നിന്നത്. അവളുടെ പാദം സ്പർശിച്ചപ്പോൾ അവിടെ പാലം ഉയർന്നുവന്നില്ല.

'ശുദ്ധിയില്ലാതെ, വികാര വിക്ഷോഭത്തോടെ മണ്ഡപത്തിലേക്ക് പ്രവേശിക്കരുത് തമ്പുരാട്ടി! ഇത് ഭദ്രകാളിയുടെ ഇടമാണ്. ഇടഞ്ഞാൽ അമ്മ തറവാട് തന്നെ കുളം കോരും.. മറക്കരുത്.'

കേദാറിന്റെ തൊട്ടടുത്തു നിന്നും വിളിച്ചുപറയുന്ന കേഗിയുടെ വാ ക്കുകൾക്ക് ചെവി കൊടുക്കാതെ തമ്പുരാട്ടിക്കുട്ടി മുന്നോട്ടേക്ക് തന്നെ നീങ്ങി വരികയാണെന്ന് കേദാർ ഞെട്ടലോടെ കണ്ടു. പ്രകൃതിയാകെ ക്ഷോഭിച്ചിരിക്കുകയാണ്. കാവിനു മുകളിൽ മാത്രമായി മേഘങ്ങൾ ഉ രുണ്ടുകൂടുന്ന വിചിത്രമായ കാഴ്ചകണ്ട് കേദാർ അത്ഭുതപ്പെട്ടുപോയി. അരയോളം വെള്ളത്തിൽ വീണിട്ടും ഒരു കൂസലും ഇല്ലാതെ തമ്പുരാട്ടി ക്കുട്ടി തനിക്ക് നേർക്ക് വലതുകൈനീട്ടി നടന്നുവരുന്നത് കണ്ടതോടെ കേദാർ വെപ്രാളത്തോടെ വെള്ളത്തിലേക്ക് കാലെടുത്തു വച്ചു..

വീശി അടിക്കുന്ന കാറ്റിൽ വൃക്ഷത്തലപ്പുകൾ ആടിയുലയുന്ന ശബ്ദ ത്തിനിടയിൽ അവൾ കരഞ്ഞുകൊണ്ട് വിളിച്ചുപറയുന്നത് അവന് വ്യ ക്തമായി കേൾക്കാൻ കഴിയുന്നുണ്ടായിരുന്നില്ല.

ഒരു നിമിഷം...

അവന്റെ പാദം വെള്ളത്തിൽ സ്പർശിച്ചതോടെ അവനെ അടിമുടി ഞെട്ടിച്ചുകൊണ്ട് ചങ്ങലയിട്ട നടപ്പാത ഉയർന്നുവന്നു. ഒരു കിടുങ്ങലോ ടെ ഞെട്ടിത്തിരിഞ്ഞു വൃദ്ധന്റെ മുഖത്തേക്ക് നോക്കിയ കേദാറിനെ നോ ക്കി അയാൾ അർത്ഥഗർഭമായി പുഞ്ചിരിച്ചു.

പരിഭ്രമത്തോടെ ചുറ്റും നോക്കിയ അവൻ വീശിയടിക്കുന്ന കാറ്റിൽ ആഞ്ഞുലയുന്ന മരത്തലപ്പുകളുടെ പേക്കൂത്തുകൾ കണ്ടു ഭയന്നെങ്കി ലും, കൺമുന്നിൽ വെള്ളത്തിലേക്ക് താഴ്ന്നു വരുന്ന ആര്യയുടെ മുഖം അവനെ ഒന്നും ചിന്തിക്കാതെ മുന്നോട്ടേക്ക് നയിച്ചു.

'ചെല്ല്... അവൾക്ക് ഇങ്ങോട്ട് വരാൻ സമയമായില്ല ഇനി.. തിരിച്ചു ക യറ്റി വിട്ടിട്ട് വാ.'

പുറകിൽ വൃദ്ധന്റെ സ്വരം ഉയർന്നതോടെ, മറ്റൊന്നും ചോദിക്കാതെ മുന്നോട്ടേക്ക് കുതിച്ച കേദാർ പാലത്തിന്റെ പകുതിയിൽനിന്നും വെള്ള ത്തിലേക്ക് എടുത്തുചാടി.

അരയ്ക്കു മുകളിൽ വെള്ളവുമായി അങ്ങോട്ടേക്ക് നടന്നു വരികയാ യിരുന്ന ആര്യ അവൻ തനിക്കരികിലേക്ക് നീന്തി വരുന്നത് കണ്ടതോ ടെ നിശ്ചലയായി നനഞ്ഞു കുതിർന്ന് അങ്ങനെതന്നെ നിന്നു.

'എന്താ തമ്പുരാട്ടി കുട്ടി? എന്തിനാ ഇങ്ങനെ?'

അവൻ പറഞ്ഞു തീരുന്നതിനു മുൻപ് തന്നെ ആര്യ കേദാറിന്റെ നെ ഞ്ചിലേക്ക് വീണവനെ ചുറ്റിപ്പുണർന്നു കഴിഞ്ഞിരുന്നു. ശ്വാസം കിട്ടാ തെ കിതയ്ക്കുന്ന അവളുടെ ഉയർന്നു താഴുന്ന മാറിടം കേദാറിന്റെ നഗ് നമായ നെഞ്ചിലെ നനഞ്ഞൊട്ടിയ രോമങ്ങളിലേക്ക് നനവോടെ പറ്റി ച്ചേർന്നു കഴിഞ്ഞിരുന്നു. കേദാറിന് അവന്റെ കാൽവിരലിൽ നിന്നും ഒ

രു മിന്നൽ പുളഞ്ഞ് മൂർദ്ധാവിലേക്ക് കയറിപ്പോയത് പോലെ തോന്നി. ഇതിനു മുൻപ് എത്രയോ പ്രാവശ്യം തമ്പുരാട്ടിക്കുട്ടിയെ ചേർത്തു പിടി ച്ചിട്ടുണ്ടെങ്കിലും അന്നൊന്നും അനുഭവിച്ചിട്ടില്ലാത്ത ഒരു വികാരം.

എന്നോ ഒരിക്കൽ....
ഒരുപാട് സ്നേഹത്തോടെ...
കാത്തിരുന്നു കാത്തിരുന്നു...
ഭ്രാന്തമായ ആവേശത്തോടെ...
താൻ ഇതേഗന്ധമുള്ള ശരീരത്തെ
കഴുത്തോളം ജലത്തിൽ വച്ച്...
ആഞ്ഞു പുണർന്നിട്ടുണ്ട്...

പക്ഷേ അന്നു താൻ ഒരു ആത്മാവും അവളൊരു ശരീരവും ആയി രുന്നു..

എങ്കിലും ആത്മാവാകുന്ന തന്നിലേക്ക് അവളെ സ്വീകരിക്കുമ്പോൾ അന്നുണ്ടായ അതേഗന്ധവും ഊഷ്മളതയും...ഇന്നും...

അതൊരു തരിപ്പായി ശരീരമാസകലം വ്യാപിക്കുമ്പോൾ കേദാർ സ്വയം അറിയാതെ അവന്റെ ഇരുകരങ്ങളും ഉയർന്ന് ആര്യയുടെ ഇടു പ്പിലൂടെ മുറുകി.

'എന്നെ വിട്ടു പോകല്ലേ...'

എന്ന് അവളുടെ ചൊടികളിൽ നിന്നുതിർന്ന മന്ത്രണം നേരെ കേദാ റിന്റെ ഹൃദയത്തിലേക്കാണ് തുള്ളിഞ്ഞു കയറിയത്.

അല്ല... ഇത് ഭ്രമമല്ല...

എത്രയോ കാലം ഒരാത്മാവായി അകലെ നിന്നുമാത്രം കണ്ടു...

നിസ്സഹായതയോടെ കാവലായി നിന്നു.

അവളുടെ ജീവൻ പോകുന്ന നിമിഷം വരെ കാത്തിരുന്നു. കൈക്കു ള്ളിൽ ഏറ്റുവാങ്ങിയ പെൺശരീരം.ആ പെണ്ണുടലാണ് ഹൃദയത്തിലേ ക്ക് പറ്റിച്ചേർന്ന് നെഞ്ചിൽ മുഖമമർത്തുന്നത്. കേദാറിന്റെ കൈകൾ ന നഞ്ഞൊട്ടിയ ആര്യാഹിയുടെ പുറവടിവിലൂടെ വരിഞ്ഞുചുറ്റി കഴിഞ്ഞി രുന്നു. അവളുടെ കഴുത്തിലേക്ക് മുഖം താഴ്ത്തി... കാത്തിരുന്നു തളർ ന്ന ഒരാത്മാവിനെ പോലെ, പരവേശത്തോടെ തലകുനിച്ച് ചുണ്ടുകൾ അമർത്തുമ്പോൾ...

ഇറുക്കെ കണ്ണുകൾ അടച്ചുകൊണ്ട് കേദാർ തന്റെ നെഞ്ചിൽ പറ്റി ചേർന്നിരിക്കുന്ന പെൺകുട്ടിയുടെ പേര് ഓർമ്മിച്ചെടുക്കാൻ ശ്രമിച്ചു.

'ഇല്ല... ഓർമ്മയിൽ വരുന്നില്ല.'

ജലത്തിൽ നനഞ്ഞു കുതിർന്ന തമ്പുരാട്ടിക്കുട്ടിയുടെ സ്വർണ്ണ നിറ മുള്ള നീണ്ടുമെലിഞ്ഞ വിരലുകൾ അവളെ കെട്ടിപ്പുണർന്നു നിൽക്കു കയായിരുന്ന കേദാറിന്റെ വിരിഞ്ഞ ചുമലുകളിലൂടെ വരിഞ്ഞുചുറ്റി മു ടിയിഴകളിൽ വിരൽ കോർത്ത് കഴിഞ്ഞിരുന്നു. ഒരു മായാലോകത്തിൽ എന്നപോലെ.

ഏതോ വിഭ്രാന്തിയിൽ അമർന്ന്....

ആ ഗന്ധമറിഞ്ഞ്... അവളെ തന്നിലേക്ക് ചേർത്തണച്ചുകൊണ്ട് കേദാർ തളർന്നു കുമ്പിയ ആര്യാഹിയുടെ മുഖം പിടിച്ചുയർത്തി അവ ളുടെ നനഞ്ഞു വിടർന്ന അധരങ്ങളിൽ അമർത്തി ചുംബിച്ചു.

മിന്നലേറ്റതുപോലെ പുളഞ്ഞുപോയ ആ പെണ്ണുടൽ ഒന്നുകൂടി തന്നി ലേക്ക് ജ്വലിച്ചു കൊണ്ട് ചേർന്നമരുമ്പോൾ അവളിലെ മിന്നൽപ്പിണർ തന്നിലേക്ക് കത്തിക്കയറുന്നത് അവൻ അറിയുന്നുണ്ടായിരുന്നു. ഇരു ചുണ്ടുകൾക്കുള്ളിലേക്ക് ലയിച്ചു ചേർന്ന രണ്ടുടലുകൾ സർവ്വതും വി സ്മരിച്ചു.

ചുറ്റോട് ചുറ്റും വെള്ളമാണ്...

ഒരുപാട് പേർക്ക് കുടിക്കാനുള്ള വെള്ളം. ഒരു നാടിന്റെ സ്വപ്നസാ ഫല്യം...

ആ വെള്ളത്തിനുള്ളിൽ അവസാന ശ്വാസത്തിനുവേണ്ടി പിടയുന്ന തന്റെ പ്രണയിനിയെ.. കാത്തിരുന്നു മടുത്തതിന്റെ ആർത്തിയോടെ ത ന്നിലേക്ക് സ്വീകരിക്കുകയായിരുന്നു കേദാർ...

അവന്റെ കൈകൾ ഇടുപ്പിലൂടെ ചുറ്റി അവളെ എടുത്തു തന്നിലേക്ക് ഉയർത്തി അവളുടെ അധരങ്ങളെ മുഴുവനായും ചുണ്ടുകളാൽ വലിച്ചെ ടുത്തു കഴിഞ്ഞിരുന്നു.. ചൊടിയിതളുകളിൽ പല്ലുകൾ അമർന്ന് ചോര പൊടിയുന്നത് പോലുമറിയാതെ ആ പെണ്ണുടൽ അവളുടെ ശ്വാസത്തെ തന്നിലേക്ക് ചേർത്തു വരിഞ്ഞു മുറുക്കിക്കൊണ്ടിരുന്നു.'

എവിടെനിന്നോ രാകേഷിന്റെ ശബ്ദം മുഴങ്ങുന്നുണ്ടായിരുന്നു.

15

കേദാർ സാധാരണ മനോനിലയിലേക്ക് തിരിച്ചു വരുമ്പോൾ മണ്ഡ പത്തിൽ ഇരിക്കുന്ന താനും തനിക്ക് മുന്നിൽ ജപങ്ങൾ തുടരുന്ന കേഗി യുമാണ് അവനു മുന്നിൽ ദൃശ്യമായത്. കുറച്ചു മുൻപ് സംഭവിച്ചതെ ല്ലാം അവന്റെ മനസ്സിൽ പതുക്കെ തെളിഞ്ഞു വരുന്നുണ്ടായിരുന്നു. വെ ള്ളത്തിന് നടുവിൽ തന്റെ നെഞ്ചോടമർന്ന് ഒരു ദേഹമായി പടർന്നുകയ

റാൻ വെമ്പിയ ആര്യാഹിയുടെ മുഖം ഓർമ്മയിൽ എത്തിയപ്പോൾ അ വനൊന്ന് ഞെട്ടി.

അത് തമ്പുരാട്ടിക്കുട്ടിയായിരുന്നു..?

അല്ല... അത് മറ്റാരോ ആണ്... എന്റെ മാത്രം...

'ഞാൻ പറയുന്നത് ശ്രദ്ധിക്കൂ...'

കേദാറിന്റെ ചുവന്നമുഖവും കലങ്ങിയകണ്ണുകളും അവന്റെ മനസ്സി ന്റെ അവസ്ഥ വിളിച്ചു പറയുന്നുണ്ടായിരുന്നു. അവന്റെ മനസ്സിൽ മറ്റെ ന്തൊക്കെയോ ഓർമ്മകൾ തിങ്ങി പിടയുകയായിരുന്നു.

'എനിക്കെന്താണ് പറ്റിയത് സ്വാമി?'

മുടിയിഴകളിൽ വിരൽ കോർത്തു കൊണ്ടുള്ള അവന്റെ ചോദ്യം കേ ട്ടപ്പോൾ വൃദ്ധന്റെ ചുണ്ടുകളിൽ ഒരു പുഞ്ചിരി വിടർന്നു.

'ജീവാത്മാവ് സൂക്ഷ്മ ശരീരത്തോടൊപ്പം പഞ്ചഭൗതികമായ ശരീര ത്തിൽ പ്രവേശിക്കുന്നതിനെ ജനനം എന്നു പറയുന്നു. അതേ ജീവാ ത്മാവ് പഞ്ചഭൗതികമായ ശരീരം വിട്ടു പോകുന്നതിനെ മരണമെന്നും പറയുന്നു. എന്നാൽ മരണം ശരീരത്തിനു മാത്രമേ സംഭവിക്കുന്നുള്ളൂ. മരണമെന്നത് ശരീരം മാറുന്ന പ്രക്രിയയാണ്. എങ്ങനെയാണോ മനു ഷ്യൻ ജീർണിച്ച തന്റെ വസ്ത്രം ഉപേക്ഷിച്ച് പുതിയത് ധരിക്കുന്നത്, അതു പോലെ ജീർണിച്ചു പഴകിയ ശരീരത്തെ ഉപേക്ഷിച്ച് ജീവാത്മാവ് പുതിയ ശരീരം തേടി പോകുന്നു. എന്നാൽ മരണം സംഭവിക്കുമ്പോൾ ആത്മാവും സൂക്ഷ്മ ശരീരവും സ്ഥൂല ശരീരം വിട്ടുപോകുന്നു വെങ്കിൽ മോക്ഷമെന്നാണ് പറയാറുള്ളത്.

ഓരോ ജന്മത്തിലും നാം ചെയ്യുന്ന തീവ്രമായ ആഗ്രഹങ്ങളുടെയും പൂർത്തിയാവാത്ത സത്കർമ്മങ്ങളുടെയും അസത്കർമ്മങ്ങളുടെയും ഫ ലം അനുഭവിച്ചു തീരാതെ വരുമ്പോൾ പുനർജന്മം വേണ്ടി വരുന്നു.'

കേദാർ ഒന്നും പറയാതെ വൃദ്ധന്റെ ഓരോ വാക്കുകളും തന്റെ മന സ്സിലേക്ക് ആവാഹിക്കുകയായിരുന്നു.

'സാത്വികവും രാജസികവുമായ കർമ്മങ്ങൾ ചെയ്താലാണ് പുനർ ജന്മത്തിലും മനുഷ്യ ദേഹം ധരിക്കാനുള്ള യോഗ്യത നേടുന്നത്. സാ ത്വിക ,കർമ്മഫലങ്ങൾ കൂടുതലുണ്ടെങ്കിൽ ഉന്നതകുലങ്ങളിലും രാജ സിക കർമ്മങ്ങളുടെ പ്രഭാവമാണ് കൂടുതലെങ്കിൽ മനുഷ്യകുലത്തിൽ തന്നെ നീച കുടുംബത്തിലുമായിരിക്കും ജനിക്കുക.

അത്യധികമായ സാത്വിക കർമ്മങ്ങൾ ചെയ്യുന്നവർ വിദ്വാനായ മാന വന്റെ ഗൃഹത്തിൽ തന്നെ ജനിക്കുന്നു. ഈ മൂന്ന് ഗൃഹങ്ങളിൽ ഏ തിൽ ജനിച്ചാലും ജനനസമയത്തെ നക്ഷത്ര പ്രഭാവത്തിന്റെ യാത്ര അ നുസരിച്ച് നിങ്ങളുടെ ബുദ്ധിക്കുമേൽ ഒരു മറ സൃഷ്ടിക്കപ്പെടും. നവ

ജാത ശിശുക്കളെ ഒന്ന് ശ്രദ്ധിച്ചാൽ ജനിച്ചയുടനെ അമ്മയുടെ മുലയിൽ നിന്നും പാൽ കുടിക്കാൻ തുടങ്ങുന്നത് ആരും പഠിപ്പിച്ചിട്ടല്ല ഇതു ചെയ്യുന്നത്. കഴിഞ്ഞ ജന്മത്തിൽ പാൽ കുടിച്ച അനുഭവം ഉള്ളതുകൊണ്ടാണ് ശിശു ഇതു ചെയ്യുന്നത്. ഇനി മറ്റൊന്ന് ആ ശിശുവിനെ ഒറ്റക്ക് ഒരു മുറിയിൽ കിടത്തുമ്പോഴും മറ്റാരുമില്ലെങ്കിലും ആ കുട്ടി തന്നത്താൻ ചിരിക്കുന്നതു കാണാം ഇതും കഴിഞ്ഞ ജന്മാനുഭവങ്ങളുടെ ഓർമ്മകളാണ്. എന്നാൽ വളരുന്നതിനനുസരിച്ച് ഇതെല്ലാം മറന്നുപോകുന്നു. അതാണ് നക്ഷത്ര പ്രഭാവത്തിന്റെ മറ.'

'പക്ഷേ മുജ്ജന്മത്തിലെ നിയോഗം എന്തായിരുന്നു എന്ന് എങ്ങനെയാണ് നാം മനസ്സിലാക്കുക? ആർക്കാണ് അതിനു കഴിയുക?'

'യോഗാഭ്യാസം കൊണ്ട് ബുദ്ധിയെ തീവ്രമാക്കിയ ഒരു യോഗിക്ക് ബ്രഹ്മാണ്ഡത്തിന്റെയും പ്രകൃതിയുടെയും മഹത്വപൂർണമായ രഹസ്യത്തെ തന്റെ യോഗശക്തി കൊണ്ട് അറിയാൻ സാധിക്കുന്നു. ആ യോഗിക്ക് ബാഹ്യമായ ഇന്ദ്രിയങ്ങളുടെ ആവശ്യമില്ല. അവരുടെ അന്തക്കരണവും ബുദ്ധിയും എല്ലാം തിരിച്ചറിയുന്നു. ആ ബുദ്ധിയുടെ മുമ്പിൽ ഭൂതവും ഭവിഷ്യത്തും എല്ലാം പ്രത്യക്ഷമാകുന്നു. അവനു മാത്രമേ തന്റെ മുജ്ജന്മത്തെക്കുറിച്ചും തന്റെ കടമകളെക്കുറിച്ചും തനിക്കു ചുറ്റുമുള്ള തന്റേതായ വസ്തുക്കളെ തിരിച്ചറിയാനും കഴിയുകയുള്ളൂ.'

കേദാറിന് എല്ലാം മനസ്സിലാകുന്നുണ്ടായിരുന്നു. തന്റെ മനസ്സിലുള്ള സകല ചോദ്യങ്ങളുടെയും ഉത്തരം തന്റെ ഉള്ളിൽ നിന്ന് തന്നെ ലഭിക്കണം. അതിന് മനസ്സും ബുദ്ധിയും ചിന്തകളും തീവ്രമാകണം. പരദേവതകളുടെ മേൽ അചഞ്ചലമായ വിശ്വാസവും സ്വന്തം കഴിവിൽ ആത്മ സമർപ്പണവും വേണം.

പറഞ്ഞു നിർത്തിയതിനുശേഷം കേഗി മന്ത്രജപം തുടങ്ങിയിരുന്നു. കേദാർ പൂർണമായും മനസ്സിനെ ആ വരികളിലേക്ക് ചുരുക്കി അയാളിലേക്ക് മാത്രം ശ്രദ്ധ കേന്ദ്രീകരിച്ചു.ഇപ്പോൾ അവന്റെ കണ്ണുകളിൽ ജ്വലിച്ചു നിന്നത് അറിവില്ലായ്മയും പരിഭ്രമവും അല്ല.

ഈ ലോകം തന്നെ തനിക്ക് എതിരെ തിരിഞ്ഞാലും നേരിടാനുള്ള ധൈര്യവും ഇനിയും ഒരുപാട് പഠിക്കാനുള്ള ജിജ്ഞാസയും മാത്രമായിരുന്നു.

'കുറച്ചു നിമിഷങ്ങൾക്കു മുൻപ് നിനക്ക് എന്താണ് തോന്നിയത്?'

പെട്ടെന്നുള്ള വൃദ്ധന്റെ ചോദ്യം കേട്ട കേദാർ കുറച്ചു നിമിഷങ്ങൾക്കു മുൻപുള്ള തന്റെ അവസ്ഥയിലേക്ക് ഒന്ന് തിരിച്ചു നടന്നു. അവൻ ആലോചനയോടെ പറഞ്ഞു.

ഇപ്പോഴാണ് അത് ആര്യാഹി തമ്പുരാട്ടി. പക്ഷേ അപ്പോൾ ആ വെ

ള്ളത്തിനുള്ളിൽ...

അപ്പോൾ... അത് തമ്പുരാട്ടിക്കുട്ടി ആയിരുന്നില്ല... ആ ഉടൽ... അതി
ന്റെ ഗന്ധം. അതെന്റേതാണ്.. ജീവാത്മാവിലും പരമാത്മാവിലും അലി
ഞ്ഞു ചേർന്നുപോയ ബന്ധം.. അതിന്റെ ഗന്ധമാണത്.

ആ ഉടലിനും എന്നെ തിരിച്ചറിയാൻ കഴിഞ്ഞിരുന്നു. അവളുടെ ശ്വാ
സത്തിൽ നിന്നും എനിക്ക് അത് മനസ്സിലായി. അപ്പോഴാണ് എനിക്ക്
തീർത്തും നിയന്ത്രണം വിട്ടു പോയത്.'

'നീ തിരിച്ചു നടന്നു തുടങ്ങുകയാണ്. മനസ്സു കൊണ്ട് ഇനിയും ഒരു
പാട് ദൂരേക്ക് നടക്കണം. ഒരു ജന്മത്തിനപ്പുറം. അതിനു വേറെ വഴികളി
ല്ല. മനസ്സറിഞ്ഞുതന്നെ പ്രയത്നിക്കണം. എത്രത്തോളം വേഗത്തിൽ നി
ന്റെ മനസ്സ് ഏകാഗ്രവും ശക്തവും ആകുന്നുവോ അത്രത്തോളം വേഗം
നിനക്ക് നിന്റെ സ്വത്വം തിരിച്ചറിയാൻ കഴിയും.'

'എത്ര കാലം...?'

'മണിക്കൂറുകളാവാം... ദിവസങ്ങളാവാം... കാലങ്ങളുമാവാം...?'

കേദാറിന്റെ കൃഷ്ണമണികൾ ചുരുങ്ങിവരുന്നതും ഒരു മത്സരബു
ദ്ധിയോടെ അവന്റെ ദൃഷ്ടികൾ രൂക്ഷമാകുന്നതും കേഗി നിശബ്ദനായി
കണ്ടുനിന്നു.

ആര്യയുടെ മനസ്സിൽ ഭ്രാന്തുപിടിച്ച ചിന്തകൾ ആയിരുന്നു. കഴിഞ്ഞ
കാലങ്ങളിൽ എന്തൊക്കെയോ താൻ മറന്നുപോയിരിക്കുന്നു. തന്നിൽ
അന്തർലീനമായി കിടന്നിരുന്ന പല കഴിവുകളും എവിടെയോ മാഞ്ഞു
പോയി. അത് തന്നിലേക്ക് തിരിച്ചുവരാനായി തനിക്കൊരു വെളിച്ചമായി
മുന്നിൽ നിൽക്കാൻ ഇന്ന് മുത്തശ്ശൻ ഇല്ല. അദ്ദേഹമുണ്ടെങ്കിൽ ഇതൊ
ന്നും താൻ അനുഭവിക്കേണ്ടിവരില്ലായിരുന്നു.

കുറച്ചു നിമിഷങ്ങൾക്കു മുൻപ് തനിക്ക് സംഭവിച്ചത് എന്താണെന്ന്
ഇനിയും വേർതിരിച്ചെടുക്കാൻ മനസ്സിന് കഴിഞ്ഞിട്ടില്ല.

കേദാറിനെ അന്വേഷിച്ചാണ് പോയതെങ്കിലും ഏറ്റവും പ്രിയപ്പെട്ടഎ
ന്തോ ഒന്ന് കൺമുന്നിൽ കിട്ടിയതുപോലെ ആയിരുന്നു. അവനെ ഒന്ന്
തൊട്ടില്ലെങ്കിൽ ഇപ്പോൾ മരിച്ചു പോകുന്നത് പോലെ...

അവനിലേക്ക് അലിഞ്ഞു ചേർന്നില്ലെങ്കിൽ താൻ പൂർണ്ണമാകാത്ത
തുപോലെ..

എന്തുകൊണ്ടാണ് അത് എന്ന ചോദ്യത്തിന് ഉത്തരം തരാൻ ഏട്ടൻ
തയ്യാറാവുന്നില്ല. അതിനർത്ഥം അത് താൻതന്നെ കണ്ടുപിടിക്കണം എ
ന്നാണ്.

ചിന്തയിൽ മുഴുകിയ ആര്യ പുറത്തേക്കിറങ്ങി നടന്നുപോകുന്ന നയ
നയെ അനുഗമിക്കുന്ന രാകേഷിനോട് പറഞ്ഞു.

'ഞാനിനി കുറച്ച് ദിവസം മുത്തശ്ശന്റെ മുറിയിലാണ് ഏട്ടാ. അദ്ദേഹം പഠിപ്പിച്ച സിദ്ധികൾ എനിക്ക് വീണ്ടെടുക്കണം. എല്ലാം എവിടെയോ മറ ഞ്ഞുപോയിരിക്കുന്നു.'

വാതിൽക്കലേക്ക് നടന്നിറങ്ങിയ രാകേഷിന്റെ ചുണ്ടിൽ ഒരു പുഞ്ചിരി വിടർന്നു. അനുജത്തിയെ തിരിഞ്ഞുനോക്കി അവൾക്ക് നേരെ നടന്നു വന്നു കൊണ്ട് അവൻ പറഞ്ഞു.

'നന്നായി.. നിന്നെ ആരും ഒന്നും പഠിപ്പിക്കേണ്ടതില്ല! സകല വിദ്യക ളും നിന്നെ പഠിപ്പിച്ചിട്ടാണ് മുത്തശ്ശൻ പോയത്. ഉപബോധ മനസ്സിൽ നിന്നും അതിനെ ബോധമനസ്സിലേക്ക് കൊണ്ടുവരിക മാത്രം ചെയ്താൽ മതി. അത് നിനക്കുമാത്രമേ കഴിയൂ.'

കല്ലിച്ചമുഖത്തോടെ ഏതോ ചിന്തയിൽ അമർന്നിരിക്കുന്ന ആര്യയു ടെ ചുമലിൽ കൈവച്ചുകൊണ്ട് രാകേഷ് തുടർന്നു.

'ബ്രഹ്മമുഹൂർത്തത്തിൽ എഴുന്നേൽക്കുക. മുത്തശ്ശനെ ധ്യാനിച്ച് അ ദ്ദേഹത്തിന്റെ ആത്മാവിന് ദക്ഷിണ വെച്ച് വീണ്ടും തുടങ്ങുക. സ്വന്തം രക്തം മനസ്സുകൊണ്ട് വിളിച്ചാൽ ആ ആത്മാവിന് വരാതിരിക്കാനാ വില്ല.'

ഒന്നും പറയാതെ നിറയെ തിരികൾ ജ്വലിക്കുന്ന പൂജാമുറിയിലെ ഭ ഗവതി വിഗ്രഹത്തിനു മുന്നിൽ എത്തി പത്മാസനത്തിലിരുന്ന് കൈകൂ പ്പി കൊണ്ട് അവൾ കണ്ണുകൾ അടച്ച് മുത്തശ്ശനെ ധ്യാനിച്ചു.

'എന്നെ തനിച്ചാക്കരുത്... മുത്തശ്ശൻ എന്റെ കൂടെത്തന്നെ വേണം. പഠിപ്പിച്ചതൊക്കെ എനിക്ക് തിരിച്ചു തരൂ. എനിക്ക് ഞാൻ ആകണം.'

തനിക്ക് ചുറ്റും ഊഷ്മളമായ കാറ്റ് വീശി തുടങ്ങുന്നുണ്ട്. എവിടെനി ന്നോ രക്തബന്ധത്തിന്റെ വാത്സല്യം നിറഞ്ഞ ശ്വാസം മൂർദ്ധാവിൽ. ക ണ്ണുകളടച്ചു... ദീർഘശ്വാസം എടുത്ത് വിഘ്നേശ്വരന് സ്തുതി ചൊല്ലി ത്തുടങ്ങിയ അവളുടെ മനസ്സിൽ അപ്പോൾ ഒരുപാട് വർഷങ്ങൾക്കു മുൻപ് അഞ്ചു വയസ്സുള്ള ഒരു ബാലിക മുത്തച്ഛന്റെ മുന്നിൽ അദ്ദേഹത്തിന്റെ മന്ത്രങ്ങൾക്ക് ആകാംക്ഷയോടെ കാതോർത്തിരുന്ന നിമിഷങ്ങൾ ആയി രുന്നു. അന്നത്തെ അതേ കരുതലോടെ. ഹൃദയം നിറഞ്ഞ വാത്സല്യ ത്തോടെ. മനസ്സ് നിറയെ സ്നേഹത്തോടെ. ഓമനയായ കൊച്ചുമകൾ ക്ക് മുത്തശ്ശൻ മന്ത്രം ചൊല്ലിക്കൊടുത്തു തുടങ്ങുകയാണ്.

ആര്യ സ്വയം അറിയാതെ അത് ഏറ്റുചൊല്ലിത്തുടങ്ങി. കാതങ്ങൾ ക്കപ്പുറത്ത് കേദാരും അവൾക്ക് നേരെ തിരിഞ്ഞിരുന്നു വൃദ്ധന്റെ മുന്നിൽ ധ്യാനം തുടങ്ങുകയായിരുന്നു.

'മനസ്സിനെ ഏകാഗ്രമാക്കൂ... ഒരു വിധത്തിലും അയച്ചുവിടരുത്. ഒരു

പെൻസിലിനു മൂർച്ചകൂട്ടുന്നതു പോലെ മനസ്സിനെ ചെത്തിക്കൂർപ്പിച്ച് ശ ക്തിപ്രാപിക്കാൻ അനുവദിക്കുക, അത് തനിയെ ഏകാഗ്രത കൈവരി ക്കും.'

കേദാർ തന്നിലേക്ക് തന്നെ ചുഴ്ന്നു നോക്കാൻ മനസ്സുകൊണ്ട് ശ്രമി ച്ചുകൊണ്ടേയിരുന്നു.

'ശ്വസനത്തിലേക്ക് ശ്രദ്ധ തിരിച്ചുവിടുക... മനസ്സിനെ ശുദ്ധീകരിക്കു മ്പോൾ ധ്യാനം ശരീരത്തിന്റെ പ്രാണനിലകൾ വർദ്ധിപ്പിക്കുന്നു. അപ്പോൾ മാത്രമേ മസ്തിഷ്കത്തിന് സ്വയം പുനരുജ്ജീവിപ്പിക്കാൻ അനുയോജ്യ മായ സ്ഥലം സൃഷ്ടിക്കപ്പെടുകയുള്ളൂ. അവിടെ മുതലാണ് പരിവർത്ത നം പ്രകടമായി തുടങ്ങുക. ശ്വാസോച്ഛാസം എന്ന എളിമയുള്ള പരിശീ ലനത്തിലാണ് ജീവിതത്തിന്റെ അഗാധമായ ജ്ഞാനം.'

'നമ്മുടെ ഉള്ളിൽ ഒളിഞ്ഞിരിക്കുന്ന സ്ഥായിയായ ഊർജ്ജത്തെ ഒരു കുഴൽക്കിണറിനകത്തെ ജലം എന്നപോലെ കണ്ടെത്തണം. ഈ ക ണ്ടെത്തലിനിടയിൽ നമ്മുടെ വ്യക്തിത്വത്തിലും ജന്മസ്വരൂപത്തിലും അ ലിഞ്ഞു കിടക്കുന്ന തെറ്റുകളും ന്യൂനതകളും സ്വയം കണ്ടെത്താനാകും. ഈ തിരിച്ചറിയലിലാണ് ധ്യാനഗുണങ്ങൾ നമ്മെ തേടിയെത്തുന്നത്. അ പ്പോഴാണ് നാം നമ്മെ തിരിച്ചറിയുന്നത്. നമ്മുടെ സ്വത്വം തിരിച്ചറിയു ന്നത്...'

വൃദ്ധന്റെ വാക്കുകൾ ഏതോ ഗുഹയിൽ നിന്ന് എന്നപോലെ കേദാ റിന് കേൾക്കാമായിരുന്നു. അവൻ ഒന്നുകൂടി കണ്ണുകൾ അടച്ച് മനസ്സി നെ കൂടുതൽ ഏകാഗ്രമാക്കി...

നിമിഷങ്ങൾ...

മിനിറ്റുകൾ...

മണിക്കൂറുകൾ...

ബ്രഹ്മമുഹൂർത്തം കഴിഞ്ഞിരിക്കുന്നു.

സൂര്യവെളിച്ചം ഭൂമിയിലേക്ക് അരിച്ചിറങ്ങുകയാണ്. സമയം കടന്നു പോകുന്നതൊന്നും കേദാർ അറിയുന്നുണ്ടായിരുന്നില്ല.

അവന്റെ മനസ്സിൽ തിരമാലകൾ പോലെ ചിന്തകൾ കുഴഞ്ഞു മറി ഞ്ഞ് ആടി ഉലഞ്ഞു കൊണ്ടിരുന്നു.

പാഞ്ചജന്യം കൊത്തിയ കനത്ത തോളുകളും. വിരിഞ്ഞ നെഞ്ചി നെ മറച്ചുകൊണ്ട് തിളങ്ങി നിൽക്കുന്ന സ്വർണ്ണ പടച്ചട്ടയും. ആ തിരമാ ലകളിൽ പെട്ട് അവന്റെ മനസ്സിലേക്ക് അടിച്ചു കയറുകയും ഇറങ്ങിപ്പോ വുകയും ചെയ്തു കൊണ്ടിരുന്നു. വിയർത്തൊഴുകുന്ന മുഖവുമായി മു റുകി വരുന്ന ശ്വാസത്തെ നിയന്ത്രിച്ചുകൊണ്ട് കേദാർ മനസ്സിനെ തന്നി

ലേക്ക് വീണ്ടും വീണ്ടും കേന്ദ്രീകരിച്ചു.

നീലനിറമുള്ള തിരമാലകൾ ആഞ്ഞടിക്കുകയാണ്. ഓരോ തിരയി ലും ആരൊക്കെയോ അപരിചിതരായ ജനങ്ങൾ ഉയർന്നു താഴ്ന്നു പോ കുന്നു. ആരൊക്കെയോ കരയുന്നു... കൈകൾ നീട്ടുന്നു.

പരിചിതമായ ഒരുപാട് സ്ഥലങ്ങൾ... തിരക്കുള്ള തെരുവുകൾ...

ഭീകരമായ ദാഹം... കുടിവെള്ളത്തിനായി കരയുന്നവർ... വെള്ളം വേ ണം... വെള്ളം... കേദാറിനു തൊണ്ട വറ്റി.. വിയർത്തുനനഞ്ഞു... വീ ണ്ടും തിരമാലകൾ.. ആഞ്ഞടിക്കുകയാണ്...

ഉയർന്നുവന്ന ഒരു നീല തിരമാലയ്ക്കൊപ്പം തന്നിലേക്ക് വന്നണ ഞ്ഞ വടിവൊത്ത ആ പെൺശരീരത്തിന്റെ പുറവടിവിൽ പച്ചകുത്തിയ മയിൽപീലി. അതിന്റെ നീലനിറം...

ഒരു ഞെട്ടലോടെ കണ്ണുതുറന്ന കേദാറിന്റെ ചുണ്ടുകൾ മന്ത്രിക്കു ന്നുണ്ടായിരുന്നു.

'റൂദാ ബായി...'

ഇരുഭാഗത്തെ ചെന്നിയിലൂടെയും മുഖമാസകലവും ഒഴുകി ഇറങ്ങു ന്ന വിയർപ്പുതുള്ളികളെ തുടച്ചുകളയാതെ തുറന്നകണ്ണുകളോടെ അ വൻ ശൂന്യതയിലേക്കു തന്നെ തുറിച്ചു നോക്കി... കുറച്ചു മുൻപ് താൻ കണ്ട രൂപത്തെ മനസ്സിലേക്ക് വരച്ചെടുക്കാൻ ശ്രമിച്ചു.

അതേ ശരീരത്തെ അല്ലേ കഴിഞ്ഞൊരു പുലർച്ചയിൽ താൻ ചേർ ത്തണച്ചു ചുംബിച്ചത്? അതേ ശരീരമല്ലേ തന്നിലേക്ക് ഒരു മുല്ലവള്ളി പോലെ പടർന്നുകയറിയത്?

'എന്തുപറ്റി കേദാർ?'

കേഗിയുടെ വാക്കുകൾ കേട്ട് അയാളെ തന്നെ നിമിഷങ്ങളോളം തുറി ച്ചു നോക്കിക്കൊണ്ടിരുന്ന കേദാർ മന്ത്രിച്ചു.

'ഞാൻ ഞാൻ എന്നെ അല്ല കാണുന്നത്. അതൊരു യുവതിയാണ്. വല്ലാത്തൊരു ഭംഗിയുള്ള പെൺകുട്ടി. അവളുടെ പുറത്ത് ഒരു മയിൽ പീലി പച്ചകുത്തിയിട്ടുണ്ട്.'

'മറ്റെന്താണ്...?'

'വേറെ ഒരുപാട് ജനങ്ങൾ... എല്ലാവർക്കും ദാഹിക്കുന്നു... ആരൊ ക്കെയോ എനിക്ക് ചുറ്റും തിരമാലകൾ പോലെ.. എന്റെ ദേഹത്ത് പടച്ച ട്ടയുണ്ട്. പക്ഷേ ആർക്കുമാർക്കും മുഖമില്ല.'

'സാരമില്ല... ഇനിയും സമയമുണ്ട്... നമ്മൾ തുടങ്ങിയിട്ടേയുള്ളൂ. ഇനി നീ അറിയേണ്ട കുറച്ചു സത്യങ്ങളുണ്ട്.. അതിനു സമയമായിരിക്കുന്നു. ഇതിനു മുൻപ് തന്നെ നമുക്കിത് ആവാമായിരുന്നു പക്ഷേ തമ്പുരാട്ടി

ക്ക് ഒരു നിയോഗം മണികർണികയിൽ കാത്തിരിക്കുന്നത് കൊണ്ടാണ് ഇത്രയും വൈകിയത്.'

ദിവസം കഴിയുംതോറും തന്നിൽ വരുന്ന മാറ്റങ്ങൾ കേദാറിനും തിരിച്ചറിയാൻ കഴിയുന്നുണ്ടായിരുന്നു. തന്റെ ബന്ധങ്ങളെല്ലാം മറ്റെവിടെയോ തനിക്ക് വേണ്ടി കാത്തിരിക്കുന്നു എന്ന ഒരു വികാരം അവനറിയാതെ തന്നെ ഉള്ളിൽ മുളപൊട്ടിത്തുടങ്ങിയിരുന്നു.

വല്ലാത്തൊരു മഴയും വീശിയടിക്കുന്ന കാറ്റും തലേന്ന് മുതൽ നിർത്താതെ ശല്യപ്പെടുത്തുന്നതുകൊണ്ട് മണ്ഡപത്തിന് പുറത്തെ കുളം നിറഞ്ഞു കവിഞ്ഞ് വെള്ളം ഉയർന്നുകൊണ്ടിരുന്നു. പുലർച്ചെ എഴുന്നേറ്റു കുളത്തിൽ മുങ്ങി ഈറനോട് കൂടി കയറിവന്ന് ഭഗവതിക്ക് വിളക്കുവെച്ച് ജപം തുടങ്ങിയ കേദാർ വെള്ളം മുകളിലേക്ക് കയറിവരുന്നത് അറിഞ്ഞതേയില്ല. തുള്ളിക്കൊരുകുടം പെയ്യുന്ന മഴയിൽ വെള്ളം ഉയർന്നുപൊങ്ങി പറമ്പിലേക്ക് കടക്കുന്നത് അനുസരിച്ച് മണ്ഡപത്തിലേക്കും ഒഴുകി വന്നുകൊണ്ടിരുന്നു. ഇതൊന്നുമറിയാതെ മനസ്സിനെ കൂടുതൽ കൂടുതൽ ഏകാഗ്രമാക്കി തന്നിലേക്ക് തന്നെ കേന്ദ്രീകരിക്കുകയായിരുന്നു കേദാർ.

പ്രതീക്ഷ നശിച്ചുകൊണ്ടിരിക്കുന്ന ഒരു ആത്മാവ് വെള്ളത്തിന്റെ അടിയിൽ സർവ്വശക്തിയും സംഭരിച്ച് പിടഞ്ഞുകുതറുന്നത് കാവിലെ പടർന്നു പന്തലിച്ച ഏറ്റവും വലിയ ആൽമരത്തിന്റെ മുകളിലെ കൊമ്പിൽ ചുരുണ്ടു കൂടിയിരുന്നു കേഗി കാണുന്നുണ്ടായിരുന്നു. തിരമാലകൾ പോലെ ആഞ്ഞടിക്കുന്ന വെള്ളം ദേഹത്ത് വന്ന് അലച്ചുവീണിട്ടും കേദാർ അതൊന്നും അറിഞ്ഞില്ല. അവൻ വീണ്ടും വീണ്ടും താനെന്ന സത്വത്തിലേക്ക് അമർന്നു പോവുകയായിരുന്നു. പത്മാസനത്തിൽ ധ്യാനത്തിൽ അമർന്നിരിക്കുന്ന അവന്റെ ചിന്താമണ്ഡലത്തിലൂടെ മുഞ്ജന്മത്തിലെ പൂർത്തിയാകാത്ത അഭിലാഷങ്ങൾ തിരമാലകൾ പോലെ വീണ്ടും ആഞ്ഞടിച്ചു തുടങ്ങി. തനിക്ക് ചുറ്റും വന്നലയ്ക്കുന്ന വെള്ളം തന്നിലേക്ക് ശക്തിയോടെ അടിക്കുമ്പോൾ കേദാർ ആ കാഴ്ച കാണുകയായിരുന്നു...

'ദാഹിച്ചുവലയുന്ന എന്റെ ജനങ്ങൾ. ഒരു തുള്ളി കുടിനീരിനു വേണ്ടി അവർ കൈകൾ ഉയർത്തി എന്നോട് യാചിച്ചുകൊണ്ടിരിക്കുന്നു. അവരുടെ ദാഹം തീർക്കാൻ കടപ്പെട്ടവനായ ഞാൻ അവർക്കുവേണ്ടി എന്താണ് ചെയ്യേണ്ടത്.?

കണ്ണുകൾക്ക് മുന്നിൽ മിന്നിമായുന്ന നീലനിറമുള്ള മയിൽപീലി പച്ച കുത്തിയ സ്വർണ്ണ വർണ്ണമാർന്ന ഉടലുമായി അവൾ മന്ത്രിക്കുന്നു...

'അവർക്കായി നമുക്കൊരു പടവ് കിണർ നിർമ്മിക്കണം. ഭൂമിക്കടി

യിലേക്ക് ഏഴുനിലകളിൽ ഒരു കിണർ...'

അവൾക്കു വേണ്ടി... അവൾക്കും എന്റെ ജനത്തിനും വേണ്ടി... എന്റെ ജനങ്ങളുടെ ദാഹം തീരുമ്പോൾ അവളുടെ ചുണ്ടിൽ വിടരുന്ന പുഞ്ചിരി ക്ക് വേണ്ടി...

സരസ്വതി നദിയുടെ കരയിൽ ഭൂമി തുരന്ന് പടവ് കിണർ നിർമ്മി ക്കാനുള്ള ആയിരക്കണക്കിന് പേരുടെ കഠിനാധ്വാനം. ഓരോ നിലയും കുഴിച്ചു താഴേക്കിറങ്ങുമ്പോൾ ഉള്ള ആഹ്ലാദരവങ്ങൾ, ആഘോഷങ്ങൾ.

കഠിനാധ്വാനത്തിന്റെയും അർപ്പണബോധത്തിന്റെയും പുലരികളും സന്ധ്യകളും...

ഒടുവിൽ ഒരു നാൾ... തളർന്നുറങ്ങുന്ന എന്നെയും എന്റെ ജനങ്ങളെ യും ചതിയിലൂടെ വീഴ്ത്തി ഞങ്ങളുടെ കുടിവെള്ളം സ്വന്തമാക്കാനുള്ള ചതിയന്മാരുടെ ആഗമനം...

പടച്ചെട്ട ഇല്ലാത്ത നെഞ്ചിൽ വിഷം പുരട്ടിയ വാൾ ആഴ്ന്നിറങ്ങുന്നതി ന്റെ സീൽക്കാരശബ്ദം... അതിനേക്കാൾ ഉച്ചത്തിൽ...

'റാണാ... എന്റെ പ്രാണനേ...'

എന്നലറിക്കരഞ്ഞുകൊണ്ട് ആരുടെയോ കൈകളിലകപ്പെട്ട് അകന്നു പോകുന്ന എന്റെ നീല മയിൽപീലി.

അവസാന ശ്വാസത്തിനു മുൻപ് ദുരെ നിന്നും കുതറിക്കൊണ്ട് ഓടി വന്നു നെഞ്ചിലേക്ക് വീണ അവളുടെ കണ്ണിലെ വെള്ളിത്തിളക്കം. ആ കണ്ണുകൾക്ക് വെള്ളിനിറമായിരുന്നു. ആ വെള്ളിത്തിളക്കം ആരൊക്കെ യോ ചേർന്ന് ബലംപ്രയോഗിച്ച് വലിച്ചുകറ്റി മായ്ച്ച് കളയുന്നു ഒറ്റ നിമി ഷം കൊണ്ട് കേദാറിന്റെ ശ്വാസം നിലച്ചു. നിലച്ചു പോയ ശ്വാസവുമാ യി ധ്യാനത്തിൽ അമർന്ന് അവൻ അങ്ങനെതന്നെ ഇരുന്നുപോയി. ആർ ത്തലച്ച് ഒരു തിരമാല പോലെ ഉയർന്നുപൊങ്ങിയ കുളത്തിലെ വെള്ളം അവനെയും അടിച്ചെടുത്തു കൊണ്ട്. മണ്ഡപം കടന്ന് അപ്പുറത്തേക്ക് മ റിഞ്ഞു. ഒരനക്കം പോലും ഇല്ലാതെ വെറുമൊരു മരപ്പാവപോലെ കേ ദാർ വെള്ളത്തിലേക്ക് കമിഴ്ന്നുവീണ് ഒരു പൊങ്ങുതടി പോലെ ഒഴുകു ന്നത് കണ്ട് കേഗി ഒരു പക്ഷിയെപ്പോലെ ജലത്തിലേക്ക് കുതിച്ചു.

16

നനഞ്ഞുകുതിർന്ന മണ്ഡപത്തിൽ നീണ്ടുനിവർന്നുകിടക്കുകയായി രുന്ന കേദാറിന്റെ നെഞ്ചിൽ അപ്പോഴും അവന്റെ മയിൽപീലി പ്പെണ്ണ്... മരിച്ചുപോയ അവന്റെ ജഡത്തെ എഴുന്നേൽപ്പിക്കുവാനായി തലയടിച്ചു കരയുകയായിരുന്നു. അവന്റെ നെഞ്ചിലെ രോമങ്ങൾക്കിടയിലേക്ക് ഇ

റ്റുവീഴുന്ന കണ്ണുനീർത്തുള്ളികൾ ഓരോ പ്രാവശ്യവും അവനെ ചുട്ടു പൊള്ളിച്ചുകൊണ്ടിരുന്നു.

ആ വേദന സഹിക്കാനാവാതെ കേദാർ നെഞ്ചിൽ കൈവെച്ച് ഒരു പുളച്ചിലോടെ കണ്ണുതുറന്നു. കണ്ണുതുറന്നു ചുറ്റും നോക്കിയ അവൻ ശാന്തതയിൽ അമർന്നു കിടക്കുന്ന കാവും കുളവും കണ്ടു അത്ഭുതപ്പെ ട്ടുപോയി. ഇത്രയും സമയം രാക്ഷസ രൂപം പൂണ്ട് ആർത്തലച്ചു കൊ ണ്ടിരുന്ന തിരമാലകൾ ഒന്നും ഇപ്പോൾ കാണാനില്ല. കേദാറിന്റെ നെ ഞ്ചിന്റെ പിടച്ചിൽ കുറയുന്നുണ്ടായിരുന്നില്ല. സാധാരണ ദിവസങ്ങളിൽ മനസ്സിലേക്ക് ആഞ്ഞടിച്ചു വന്നു തകർന്നുപോകുന്ന മഞ്ഞുമലകളിലെ നുറുങ്ങുകൾ പോലെ വന്നുചേരുന്ന ചിന്തകൾ ബോധത്തിലേക്ക് തിരി ച്ചുവന്നു കഴിഞ്ഞാൽ അത്രയേറെ വേദനിപ്പിക്കാറില്ല.

പക്ഷേ ഇന്ന്...

നെഞ്ചുപൊട്ടിക്കരയുന്ന പ്രാണന്റെ പാതിയുടെ വിലാപം വല്ലാതെ പിടിച്ചുലച്ചിരിക്കുന്നു.

ഏതോ ജന്മത്തിലാണെങ്കിലും അവളെ പിരിഞ്ഞു പോകേണ്ടി വ ന്നിരുന്നു തനിക്ക്, എന്ന ഓർമ്മപോലും അസഹനീയം...

താങ്ങാനൊരു തോളില്ലാതെ...

പങ്കുവയ്ക്കാൻ ഒരു കൂട്ടില്ലാതെ...

തളർന്നു പോവുകയാണ് പലപ്പോഴും...

ഒരിക്കൽ കൂടി അവളെ കാണണം...

ആ പുറവടിവിലെ നീല മയിൽപീലിക്കായി തനുവും മനവും കൊ ണ്ട് തിരയണം.

ഒരിക്കൽ കൂടി അവളെ തന്നിലേക്ക് വാരി അണച്ചുപിടിച്ച് സർവ്വതും വിസ്മരിച്ച് അവളിലേക്ക് ലയിക്കണം...

മറ്റെതൊക്കെയോ ഉണ്ടെങ്കിലും അതൊന്നും ഇത്രമേൽ മനസ്സിനെ ദാഹിപ്പിക്കുന്നില്ല... അതെന്തുകൊണ്ടാവും?

'കാരണം... പോയ ജന്മത്തിൽ നിനക്ക് മതിവരാത്തതെന്തോ അതി നു വേണ്ടി മാത്രമാണ് നീ പുനർജനിച്ചത്...'

തന്റെ മനസ്സറിഞ്ഞത് പോലെയുള്ള വൃദ്ധന്റെ സംസാരം കേട്ട് കേ ദാർ ഞെട്ടിപ്പോയി. അതു മനസ്സിലാക്കി ഒരു പുഞ്ചിരിയോടെ അയാൾ തുടർന്നു.

'പോയ ജന്മത്തിൽ ആഗ്രഹിച്ച സകലവിധ ഐശ്വര്യങ്ങളും കുമി ഞ്ഞുകൂടി അനുഭവിച്ചു തിരിച്ചുപോയവരാണെങ്കിൽ പോലും ആത്മാവ് കൊണ്ടാഗ്രഹിക്കുന്ന മതിവരാത്ത ഭ്രാന്ത് പിടിപ്പിക്കുന്ന ആശ അവരിൽ

ബാക്കിയുണ്ടെങ്കിൽ അത് എത്ര ജന്മം കഴിഞ്ഞാലും മനസ്സിൽത്തന്നെ കിടക്കും.'

എല്ലാം കേട്ടുകൊണ്ട് നിശബ്ദനായിരുന്ന കേദാർ ഒടുവിൽ ചോദിച്ചു.

'പക്ഷേ എന്തുകൊണ്ട് സ്വാമി ഇനിയും പൂർണ്ണമാകുന്നില്ല? എന്തു കൊണ്ട് കാര്യങ്ങൾ വ്യക്തമാകുന്നില്ല?'

'ഒറ്റദിവസംകൊണ്ട് സർവ്വതും തിരിച്ചറിഞ്ഞ് മുന്നിൽ ദൃശ്യമാകാൻ നീ ജന്മനാ ജ്ഞാനിയായ വ്യക്തിയല്ല...'

നിരാശപടർന്ന അവന്റെ മുഖത്തുതന്നെ ശ്രദ്ധയോടെ ദൃഷ്ടി ഊന്നി ക്കൊണ്ട് അയാൾ തുടർന്നു പറഞ്ഞു.

'പക്ഷേ അതിനിനി അധിക സമയമില്ല. ഇനിയും ഇനിയും ശ്രമിക്കു ക.. ഏതുനിമിഷവും അത് സംഭവിച്ചേക്കാം.. നിങ്ങളുടെ ഭൂതകാലം നി ങ്ങൾക്കിരുവർക്കും മുന്നിൽഒരേസമയം തെളിഞ്ഞു വന്നേക്കാം.അതു മാത്രമാണ് എന്റെ ജന്മലക്ഷ്യം.. നിങ്ങളിലെ സത്യം നിങ്ങൾ തിരിച്ചറി യുന്ന നിമിഷം.. അതാണ് എന്റെ ജന്മസാഫല്യം.'

ശരിയാണ്... തന്നിൽ മാറ്റങ്ങൾ ഉണ്ട്. പക്ഷേ അത് പെട്ടെന്ന് സംഭ വിക്കുന്നില്ല.

കഴിഞ്ഞ ഒരു മാസം കൊണ്ട് താൻ നേടിയെടുത്തതാണ് ഒരു കൈ ക്കുമ്പിളിൽ ഒതുങ്ങുന്ന കടലോളം ഇരുമ്പുന്ന ഓർമ്മകൾ. ഇനിയും നേ ടണം... ജന്മനാ പ്രത്യേക സിദ്ധികൾ ഒന്നുമില്ലാത്ത ഒരു വ്യക്തിയാണ് താനെന്ന് പലപ്പോഴും മറന്നുപോകുന്നു. അതുകൊണ്ടുതന്നെയാവാം ത നിക്ക് ഇത്ര ധൃതിയും.

സ്വയം തിരിച്ചറിഞ്ഞുതുടങ്ങിയതിന്റെ ബാക്കിപത്രമായി മനോഹര മായ ഒരു പുഞ്ചിരി ആ ചിന്തകൾക്കൊടുവിൽ അവന്റെ ചുണ്ടിൽ തങ്ങി നിന്നിരുന്നു.

അന്നേക്ക് മൂന്നാം ദിവസം പുലർച്ചെ ധ്യാനത്തിനായി ഇരുന്ന കേദാ രിനു മുന്നിൽ പ്രകൃതിപോലും ഏറ്റവും മനോഹരമായി നിലാവ് പൊഴി ച്ച്, നേർത്ത ഒരു ഇളംകാറ്റോടെ, പാരിജാതത്തിന്റെ സുഗന്ധവുമായി ഒ രുങ്ങിനിന്നു..

കുളത്തിൽ മൂന്നുരു മുങ്ങി ഉയർന്ന് മുകളിലേക്ക് നോക്കിയ കേദാറി നു മുന്നിൽ നിറതിങ്കൾ വിടർന്നുനിന്നു. നനവോടുകൂടി ശ്രീകോവിലിന കത്ത് കയറി ഭഗവതിയെ ജപിച്ചുകൊണ്ട് വിളക്കു വയ്ക്കുമ്പോൾ കേ ദാറിന്റെ ചുണ്ടിൽ ശാന്തമായ ഒരു പുഞ്ചിരി തങ്ങി നിൽക്കുന്നുണ്ടായി രുന്നു.

ഭഗവതിയെ ജപിച്ച് പൂജ കഴിഞ്ഞ് ധ്യാനത്തിനു വന്നിരിക്കുമ്പോൾ

അന്ന് അവന്റെ മനസ്സും ശരീരവും ഒരുപോലെ ശാന്തമായിരുന്നു. ഏ താനും ചുവടുകൾക്കപ്പുറം കണ്ണുകൾ അടച്ച് ധ്യാനത്തിലേക്ക് ആഴ്ന്നു പോകുന്ന ആര്യാഹി തമ്പുരാട്ടിയുടെ ചുണ്ടുകളിലും ആ പുഞ്ചിരിയു ടെ ബാക്കി തങ്ങി നിൽക്കുന്നുണ്ടായിരുന്നു...

ഏറ്റവും ശാന്തമായ... സ്വതന്ത്രമായ... മനസ്സോടെ...ആത്മാർപ്പണം ചെയ്ത ധ്യാനത്തിൽ അവർക്കു മുന്നിൽ തെളിഞ്ഞു വന്നത് 525 വർഷ ങ്ങൾക്കു മുൻപുള്ള ഗുജറാത്തിലെ വഗേല രാജവംശത്തിന്റെ ചരിത്ര മായിരുന്നു.

റാണാ വീർസിംഗിന്റെയും അദ്ദേഹത്തിന്റെ പ്രിയ പത്നി റാണി റൂദ ബായിയുടെയും ചരിത്രം...

*****

മിനുസമാർന്ന ചെങ്കല്ലുകൾ കൊണ്ടു പടുത്തുയർത്തിയ വഗേല കൊ ട്ടാരത്തിലെ രാജസദസിൽ അടിയന്തിരസഭ വിളിച്ചു ചേർത്തിരിക്കുന്നു. മന്ത്രിമുഖ്യനും നാട്ടുപ്രമാണികളും പടനായകരും സർവ്വസൈന്യാധിപ നും രാജഗുരുവും അടങ്ങുന്ന ഒരു വലിയ ആൾക്കൂട്ടം തന്നെ മഹാരാ ജാവിന് വേണ്ടി കാത്തിരിക്കുകയാണ്. വിശാലമായ സഭാ മണ്ഡപം നി റയെ മനോഹരങ്ങളായ കൊത്തുപണികളാൽ അലങ്കരിച്ചിരിക്കുന്നു. ഓ രോരുത്തരുടെയും സ്ഥാനമാനങ്ങൾക്കനുസൃതമായി തട്ടുതട്ടായി പണി കഴിപ്പിച്ചിരിക്കുന്ന സിംഹാസനങ്ങൾ.

ഏറ്റവും മുകളിലായി രത്നങ്ങൾ പതിപ്പിച്ച രാജകീയ സിംഹാസനം മഹാരാജാവിനെയും കാത്തിരിക്കുന്നു.

'മഹാരാജാ റാണാ വീർസിംഗ് എഴുന്നള്ളുന്നു...'

എന്ന ശബ്ദം ഉയർന്നതിനു പിറകെ തന്നെ ഒരു പ്രത്യേക രീതിയിലു ള്ള കാഹളവും കേട്ടുതുടങ്ങി. സഭയിലുള്ള എല്ലാവരും എഴുന്നേറ്റ് ബ ഹുമാനത്തോടെ കാത്തുനിൽക്കുമ്പോൾ മറനീക്കിയ പട്ടു വിരികളുടെ അപ്പുറത്തുനിന്നും റാണാ വീർ സിംഗ് എഴുന്നള്ളുകയായി.

വിശിഷ്ടമായ രാജവസ്ത്രങ്ങളിൽ...

രത്നഖചിത കിരീടധാരിയും പ്രൗഢഗംഭീരനുമായി കത്തിജ്വലിക്കു ന്ന സൂര്യനെ പോലെ ഒരു യുവാവ്. അവന്റെ തിളങ്ങുന്ന കാപ്പിപ്പൊടി കണ്ണുകളിൽ ഒരു രാജ്യംമുഴുവൻ കൈപ്പിടിയിൽ ഒതുക്കുന്ന ചങ്കുറപ്പ് തെളിഞ്ഞു കാണാം. സ്നേഹവും കരുണയും തെളിയുന്ന പുഞ്ചിരി. വിരിഞ്ഞ നെഞ്ചും വിശാലമായ ചുമലുകളും കനത്ത കൈത്തണ്ടയും കാണുമ്പോൾത്തന്നെ അറിയാം മല്ലയുദ്ധത്തിലും വാൾപയറ്റിലും കേമ നാണെന്ന്. ഉറച്ച കാൽവെപ്പുകളോടെ തല ഉയർത്തിപ്പിടിച്ച് രാജാ റാ

113

ണ വീർ സിംഗ് തന്റെ സിംഹാസനത്തിൽ ആസനസ്ഥനായി.

'ജലക്ഷാമം മാത്രമാണ് പ്രഭോ പറയാനുള്ളത്. ജലദൗർലഭ്യം മൂലം നമ്മുടെ പ്രജകൾ വലയുന്നു, അയൽനാടുകളിലും ഇതുതന്നെയാണ് അവസ്ഥ.'

'നമ്മുടെ സൈന്യം നിർമ്മിച്ച കുളങ്ങളും കിണറുകളും മുഴുവനും വറ്റിത്തുടങ്ങിയ സ്ഥിതിക്ക് മറ്റൊരു മാർഗം ആലോചിച്ചേ മതിയാവൂ മ ഹാമന്ത്രി.'

'ശരിയാണ് പ്രഭോ! പക്ഷേ മറ്റെന്താണ് മാർഗ്ഗം? മഴ പെയ്യാത്തിട ത്തോളം കുളങ്ങൾക്ക് എന്തു പ്രസക്തി?'

മഹാമന്ത്രിയുടെ വാക്കുകൾ കേട്ട് കണ്ണുകൾ അടച്ച് കുറച്ചു സമയം ആലോചനയിൽ മുഴുകിയ രാജാ റാണ കണ്ണുകൾ തുറന്ന് കൂടിനിൽ ക്കുന്ന രാജസഭാംഗങ്ങളോടായി പറഞ്ഞു.

'ജലദൗർലഭ്യത്തിന് പരിഹാരമായി ഏറ്റവും നല്ലൊരു മാർഗ്ഗം നിർ ദ്ദേശിക്കുന്നവർക്ക് ആയിരം പൊൻപണം സമ്മാനമായി നൽകും എന്ന വിവരം എല്ലാവരിലും എത്തിക്കുക.'

മഹാരാജാവിന്റെ തീരുമാനം കേട്ട് കൂടി നിൽക്കുന്നവരുടെ മുഖങ്ങ ളിൽ നേർത്ത ആശ്വാസം ദർശനീയമായെങ്കിലും മന്ത്രിവര്യന് അതിലെ ന്തോ തൃപ്തി തോന്നിയില്ല.

'അതു പ്രായോഗികമാണോ പ്രഭോ? രാജ്യത്തെ സാധാരണക്കാരിൽ നിന്നും എന്ത് മാർഗ നിർദ്ദേശങ്ങളാണ് നാം സ്വീകരിക്കുക?'

'സാധാരണക്കാരുടെ ഇടയിലാണ് ബുദ്ധിയും ആശയവും കൂടുതൽ ഉള്ളവർ ജീവിക്കുന്നുണ്ടാവുക. അവർ പുറത്തേക്ക് വരട്ടെ.'

ദീർഘനേരം നീണ്ട ചർച്ചകൾ, തീരുമാനങ്ങൾ... വാഗ്വാദങ്ങൾ... പ രിഹാര നിർദ്ദേശങ്ങൾ...

അന്നത്തെ സഭ കഴിയുമ്പോൾ നന്നേ ക്ഷീണിതനായിരുന്നു രാ ജാറാണ..

തന്റെ എല്ലാ മനോവിഷമങ്ങൾക്കും മരുന്നായി കാത്തിരിക്കുന്നവളു ടെ അരികിലേക്കാണ് അദ്ദേഹത്തിന്റെ കാലുകൾ ദ്രുതഗതിയിൽ ച ലിച്ചത്.

അന്തഃപ്പുരത്തിന്റെ വാതിൽക്കൽ വച്ചു തന്നെ മഹാരാജാവിനെ തട ഞ്ഞുകൊണ്ട് അതിവിനയത്തോടെ ഒരു യുവതി വിറയാർന്ന സ്വരത്തിൽ മന്ത്രിച്ചു.

'പ്രഭോ... ദേവിക്ക് പച്ചകുത്തണം എന്നു പറഞ്ഞു. ഇപ്പോൾ അക ത്തേക്ക് ആരെയും പ്രവേശിപ്പിക്കരുത് എന്നും പറഞ്ഞിട്ടുണ്ട്.'

അകത്തേക്ക് കടക്കാൻ തുനിഞ്ഞ ആ യുവകോമളന്റെ പൗരുഷം തുളുമ്പുന്ന കണ്ണുകളിൽ കുസൃതി തെളിഞ്ഞുവരുന്നത് അമ്പരപ്പോടെ ആ ദാസി നോക്കിനിന്നു.

അവളുടെ വാക്കുകളെ വകവയ്ക്കാതെ അകത്തേക്ക് നീങ്ങിയ അദ്ദേ ഹം പട്ടുവിരികൾ ഓരോന്നായി കൈകളാൽ വകഞ്ഞുമാറ്റിക്കൊണ്ട് ചെ ങ്കല്ലും അരക്കും മെഴുകും ചേർത്തുണ്ടാക്കിയ അന്തഃപ്പുരത്തിന്റെ മയമു ള്ള ചുവരുകളിലൂടെ വിരലുകൾ ഓടിച്ചുകൊണ്ട് മഹാറാണിയുടെ സ്വ കാര്യ അന്തപുരത്തിലേക്ക് പാദപദന ശബ്ദം കേൾപ്പിക്കാതെ കടന്നു. വീരശൂര പരാക്രമികളായ രാജാക്കന്മാരുടെ ഭാര്യമാരും അവരോളം ത ന്നെ കരുത്തരും സകല വിദ്യകളിലും പ്രഗത്ഭ മതികളുമായിരിക്കും. എ ന്തെങ്കിലും കാരണവശാൽ യുദ്ധങ്ങളിൽ ഭർത്താവ് കൊല്ലപ്പെട്ടാൽ സ തി അനുഷ്ഠിക്കാൻ വേണ്ടിയുള്ള സൗകര്യം ലഭിച്ചില്ലെങ്കിൽ ആ പതി വ്രതകൾക്ക് സ്വയം കത്തിയെരിയാൻ വേണ്ടിയാണ് അന്തപ്പുരങ്ങൾ മെ ഴുകും അരക്കും ചേർത്ത് തയ്യാറാക്കിയിരുന്നത്.

ശത്രുരാജ്യത്തെ രാജാക്കന്മാർ തങ്ങളെ കീഴ്പ്പെടുത്താനായി വരു ന്നതിനു മുൻപ് തന്നെ അന്തപ്പുരം അകത്തുനിന്നും അടച്ച് തീ കൊളു ത്തുകയായിരുന്നു പതിവ്.

റാണിയുടെ സ്വകാര്യമുറിയുടെ വാതിൽക്കൽ എത്തിയ ആ യുവാ വ് ഒരു നിമിഷം സ്തബ്ധനായി നിന്നുപോയി... അവിടെ...റാണി റൂദാ ബായി.

നിലത്ത് വിരിച്ചിട്ടിരിക്കുന്ന പട്ടുമെത്തയിൽ. അരയ്ക്കു മുകളിൽ നഗ് നമായ സ്വർണ്ണ ശോഭയാർന്ന ഒരു പെണ്ണുടൽ...

കനത്ത മുടിക്കെട്ട് ഒരു വശത്തേക്ക് മാറ്റിവെച്ച കൊഴുത്തു മിനുസ മാർന്ന ചുമലുകളും ഒന്ന് ചുംബിക്കാൻ കൊതിക്കുന്ന പുറവടിവും വീ ണക്കുടത്തിനെ അനുസ്മരിപ്പിക്കുന്ന നിതംബവടിവും.

ചുവന്ന പട്ടു കിടക്കയിൽ കമിഴ്ന്നു കിടക്കുന്ന റാണിയുടെ പുറവടി വിൽ പച്ചകുത്തുകയാണ് ഒരു ഹിജഡ സ്ത്രീ. മാർജാര പാദങ്ങളോടെ അകത്തേക്ക് വരുന്ന മഹാരാജാവിന്റെ വരവ് കണ്ടതോടെ പരിഭ്രമത്തോ ടെ എഴുന്നേറ്റ ഹിജഡയെ ഒരു വിരൽ കൊണ്ട് പുറത്തേക്കയച്ച റാണ ജ്വലിക്കുന്ന ആ സൗന്ദര്യത്തിടമ്പിനരികിലായി മുട്ടുകുത്തിയിരുന്നു ബ്ര ഷ് കയ്യിലെടുത്തു.

നിമിഷനേരം കൊണ്ട് അതിവിദഗ്ധമായ കൈവിരൽ ചലനങ്ങളാൽ റൂദാ റാണിയുടെ പുറവടിവിലായി മനോഹരമായ ഒരു മയിൽപ്പീലി വര ച്ചുചേർത്തുകഴിഞ്ഞിരുന്നു അദ്ദേഹം. ബ്രഷ് ഒഴുകുമ്പോൾ ഉള്ള തണു

പ്പിനു പുറമേ അവന്റെ ചൂടുള്ള ശ്വാസം ഓരോ പ്രാവശ്യവും നഗ്നമായ പുറത്ത് തട്ടുമ്പോൾ റുദ ഇക്കിളി കൊണ്ട് പൊള്ളിപ്പിടഞ്ഞു.

'ഓ... ഹരിണി.. ഇത്രമേൽ മൃദുവാക്കേണ്ട. എനിക്കു വല്ലാതെ ആകുന്നു... വേഗമാവട്ടെ.'

വരച്ചു തീർന്നു കഴിഞ്ഞു പുറകിൽ നിന്നും മറുപടിയൊന്നുമില്ലാതായപ്പോൾ റുദ പതുക്കെ മുഖം തിരിച്ചു നോക്കി.

'പ്രഭോ എന്താണിത്...?'

എന്നു പറഞ്ഞുകൊണ്ട് പട്ടുമെത്തയിലേക്ക് നഗ്നമായ ഉടൽ ഒന്നു കൂടി ചേർത്തമർത്ത് ലജ്ജയിൽ കുതിർന്നു കിടക്കുന്ന റാണിയുടെ മുഖം അവനെ വല്ലാതെ കൊതിപ്പിച്ചു.

'പുറത്തേക്ക് പോകൂ.. ഒരുമാതിരി വികൃതിക്കുട്ടികളെപ്പോലെ പെരുമാറാതെ...!'

പ്രിയപ്പെട്ടവളുടെ വാക്കുകൾ ശ്രദ്ധിക്കാതെ ഒരു കുസൃതിച്ചിരിയോടെ കൃത്രിമ വിശറി അവൾക്ക് നേരെ നീക്കിവെച്ച് മഷി ഉണങ്ങുന്നതും നോക്കിയിരിക്കുന്ന റാണയെ ഒന്ന് തിരിഞ്ഞു പോലും നോക്കാൻ കഴിയാത്ത വിധം ലജ്ജയിൽ കുതിർന്നുപോയി അവൾ. വിവാഹം കഴിഞ്ഞ് കേവലം 18 ദിവസങ്ങൾ തികയുന്നതേയുള്ളൂ. ശാന്തി മുഹൂർത്തത്തിന് ഇനിയും രണ്ടു ദിവസം ബാക്കിയുള്ളപ്പോൾ അദ്ദേഹം ഇത്ര ധൈര്യപൂർവ്വം അന്തഃപ്പുരത്തിലേക്ക് പ്രവേശിക്കുമെന്ന് റാണി കരുതിയതേയില്ല.

ദിവസവും തന്നെ കാണാൻ വരാറുണ്ടെങ്കിലും മുൻകൂട്ടി അറിയിച്ചിട്ടാണ് രാജാ റാണ വരിക. വന്നുകഴിഞ്ഞാൽ പിന്നെ പോകുന്നത് വരെ കളിചിരികളുമായി പുറത്തെ ഉദ്യാനത്തിൽ തന്നോടൊപ്പം തന്നെ ഉണ്ടാകും.

'ഞാനൊന്നും ചെയ്തില്ല എന്റെ ദേവി... ഈ ഭംഗിയുള്ള പുറവടിവിൽ ഒരു മയിൽപീലി അല്ലേ ഏറ്റവും ചേരുക എന്ന് തോന്നി അതു കൊണ്ട് വരച്ചതാണ്.'

ചുവന്ന പട്ടുവിരിപ്പിൽ അമർന്നുകിടക്കുന്ന സ്വർണ്ണ നിറമാർന്ന ആ പെൺരൂപം മുഖമുയർത്താതെ അവനോടു മൊഴിഞ്ഞു.

'അതു കഴിഞ്ഞല്ലോ! അങ്ങ് വേഗം പൊയ്ക്കോളൂ. ദാസി പെണ്ണുങ്ങളൊക്കെ പുറത്തില്ലേ..?'

'അവരെയൊക്കെ നാം പറഞ്ഞുവിട്ടു.'

ഇടതുകൈ നീട്ടി കയ്യിൽ തടഞ്ഞ വസ്ത്രാഞ്ചലം വാരിയെടുത്ത് തന്നെ പൊതിഞ്ഞ തന്റെ പ്രിയപ്പെട്ടവളെ കൈകൾക്കുള്ളിൽ വാരിയെടുത്ത് കണ്ണുതുറക്കാതെ തന്നെ റാണ മുഖം താഴ്ത്തി. തന്നിലേക്ക് വന്ന

116

ണയുന്ന പ്രിയപ്പെട്ടവന്റെ മുഖത്തെ തന്റെ ഇടതു കൈകൊണ്ട് ചുറ്റിപ്പി
ടിച്ച് ആ നെറ്റിയിൽ റൂദാ മൃദുവായി ചുംബിച്ചു. നനഞ്ഞ ചുണ്ടുകളുടെ
സ്നേഹ സ്പർശനം അവനെ വല്ലാതെ കൊതിപ്പിക്കുന്നുണ്ടായിരുന്നു.

ഇരു കൈകളും ഉയർത്തി അവളെ തന്റെ നെഞ്ചിലേക്ക് ഒന്നു കൂടി
ചേർത്തണച്ചു കൊണ്ട് റാണ ദേവ് തന്റെ ജീവന്റെ പാതിയെ ഏറ്റവും
മൃദുവായി ചുംബിച്ചു. എതിർക്കണമെന്ന് ആഗ്രഹമുണ്ടെങ്കിലും അവ
ന്റെ അധരങ്ങൾ നെറ്റിയിലും കൺപോളകളിലും കവിളിലും മൂക്കിൻ
തുമ്പിലും അമരുന്നതനുസരിച്ച് റൂദ കുളിരു കൊണ്ട് പിടഞ്ഞു..

'പ്രഭോ.. ശാന്തിമുഹൂർത്തം...'

പറഞ്ഞു തീരുന്നതിനു മുൻപ് ചുണ്ടുകൾ ആ റോസാപ്പൂവിതളുക
ളെ കവർന്നെടുത്തു കഴിഞ്ഞിരുന്നു. അവനിൽ നിന്നും പിടഞ്ഞ് അക
ലാൻ ആഗ്രഹമുണ്ടെങ്കിലും താൻ അർദ്ധ നഗ്നയാണ് എന്ന ബോധം
ഭൂദാഭായിയെ അവന്റെ നെഞ്ചിലേക്ക് തന്നെ കൂടുതൽ ചേർത്തു. വീ
ണ്ടും വീണ്ടും ആ ചുണ്ടുകൾ അവളിലെ മധുരമൂറ്റി കുടിച്ച് കഴുത്തിലൂ
ടെ താഴേക്ക് ഊർന്നിറങ്ങാൻ കൊതിക്കുന്നത് കണ്ടതോടെ ആകെ പരി
ഭ്രമിച്ച റൂദാ അവന്റെ നെഞ്ചിലേക്ക് ഒന്നുകൂടി പറ്റിച്ചേർന്നുകൊണ്ട് പറ
ഞ്ഞു.

'അരുത് പ്രഭോ... ദയവായി എന്നെ കേൾക്കൂ.'

അവന്റെ കൈകളുടെ വന്യത ആ സ്വരത്തിന്റെ മാധുര്യത്തിൽ കുറ
ഞ്ഞു വരുന്നുണ്ടായിരുന്നു.

17

നിമിഷങ്ങൾക്ക് ശേഷം ആ പട്ടുമെത്തയിലേക്ക് പ്രിയപ്പെട്ടവളെയും
ചേർത്തുപിടിച്ച് അദ്ദേഹം മലർന്നുകിടന്നു.

അദ്ദേഹത്തിന്റെ വിരിഞ്ഞ നെഞ്ചിൽ ഒരു മയിൽപ്പീലിപ്പോലെ കമിഴ്
ന്നു കിടന്നു പറ്റിച്ചേർന്നുകൊണ്ട് റൂദ പറഞ്ഞു.

'എന്തുപറ്റി ഹൃദയം വല്ലാതെ മിടിക്കുന്നു.'

'നിനക്ക് വേണ്ടി മാത്രം...'

ലജ്ജയോടെ അവന്റെ നെഞ്ചിൽ മൃദുവായി ചുംബിച്ചു കൊണ്ട്
അവൾ ചോദിച്ചു.

'ഇന്നെന്തേ സഭ കഴിഞ്ഞ് നേരെ ഇങ്ങോട്ടേക്ക് വന്നത്?'

റാണയുടെ മുഖം ചിന്താകുലമായി.

അവന്റെ നിശബ്ദത തിരിച്ചറിഞ്ഞ റൂദ മുഖമുയർത്തി അവനെയൊ
ന്നു നോക്കി വലതുകൈ ഉയർത്തി ആ കവിളുകളിൽ തലോടി..

117

'ജലദൗർലഭ്യം രൂക്ഷമാണ് റാണി! കുളങ്ങളും കിണറുകളും പുഴക ളും വറ്റി വരണ്ടു കഴിഞ്ഞിരിക്കുന്നു. ഇനിയെന്താണ് നമുക്ക് മുന്നിൽ...?'

നിമിഷങ്ങളോളം അവന്റെ നെഞ്ചിൽ അങ്ങനെതന്നെ കിടന്നു ചിന്ത യിലാണ്ട റൂദാബായി ഒടുവിൽ മുഖമുയർത്തി കൊണ്ട് അദ്ദേഹത്തോട് ചോദിച്ചു.

'നമുക്കൊരു വാവ് (പടവ് കിണർ) നിർമ്മിച്ചാലോ? ഭൂമിക്കടിയിലേ ക്ക് നന്നായി താഴ്ത്തി വേണം ചെയ്യിക്കാൻ. സൂര്യ വെളിച്ചം ഒരു വിധ ത്തിലും അകത്തേക്ക് തട്ടരുത്.'

അവളുടെ നഗ്നമായ പുറവടിവിൽ തലോടിക്കൊണ്ടിരിക്കുകയായി രുന്ന റാണയുടെ വിരലുകൾ നിശ്ചലമായി.

അതു മനസ്സിലാക്കിക്കൊണ്ട് റൂദാബായി ഒന്നുകൂടി വിസ്തരിച്ചു പ റഞ്ഞു.

'അത് വളരെ വലുതായിരിക്കണം. ഭൂമിക്കടിയിലേക്ക് അഞ്ചോ ഏ ഴോ നിലകളായി പണിയണം. അതിനകത്ത് സാംസ്കാരിക മണ്ഡപ ങ്ങളും സംഗീത സദസ്സുകളും ഉണ്ടാവണം. വെള്ളം ശേഖരിക്കാൻ വരു ന്നവർ അതിനുവേണ്ടി മാത്രമായി ഒരിക്കലും അവിടെ വരരുത്. അതൊ രു അനുഭൂതിയായിരിക്കണം.'

അവന്റെ കൈകൾ തന്റെ ദേഹത്ത് കൂടുതൽ ശക്തിയോടെ അമരു ന്നതും ഭ്രാന്തമായ സ്നേഹത്തോടെ തന്നിലേക്ക് വരിഞ്ഞു ചേർത്ത് അവൻ തന്നെ തുരുതുരെ ചുംബിക്കുകയാണെന്നും തിരിച്ചറിഞ്ഞ റൂദാ ബായി ആകെ ചുവന്നു വിവശയായി പ്രിയതമന്റെ നെഞ്ചോട് ഒട്ടിക്കി ടന്നു.

'റൂദാ... എത്രയും വേഗം നമുക്ക് വാവിന്റെ പണി തുടങ്ങണം. എവി ടെയാണ് ലക്ഷണം കാണുക എന്നറിയില്ല! എന്റെ പ്രജകൾക്കു വേ ണ്ടി ആയതുകൊണ്ട് തീർച്ചയായും ഞാൻ പോകണം. നീ എനിക്ക് വേണ്ടി കാത്തിരിക്കില്ലേ..?'

റൂദ അവന്റെ നെഞ്ചിലേക്ക് ചുണ്ടുകൾ അമർത്തിക്കൊണ്ട് മന്ത്രിച്ചു.

'അവസാനശ്വാസം വരെയും...'

'കാര്യങ്ങളെല്ലാം ഒതുക്കി ഞാൻ എത്രയും വേഗം തിരിച്ചുവരും. ന മ്മുടെ ശാന്തിമുഹൂർത്തം അതിനുശേഷം ആയിരിക്കും. പ്രജകൾ ദാ ഹിച്ചു പിടയുമ്പോൾ സ്വന്തം സുഖം നോക്കി പോകാൻ ഒരിക്കലും ഒരു രാജാവിന് കഴിയില്ല. ഇത്രമേൽ പ്രശ്നങ്ങൾ രൂക്ഷമായ സ്ഥിതിക്ക് അ ത്രമേൽ വേഗത്തിൽ പരിഹാരവും വേണം.'

അവൻ പറയുന്നത് ശരിവെച്ചുകൊണ്ട് അവന്റെ നെഞ്ചിൽ തന്നെ

ഇപ്പോൾ പൊഴിഞ്ഞുവീണ ഒരു മയിൽപ്പീലിത്തുണ്ടുപോലെ അവൾ കണ്ണുകൾ അടച്ച് കിടന്നു.

*****

പടവ് കിണറിന്റെ പണികൾ ആരംഭിച്ചിട്ട് ആറുമാസമായിരിക്കുന്നു. അദ്‌ലജ് എന്ന ചെറുപട്ടണത്തിലാണ് കിണർ നിർമ്മിക്കുന്നത്. എത്ര യും വേഗം വരാം.. എന്നു പറഞ്ഞുപോയ പ്രിയപ്പെട്ടവനെ ഒന്നു കാ ണാൻ കൊതിച്ചു കാത്തിരിക്കുകയാണ് റൂദാ റാണി. രാത്രികളിൽ ഉറ ക്കമില്ലാതെ,..

പകലുകളിൽ ഭക്ഷണമില്ലാതെ... ഒന്നിനോടും താല്പര്യമില്ലാതെ... പ്രണയവിരഹത്താൽ ഉരുകി ഉരുകി... അവൾ നാളുകൾ എണ്ണി കൊ ണ്ടിരുന്നു.

അവളുടെ ആഗ്രഹങ്ങളും പദ്ധതികളും പുതിയപുതിയ വാസ്തുവി ദ്യ ആശയങ്ങളുമായി ദിവസവും കുറിമാനങ്ങൾ പരസ്പരം കൈമാറ പ്പെട്ടുകൊണ്ടിരുന്നു. എങ്കിലും ഒരിക്കൽ പോലും അവനെ ഒന്നു കാ ണാനായി അങ്ങോട്ടേക്ക് പോകാൻ അവൾ ശ്രമിച്ചില്ല. കാരണം ഒരു രാജാവിന് പ്രജകളോട് ആവണം പ്രഥമ കർത്തവ്യം എന്ന് അവൾക്ക് അറിയാമായിരുന്നു.

പടവ് കിണറിന്റെ പണി നടക്കുന്ന പ്രദേശത്ത് റാണയുടെ അവസ്ഥ യും വിഭിന്നമായിരുന്നില്ല. അവൾ അയക്കുന്ന കുറിമാനങ്ങളിലെ പുതി യ പുതിയ ആശയങ്ങൾ അവനെ പലപ്പോഴും അമ്പരപ്പിച്ചു കൊണ്ടിരു ന്നു. ആ കുറിപ്പുകളിൽ എവിടെയെങ്കിലും പ്രിയപ്പെട്ടവൾ തനിക്കായി കുറിച്ചു വെക്കുന്ന പ്രണയ വാക്യങ്ങളിൽ തളച്ചുവയ്ക്കപ്പെട്ടിരുന്നു അവ ന്റെ ഹൃദയം.

വാവിന്റെ കവാടത്തിലുള്ള ക്ഷേത്രത്തിന്റെ പണി തീരുന്ന ദിവസമാ ണ് നാളെ. റാണ പതിവുപോലെ മേൽനോട്ടത്തിൽ ആയിരുന്നു.

മൂന്ന് നിലകളോളം അതിവേഗത്തിൽ പണി കഴിഞ്ഞിരിക്കുന്നു. നവ ഗ്രഹങ്ങളും കൊട്ടാരം പോലെയുള്ള ഉള്ളിലെ ചുവരുകളിൽ കൊത്തി വെച്ചിരിക്കുന്ന ദേവതകളും അഷ്ടഭുജാകൃതിയിൽ നിർമ്മിച്ച അവിശ്വസ നീയമാംവിധം അതിശയിപ്പിക്കുന്ന സീലിംഗിലെ തുറസ്സിലൂടെ എത്തി നോക്കുന്ന വെളിച്ചവും, ഒരു വ്യത്യസ്തമായ ലോകത്ത് ചെന്ന പ്രതീ തിയാണ് നൽകുന്നത്. അകത്തെ താപനില പുറത്തെ താപനിലയേ ക്കാൾ ഏകദേശം 6 ഡിഗ്രിയോളം കുറച്ചിട്ടുണ്ട്. അതുകൊണ്ടുതന്നെ കിണറിന് ഉൾവശത്തേക്ക് നല്ല തണുപ്പാണ്.

അഷ്ടഭുജാകൃതിയിലുള്ള വാവിന് ധാരാളം തുണുകൾ ഉണ്ട്. എല്ലാ

നിലകളിലും ആളുകൾക്ക് ഒത്തുകൂടാൻ മതിയായ ഇടമുണ്ടാക്കിയിട്ടു ണ്ട്. വെള്ളമെടുക്കാൻ വരുന്നവർക്ക് എല്ലാം വിശ്രമിക്കാനായി വിശ്രമ കേന്ദ്രങ്ങൾ വേറെയും.

സ്ത്രീകൾക്ക് വിനോദങ്ങളിൽ ഏർപ്പെടാനുള്ള സൗകര്യവും ഉണ്ടാ ക്കിയിട്ടുണ്ട്. ഒരുപാട് പേർക്ക് ഒരുമിച്ചിരുന്ന് സമ്മേളനവും കലാപരിപാ ടികളും നടത്താനുള്ള വലിയ വലിയ ഹാളുകൾ. മഴയില്ലാത്ത സമയ ത്ത് ആളുകൾ വലയാതിരിക്കാൻ വേണ്ടത്ര ജലസംഭരണം ഉറപ്പാക്കാൻ നന്നായി   ആഴത്തിൽ തന്നെയാണ് കുഴിക്കുന്നത്. പടവ് കിണറിലേക്ക് കയറാൻ മൂന്ന് പ്രവേശന പടികൾ ഉണ്ടാക്കിയിട്ടുണ്ട്.

ഒന്നാം നിലയിൽ നിന്ന് ആളുകൾക്ക് മൂന്ന് ഗോവണിപ്പടികളിലൂടെ താഴേക്ക് പോകാം. ചുവരുകൾ പുഷ്പ രൂപങ്ങളാൽ അലങ്കരിച്ചിരിക്കു ന്നു, അതിശയകരമായ കൊത്തുപണികൾ ഹിന്ദു ദേവതകൾ, ആന കൾ, പൂക്കൾ, മത്സ്യം, ഇലകൾ, പക്ഷികൾ, മിനി ടററ്റ് എന്നിവയുൾപ്പെ ടെ നിരവധി ആകർഷകമായ ചിത്രങ്ങൾ ചിത്രീകരിച്ചിട്ടുണ്ട്. അതിമ നോഹരമായി അതിവേഗത്തിൽ പണി തീരുന്ന ഈ ഒരു മഹാസംഭവ ത്തിന്റെ ഭൂരിഭാഗം ആശയവും റാണിയുടെ ആഗ്രഹങ്ങളാണ്

പ്രിയപ്പെട്ടവളുടെ അന്നത്തെ കുറിമാനത്തിന് മറുപടി അയക്കുമ്പോൾ റാണയുടെ ചുണ്ടിൽ പതിവിന് വിപരീതമായ ഒരു കുസൃതിപുഞ്ചിരി ബാക്കി നിൽക്കുന്നുണ്ടായിരുന്നു.

'എത്രയും വേഗം പുറപ്പെടുക. നാളെ ക്ഷേത്രത്തിൽ പൂജ തുടങ്ങു കയാണ്.എന്റെ ദേവിയുടെ കൈകൊണ്ടു വേണം ആദ്യത്തെ തിരി തെ ളിയിക്കാൻ.'

കുറിമാനം തുറന്നുവായിച്ച രൂദാറാണി സന്തോഷം കൊണ്ട് കരഞ്ഞു പോയി. മാസങ്ങളായുള്ള വിരഹവും തീക്ഷ്ണമായ പ്രണയവും അവ ളെ അത്രമേൽ കൊതിപ്പിച്ചിരുന്നു അവന്റെ സാമീപ്യം.

കുറിമാനം കിട്ടുമ്പോൾ സമയം ഉച്ച കഴിഞ്ഞിരുന്നെങ്കിലും ഒരു നി മിഷം പോലും ഇനിയും കാത്തു നിൽക്കാൻ അവൾ ഒരുക്കമായിരുന്നി ല്ല. ഇപ്പോൾ പുറപ്പെട്ടാൽ രാത്രിയോടെ അവിടെ എത്താൻ കഴിയും എ ന്ന് മനസ്സിലാക്കിയ റാണി തോഴിമാരോടൊപ്പം അപ്പോൾത്തന്നെ പുറ പ്പെട്ടുകഴിഞ്ഞിരുന്നു.

കിണറിന്റെ പണിയെടുത്ത് തളർന്നുറങ്ങുന്ന മേസ്തിരിമാരുടെയും മറ്റു പണിക്കാരുടെയും കൂടാരങ്ങൾ സന്ദർശിച്ച് തിരിച്ചു നടക്കുകയായി രുന്നു റാണ. ദൂരെ നിന്നും വെള്ള വസ്ത്രങ്ങൾ ധരിച്ച നാല് ഭടന്മാർ കു തിരപ്പുറത്ത് വരുന്നത് കണ്ടപ്പോൾ റാണ അരപ്പട്ടയിലെ വാൾ വലിച്ചൂരി

പുറത്തേക്ക് നടന്നു. ഭടന്മാരുടെ വെള്ള വസ്ത്രങ്ങൾ സമാധാനമാണ് സൂചിപ്പിക്കുന്നത് എന്ന് മനസ്സിലായെങ്കിലും ഒരു മുൻകരുതൽ എന്ന നിലയിൽ അദ്ദേഹം വാൾ ഉയർത്തിപ്പിടിച്ചിരുന്നു. കാരണം കിണർ അ ത്രമേൽ പ്രശസ്തമായി കഴിഞ്ഞിരിക്കുന്നു. അയൽ രാജ്യങ്ങളിലും ജ ലദൗർലഭ്യം മൂലം ഒരുപാട് കെടുതികൾ സംഭവിക്കുന്നുണ്ട്. ഈ സമ യത്ത് ഇങ്ങോട്ട് കടന്നുവരുന്ന ആരെയും പൂർണമായും വിശ്വസിക്കാൻ കഴിയില്ല. തനിക്ക് മുന്നിൽ വന്നുനിന്ന വെളുത്ത കുതിരപ്പുറത്തുനിന്നും ചാടി ഇറങ്ങിയ ഭടന്റെ ശരീര ചലനങ്ങൾ കണ്ടതോടെ അതൊരു യുവ തിയാണെന്ന് മനസ്സിലായ അദ്ദേഹം വാൾ ഉറയിലേക്ക് ഇട്ടുകൊണ്ട് തി ടുക്കത്തിൽ അങ്ങോട്ടേക്ക് ചെന്നു. അടുത്തേക്ക് ചെല്ലുംതോറും വർദ്ധി ച്ചു വരുന്ന ഹൃദയമിടിപ്പ് അദ്ദേഹത്തോട് പറയാതെ പറയുന്നുണ്ടായിരു ന്നു...

'ഇതാ നിന്റെ പ്രിയപ്പെട്ടവൾ...'

അവനു മുന്നിൽ നിന്ന് മുഖമുയർത്തി ആ കണ്ണുകളിലേക്ക് നോ ക്കിയ യുവതിയുടെ തിളങ്ങുന്ന വെള്ളിക്കണ്ണുകളിലേക്ക് നോക്കി സർ വ്വതും മറന്നവൻ പ്രണയാർദ്രനായി വിളിച്ചു.

'റുദാ... പ്രിയപ്പെട്ടവളെ...

ഒറ്റനിമിഷം കൊണ്ട് ഒരു വെളുത്തതുവൽപോലെ അവൾ അയാളു ടെ വിരിഞ്ഞ നെഞ്ചിലേക്ക് പറന്നുവന്ന് ഒതുങ്ങിക്കഴിഞ്ഞിരുന്നു. കൊ തിപ്പിക്കുന്ന അവളുടെ ഗന്ധം നുകർന്നുകൊണ്ട് ഒരു മുയൽക്കുഞ്ഞി നെ എന്നപോലെ അവളെയും നെഞ്ചോട് ചേർത്ത് വാരിയെടുത്തു കൊ ണ്ട് റാണ തന്റെ കൂടാരത്തിലേക്ക് നടന്നു...

'എന്തിനീ രാത്രിയിൽത്തന്നെ? നാളെ എത്തിച്ചേർന്നാൽ മതിയെന്ന് ഞാൻ പറഞ്ഞതല്ലേ?'

പ്രണയം കൊണ്ട് തിളങ്ങുന്ന അവന്റെ കാപ്പിപ്പൊടി കണ്ണുകളിലേ ക്ക് നോക്കിക്കൊണ്ട് അവൾ മന്ത്രിച്ചു.

'അതുവരെ ശ്വാസമെടുക്കാൻ കഴിയണ്ടേ എനിക്ക്? ഒരു നിമിഷമെ ങ്കിൽ ഒരു നിമിഷം നേരത്തെ... ഒന്ന് കണ്ടാൽ മാത്രം മതിയായിരുന്നു.'

'അതുതന്നെയാണ് റാണി നമ്മുടെ അവസ്ഥയും! എങ്കിലും രാത്രി യിൽ ഉള്ള യാത്ര സുരക്ഷിതമല്ല. നിന്റെ വിരൽത്തുമ്പിൽ ഒരു മുള്ള് പോലും കൊള്ളുന്നത് നമുക്ക് സഹിക്കാൻ കഴിയില്ല എന്ന് നിനക്കറി യില്ലേ?'

ഒന്നും പറയാതെ അവന്റെ നെഞ്ചിലേക്ക് മുഖം അമർത്തിക്കൊണ്ട് അവൾ കണ്ണുകൾ അടച്ച് അവന്റെ ഗന്ധം നുകർന്ന് അങ്ങനെ തന്നെ

121

നിന്നു. അവളുടെ ഹൃദയം പരിഭവത്തോടെ മന്ത്രിക്കുന്നുണ്ടായിരുന്നു.

'എത്ര ദിവസമായി എന്റെ പ്രാണനെ...'

അവന്റെ ഹൃദയം ആ മന്ത്രണം പൂർണ്ണമായും തിരിച്ചറിഞ്ഞു കൊണ്ട് അവളെ വരിഞ്ഞുമുറുക്കി കഴിഞ്ഞിരുന്നു. കുറച്ചു നിമിഷങ്ങൾക്കു ശേ ഷം അവന്റെ വലതു കൈ ഉയർന്നുവന്ന് അവളുടെ തലപ്പാവിന്റെ കെട്ട ഴിച്ചു കളഞ്ഞു. ഉരുക്കിയ സ്വർണം കോരി ഒഴിക്കുന്നത് പോലെ ഒരു വെള്ളച്ചാട്ടം തുറന്നു വിട്ട ശക്തിയിൽ അവളുടെ സ്വർണ്ണവർണ്ണമാർന്ന മുടി കെട്ടഴിഞ്ഞു പുറവടിവിലേക്ക് പരന്നു കിടന്നു.

'എന്റെ മയിൽപ്പീലിക്ക് സുഖമല്ലേ?'

ലജ്ജ കൊണ്ട് ചുവന്ന മുഖത്തോടെ അവൾ ആ നെഞ്ചിൽ മുഖം ഒ ളിപ്പിച്ചു കളഞ്ഞു. പിടഞ്ഞുണരുന്ന ഹൃദയത്തെ നിയന്ത്രിക്കാൻ ശ്രമി ച്ചുകൊണ്ട് അവൾ പതുക്കെ ചോദിച്ചു.

'എപ്പോഴാണ് അങ്ങ് കൊട്ടാരത്തിലേക്ക് വരിക? ഈ പണികൾ മു ഴുവൻ കഴിയേണ്ടി വരുമോ?'

റാണ പതുക്കെ മുഖംതാഴ്ത്തി അവളുടെ ചെവിക്കരികിലേക്ക് ചു ണ്ടുകൾ ചേർത്തു വച്ചു കൊണ്ട് മന്ത്രിച്ചു.

'നമ്മുടെ മേസ്തിരിമാർ അഞ്ചുപേരും വളരെ പ്രഗൽഭരും ആത്മാർ ത്ഥ സേവനമനുഷ്ഠിക്കുന്നവരും ആണ്. ഇനിയുള്ള കുറച്ചുദിവസങ്ങൾ ഞാൻ ഇവിടെ ഇല്ലെങ്കിലും കുഴപ്പമില്ല. എല്ലാം കൃത്യമായി നീങ്ങുന്നുണ്ട്.'

ഒന്നു നിർത്തിയ റാണയിൽ നിന്നും പിന്നീട് ഒന്നും കേൾക്കാഞ്ഞ റുദ്ര മുഖമുയർത്തി ആ കണ്ണുകളിലേക്ക് നോക്കി.

'നാളെ പൂജകഴിഞ്ഞ് നാം ഒരുമിച്ചാണ് പോവുക.'

അവിശ്വസനീയതയോടെ തിളങ്ങുന്ന ആ വെള്ളിക്കണ്ണുകളിലേക്ക് നോക്കിക്കൊണ്ട് റാണ മന്ത്രിച്ചു...

'ഇനിയും കാത്തിരിക്കാൻ വയ്യെന്റെ പ്രാണനെ.. നിന്നെ കാണാതെ ഇരിക്കുന്ന ഓരോ നിമിഷവും ഞാൻ എരിഞ്ഞു തീരുന്നു... നിന്നെ കണ്ടു കൊണ്ട് നിൽക്കുന്ന ഓരോ നിമിഷവും ഞാൻ നിന്റെ പ്രണയാർദ്രമായ നോട്ടത്തിൽ ഉരുകി ഇല്ലാതാവാൻ കൊതിക്കുന്നു.'

നിറഞ്ഞുവരുന്ന ആ വെള്ളിക്കണ്ണുകൾക്ക് മുകളിൽ അയാൾ ചുണ്ടു കൾ അമർത്തി മെല്ലെമെല്ലെ ചുംബിച്ചു. പ്രിയതമന്റെ ഓരോ സ്പർശ നവും അടിതൊട്ടുമുടി വരെ പിടഞ്ഞുണരുന്ന ഉൾപ്പുളകത്തോടെ റുദ്ര ഏറ്റുവാങ്ങി...

' പ്രഭോ...റാണിക്കും തോഴിമാർക്കും കൂടാരം സജ്ജീകരിച്ചിട്ടുണ്ട്.'

വാതിൽക്കൽ നിന്നുള്ള ഭടന്റെ വിനയത്തോടെയുള്ള സംസാരം കേട്ട

റാണ തന്റെ പ്രണയത്തെ നെഞ്ചിൽ നിന്നും അടർത്തിമാറ്റി കൊണ്ട് പ
റഞ്ഞു.

'ദീർഘയാത്ര കഴിഞ്ഞ് വന്നതല്ലേ. നീ നന്നായി ക്ഷീണിച്ചിട്ടുണ്ട്.
പോയി ശാന്തമായി ഉറങ്ങുക.. നാളത്തെ പൂജകഴിഞ്ഞാലുള്ള ഓരോ
നിമിഷവും നമ്മുടേതാണ്.'

ചുവന്നു പോയ മുഖവുമായി പ്രിയതമനെ ഒന്നുകൂടി കടാക്ഷിച്ചു
കൊണ്ട് റാണി മനസ്സില്ലാമനസ്സോടെ തിരിഞ്ഞുനോക്കി പുറത്തേക്കിറ
ങ്ങി പോകുന്നത് പിടയുന്ന ഹൃദയത്തോടെ അവൻ നോക്കിനിന്നു.

റാണിയുടെ കൂടാരത്തിന്റെ പട്ടുതുണി വാതിൽ അടയുന്നതുവരെ
നോക്കിനിന്ന അദ്ദേഹം തന്റെ കിടപ്പു മുറിയിലേക്ക് വന്ന് പടച്ചട്ട അഴി
ച്ചുവെച്ച് മഞ്ചത്തിലേക്ക് മലർന്നുകിടന്നു. മധുരമനോഹരമായ ഒരു പു
ഞ്ചിരിയോടെ അവന്റെ കണ്ണുകൾ പതുക്കെ അടഞ്ഞു വന്നു. കുറച്ചപ്പു
റത്തുള്ള കുടീരത്തിലെ പട്ടുമെത്തയിലും നിദ്രയിലേക്ക് ചായുന്ന ആ
സൗന്ദര്യധാമത്തിന്റെ ചുണ്ടുകളിൽ ഒരു പുഞ്ചിരി ബാക്കിയുണ്ടായിരു
ന്നു.

നേരം പുലരാൻ ഇനിയും നാഴികകൾ ബാക്കിയാണ്. ഇരുട്ട് നീങ്ങി
യിട്ടില്ല...

എവിടെ നിന്നോ ഉച്ചത്തിലുള്ള ആക്രോശവും അലർച്ചയും കരച്ചിലും.

വാൾത്തലപ്പുകൾ വീശുന്ന ശബ്ദവും കുതിരയുടെ ചിനക്കലും. ഒരു
സ്വപ്നം പോലെ തോന്നിയ റാണ ചാടിയെഴുന്നേൽക്കുമ്പോഴേക്കും വാ
തിൽക്കലെ പട്ടുവിരിപ്പ് ഒരു വാൾത്തുമ്പ് കൊണ്ട് വീശി കീറിപ്പിളർന്നു
കഴിഞ്ഞിരുന്നു.

'പ്രഭോ...ബെഗ്ദയുടെ സൈന്യമാണ്...'

അലർച്ചയോടെയുള്ള സൈന്യാധിപന്റെ വാക്കുകൾ ഇടയിൽ മുറി
ഞ്ഞു പോകുന്നത് ഒരു ഞെട്ടലോടെ റാണ തിരിച്ചറിഞ്ഞു. ഒറ്റ നിമിഷം
കൊണ്ട് കർമ്മനിരതനായ അവൻ ചാടി എഴുന്നേറ്റ് വാളും പരിചയുമെ
ടുത്ത് വാതിൽക്കലേക്ക് കുതിച്ചു.

18

പുറത്തേക്കിറങ്ങിയ അവൻ തരിച്ചു നിന്നുപോയി...

പണി തീർന്നു വരുന്ന കിണറിന് പുറത്തെ വിശാലമായ സ്ഥലത്ത്
തന്റെ ജനങ്ങളുമായി ഏറ്റുമുട്ടുന്ന കുതിരപ്പുറത്ത് വന്ന ഒരു വലിയപട...
കഠിനാധ്വാനത്താൽ തളർന്നിരിക്കുന്ന അവർക്ക് അവരോട് പൊരുതാ
നുള്ള ശേഷി ഉണ്ടാവില്ല എന്ന് അവന് അറിയാമായിരുന്നു. ഒരു ഗർജന

123

ത്തോടെ തനിക്കു നേരെ വന്ന വാൾമുന കൈ അറുത്തു നിലത്തിട്ടു കൊണ്ട് റാണ അടുത്ത കുടീരത്തിലേക്ക് നോക്കി ഉച്ചത്തിൽ വിളിച്ചു...

'റൂദാ.... നീ എവിടെ...?'

വീശി പുളയ്ക്കുന്ന വാളുകളുടെ സീൽക്കാരത്തിനിടയിലൂടെ ദൂരെ എവിടെനിന്നോ അവൾ വിളിച്ചു പറയുന്നുണ്ട്.

'ഞാൻ സുരക്ഷിതയാണ് പ്രഭോ. വെറുതെ വിടരുത് ഈ ദുഷ്ടന്മാരെ...'

ചുറ്റോടുചുറ്റും ഉയർന്നുതാഴുന്ന വാളുകളുടെയും അമ്പുകളുടെയും സീൽക്കാരം കൊണ്ട് അവിടമാകെ പ്രകമ്പനം കൊള്ളുകയായിരുന്നു.

അറ്റുപോയ കൈകാലുകൾ... കബന്ധങ്ങൾ... ജീവനുവേണ്ടിയുള്ള നിലവിളികൾ...

വേദനകൊണ്ടുള്ള ഞരക്കങ്ങൾ.. അവസാന ശ്വാസത്തിന്റെ പിടച്ചി ലുകൾ..

ഭ്രാന്ത് പിടിച്ച ഒറ്റയാനെപ്പോലെ റാണ തനിച്ചുനിന്നു പൊരുതി. തനി ക്കുചുറ്റും വന്നു വീഴുന്ന വാൾതുമ്പുകളെയും നിഴലുകളെയും അയാൾ അരിഞ്ഞു തള്ളിക്കൊണ്ടിരിക്കുകയായിരുന്നു.

എവിടെ നിന്നാണെന്നറിയില്ല... നെഞ്ചിലൂടെ ഒരു മിന്നൽ പിണർ പാ ഞ്ഞു പോയത് പോലെയാണ് അയാൾക്ക് തോന്നിയത്. അസഹനീയ മായ വേദനയോടെ ഒന്നു കുനിഞ്ഞു പോയ നിമിഷത്തിൽത്തന്നെ ത ന്റെ നെഞ്ചിലൂടെ കടന്നുപോയത് വിഷം പുരട്ടിയ വാൾത്തലയാണെന്ന് രാജകുമാരൻ തിരിച്ചറിഞ്ഞു കഴിഞ്ഞിരുന്നു.

നിമിഷനേരം കൊണ്ട് ശ്വാസം എടുക്കാനാവാതെ വേദന കൊണ്ട് പിടയുന്നതിനിടയിലും തനിക്ക് നേർക്കു വന്ന വാളിന്റെ ഉടമസ്ഥനെ ഒറ്റ വീശലിൽ കാലപുരിക്കയച്ചു കൊണ്ട് വേദന കടിച്ചമർത്തി അയാൾ മു കളിലേക്ക് നോക്കി മുറിവേറ്റ ഒരു സിംഹത്തെ പോലെ ഉറക്കെ ഗർ ജിച്ചു...

പുലർവെളിച്ചം ഭൂമിയിലേക്ക് പതിച്ചുതുടങ്ങുന്ന ആ നിമിഷങ്ങളിൽ തന്റെ ചെവിയിൽ വന്നു പതിച്ച വേദനയാൽ പിടയുന്ന അലർച്ച തന്റെ ജീവന്റെ പാതിയുടേതാണെന്ന് റൂദ ഒരു ഞെട്ടലോടെ തിരിച്ചറിഞ്ഞു. ഇത്രയും സമയം ധീരമായി പൊരുതിക്കൊണ്ടിരിക്കുകയായിരുന്ന റൂദ യുടെ കൈകൾ തളർന്നുപോയി. കയ്യിലുള്ള ഉടവാൾ വലിച്ചെറിഞ്ഞ് പുറത്തേക്ക് കുതിച്ചെത്തിയ അവളുടെ മുന്നിൽ. അയഞ്ഞ നിശാ വസ് ത്രത്തിനുള്ളിൽ പിളർന്നു കീറിയ നെഞ്ചിനുള്ളിൽ നിന്നും കുതിച്ചു പ ടർന്നൊഴുകുന്ന രക്തത്താൽ നനഞ്ഞു കുതിർന്ന വക്ഷസുമായി...

മരിച്ചു കിടക്കുന്ന ഹിരണ്യൻ എന്ന, രാജകുമാരന്റെ പ്രിയപ്പെട്ട ക

റുത്ത കുതിരയുടെ ദേഹത്ത് ചാരി വേദന കടിച്ചുപിടിച്ച് ശ്വാസത്തെ നി യന്ത്രിച്ചുകൊണ്ട് തനിക്കായി ചുറ്റിത്തിരിയുന്ന അവന്റെ തളർന്ന കണ്ണു കൾ.

അലറിക്കരഞ്ഞുകൊണ്ട് അവനു നേർക്ക് കുതിച്ച റൂദാറാണിയെ പി റകിൽ നിന്നും കുറച്ചു കൈകൾ വട്ടം പിടിച്ചു. അവരുടെ കൈകളിൽ നിന്നും ഒറ്റക്കുതിപ്പിന് അവന്റെ അടുത്തേക്ക് എത്താനവൾ പരിശ്രമി ച്ചെങ്കിലും പിറകിൽ നിന്നുള്ള ഭടന്മാരുടെ കരങ്ങളുടെ ബലത്തിനു മു ന്നിൽ അവൾക്കതിനു സാധിച്ചില്ല.

'ചതിച്ചല്ലോ ദേവാ ...!'

വലതുകയ്യുയർത്തി തനിക്ക് നേർക്കു നീട്ടിക്കൊണ്ട് ആർത്തു കര യുന്ന പ്രിയപ്പെട്ടവൾക്ക് നേരെ തന്റെ കൈകൾ ഉയർത്തിക്കൊണ്ട് റാ ണ അവളെ ബന്ധിച്ചിരിക്കുന്ന ഭടന്മാരെ അതിരൂക്ഷമായി ഒന്നു നോ ക്കി. അതിതീവ്രമായ അവന്റെ നോട്ടത്തിനു മുന്നിൽ റൂദയെ പിടിച്ചിരി ക്കുന്ന അവരുടെ കരങ്ങൾ അറിയാതെ അയഞ്ഞു പോയി. നിമിഷനേ രം കൊണ്ട് തന്റെ നെഞ്ചിലേക്ക് വന്നുവീണ റൂദ അവനെ മാറോട് ചേർ ത്തുപിടിച്ച് നെറ്റിയിൽ ചുംബിച്ചു.

'ഒന്നുമില്ല... ഒന്നുമില്ല എന്റെ നാഥൻ... നമുക്ക് കൊട്ടാരത്തിലേക്ക് പോകാം.'

ഇത്രയും സമയം അലറി കരഞ്ഞു കൊണ്ടിരുന്നവൾ തന്നിലേക്ക് എത്തിയപ്പോൾ കാണിക്കുന്ന മനോധൈര്യം അവനെ അതിശയിപ്പിച്ചു.

അവസാന ശ്വാസം എടുക്കാൻ ബുദ്ധിമുട്ടുമ്പോഴും ജ്വലിക്കുന്ന കാ പ്പിപ്പൊടിക്കണ്ണുകളിൽ നിറഞ്ഞു തുളുമ്പുന്ന പ്രണയത്തോടെ വലതു കൈയുയർത്തി അവളെ പുണർന്നുകൊണ്ട് അവൻ മന്ത്രിച്ചു. 'റൂദാ... എന്റെ മയിൽപ്പീലി പ്പെണ്ണേ...'

രക്തത്തിൽ കുതിർന്ന ആ നെഞ്ചിലെ പ്രണയം തന്നിലേക്ക് പടരു മ്പോളുള്ള നനവറിഞ്ഞുകൊണ്ട് അവന്റെ നെഞ്ചിനുള്ളിലേക്ക് പതുങ്ങി ച്ചേർന്ന് റൂദ മറുപടി പറഞ്ഞു.

'നമ്മൾ ഒരുമിച്ചാണ്.....

ജീവിക്കാനും മരിക്കാനും...

ഒരുമിച്ചുമാത്രം...'

അവന്റെ നെഞ്ചിലമർന്ന വലതുകൈ രക്തത്താൽ കുതിർന്നിരിക്കുന്നു.

റാണി ആ നെഞ്ചിലേക്ക് മുഖമമർത്തി. കുതിച്ചൊഴുകുന്ന ചുടു ര ക്തത്തിന്റെ ഇളം ചൂടിൽ അവളുടെ കവിൾത്തടങ്ങൾ കുതിർന്നു. ചെ വിയിൽ കേട്ടുകൊണ്ടിരിക്കുന്ന ഹൃദയമിടിപ്പുകൾ ദുർബലമായിക്കൊണ്ടി

രിക്കുന്നു.

ഒരു സ്വപ്നത്തിൽ എന്ന പോലെ റൂദാ രക്തത്തിൽ കുതിർന്ന ആ വലം കയ്യെടുത്ത് അവന്റെ വലതു കൈയോട് ചേർത്തു വച്ചു നിണമൊഴുകുന്ന ആ വിരിഞ്ഞ നെഞ്ചിലേക്ക് ചേർത്തുകൊണ്ട് അവന്റെ കണ്ണുകളിലേക്ക് നോക്കി.

'ഞാൻ വരും... അങ്ങില്ലാതെ ഞാനില്ല.'

അടഞ്ഞുപോകുന്ന ആ കാപ്പിപ്പൊടി കണ്ണുകൾ ബലംപ്രയോഗിച്ച് തുറന്നുകൊണ്ട് റാണ തന്റെ പ്രിയപ്പെട്ടവളുടെ കണ്ണിലേക്ക് നോക്കി മന്ത്രിച്ചു...

'എവിടെയും പോകില്ല. കൂടെത്തന്നെയുണ്ട്.'

തന്റെ കയ്യിൽ മുറുകിയിരുന്ന അവന്റെ വിരലുകൾ അയഞ്ഞു പോകുന്നതും ശ്വാസം നിശ്ചലമാകുന്നതും റാണി വല്ലാത്തൊരു മനക്കരുത്തോടെ നോക്കിയിരുന്നു.

പക്ഷേ ആ കണ്ണുകൾ അപ്പോഴും അവളെത്തന്നെ പ്രണയാർദ്രമായി നോക്കുകയായിരുന്നു.

മുഖം താഴ്ത്തിയ റൂദ പ്രിയപ്പെട്ടവന്റെ ഇരു കണ്ണുകളും മൃദുലമായി ചുംബിച്ചടച്ചു.

*****

നേരം നന്നായി പുലർന്നു കഴിഞ്ഞിരുന്നു. നിറഞ്ഞു പരന്നൊഴുകുന്ന സൂര്യവെളിച്ചത്തിൽ സർവ്വതും തകർന്ന് നെഞ്ചുപൊട്ടി കരഞ്ഞുകൊണ്ട് വഗേലയിലെ ബാക്കിയുള്ള മുഴുവൻ പ്രജകളും വെറും നിലത്ത് വീണുകിടന്നു..

'സുൽത്താൻ ബെഗ്ദ എഴുന്നള്ളുന്നു...!

സുൽത്താൻ ബെഗ്ദ എഴുന്നള്ളുന്നു...'

ചുറ്റുമുള്ള ആർപ്പുവിളികൾ ഉയർന്നതോടെ കരഞ്ഞു തളർന്നിരിക്കുന്ന ജനങ്ങൾ പരിഭ്രമിച്ച് പിറകിലേക്ക് നീങ്ങി നിന്നു മുഖം പൊത്തി പക്ഷേ ആ വെറും നിലത്ത്...

മരിച്ചതും മരിച്ചു കൊണ്ടിരിക്കുന്നതുമായ നൂറുകണക്കിന് ശരീരങ്ങൾക്കിടയിൽ മരിച്ചു കിടക്കുന്ന കറുത്ത കുതിരയുടെ ദേഹത്തേക്ക് ചാരി. തന്റെ ഇരട്ടിയിലധികം വലിപ്പമുള്ള യുവരാജാ റാണയുടെ ശരീരവും നെഞ്ചോട് ചേർത്തു പിടിച്ച് രക്തത്തിൽ കുതിർന്ന നിലയിൽ അങ്ങനെ തന്നെ ഇരിക്കുകയായിരുന്ന റൂദ റാണി മാത്രം ഇതൊന്നും അറിഞ്ഞില്ല.

നിറഞ്ഞൊഴുകുന്ന ആ കണ്ണുകളിൽ ഇപ്പോഴും ജ്വലിച്ചു നിൽക്കുന്നത് അവൻ ബാക്കി വെച്ചു പോയ പ്രണയം മാത്രമായിരുന്നു. അവൾക്കു

ചുറ്റും ഏങ്ങലടിച്ചു കരഞ്ഞു കൊണ്ടിരിക്കുകയായിരുന്ന തോഴിമാരുടെ കണ്ണുകളിൽ പരക്കുന്ന ഭീതിയും അവൾ ശ്രദ്ധിച്ചില്ല.

തന്നെ പിടിച്ചുയർത്താനായി തുനിഞ്ഞ തോഴിമാരിൽ ഒരാളോട് മുഖം തിരിച്ചു കല്ലിച്ച സ്വരത്തിൽ റൂദാ റാണി കൽപ്പിച്ചു.

'സതിക്കുള്ള ഒരുക്കങ്ങൾ ചെയ്യൂ...'

അതുകേട്ടുകൊണ്ട് അവൾക്കു പിറകിൽ വന്ന കനത്ത കാലടികൾ അവിടെ നിശ്ചലമായി കഴിഞ്ഞിരുന്നു. മെലിഞ്ഞു നീളമുള്ള, ഇരു നിറത്തിൽ സുൽത്താന്റെ വേഷഭൂഷാദികളോടെ ഒരാൾ.

തലയുയർത്തിപ്പിടിച്ച് അയാൾ തനിക്ക് മുന്നിൽ മരിച്ചു നീണ്ടു നിവർന്നു പത്നിയുടെ മടിയിൽ തല വെച്ച് കിടക്കുന്ന റാണ വീർ സിംഗിനെ ഒന്നു നോക്കി.

വല്ലാത്തൊരു ക്രൗര്യം നിറഞ്ഞ കണ്ണുകളും അറ്റംവളഞ്ഞ നീളമുള്ള മൂക്കും അയാളുടെ മുഖത്തിന് ഒരു ക്രൂര പരിവേഷം നൽകിയിരുന്നു.

സുൽത്താൻ മഹ്മുദ് ബെഗ്ദ...

ഒരു പരുന്തിന്റെ ചേഷ്ടകളോടെയുള്ള നോട്ടവുമായി അയാൾ റൂദയെ അടിമുടി നോക്കിയെങ്കിലും അവൾ ഒരിക്കൽ പോലും മുഖമുയർത്തി അയാളെ നോക്കിയില്ല.

സുൽത്താന്റെ നോട്ടത്തിന്റെ അർത്ഥം മനസ്സിലാക്കിയ തൊഴിമാർ പതുക്കെ റൂദ ദേവിയെ പിടിച്ചെഴുന്നേൽപ്പിച്ചു.

റാണയുടെ ശിരസ്സ് ഭക്തിപൂർവ്വം ഹിരണ്യന്റെ ശരീരത്തിൽ ചാരിവച്ച് ഭർത്താവിനെ തൊഴുതു കൊണ്ട് റൂദാ ബായി എഴുന്നേറ്റു നിന്നു. തനിക്കു മുന്നിൽ നിവർന്നു തലയുയർത്തി നിൽക്കുന്ന അസാമാന്യ ശോഭയുള്ള പെണ്ണൊരുത്തിയെ അയാൾ മതിവരാതെ നോക്കി.

സ്വർണ്ണ നിറമുള്ള മൃദുവായ മേനി, അതേ നിറത്തിലുള്ള അരക്കെട്ടിനെ കവിഞ്ഞു പരന്നുകിടക്കുന്ന തലമുടിക്കെട്ട്.

തെല്ലുമലർന്ന ചുവന്നു തുടുത്ത അധരങ്ങൾ... ലക്ഷണമൊത്ത പുരിക കൊടിയും നീണ്ടു വിടർന്ന മിഴികളും.

ആ മിഴികളിൽ തിളങ്ങുന്ന വല്ലാത്തൊരു വെള്ളിനിറം അയാളെ ഒന്നു ഞെട്ടിച്ചു. ശംഖുപോലെ ലക്ഷണമൊത്ത കഴുത്തും ഉയർന്ന മാറിടവും ഒതുങ്ങിയ അരക്കെട്ടും കനത്ത നിതംബവും കൊഴുത്തതെങ്കിലും ഒതുങ്ങിയ ലക്ഷണമൊത്ത തുടകളും മനോഹരങ്ങളായ പാദങ്ങളും...

'ഇവളെ അന്തപുരത്തിലേക്ക് കൊണ്ടു പോകൂ...'

'എനിക്ക് സതി അനുഷ്ഠിക്കണം. തിരിച്ച് അന്തപുരത്തിലേക്ക് പോ

കാൻ താൽപര്യമില്ല.'

മുഖത്ത് യാതൊരുവിധ ഭാവമാറ്റങ്ങളും ഇല്ലാതെ കല്ലുപോലെ ഉറ ച്ച സ്വരത്തിൽ തന്റെ കണ്ണുകളിലേക്ക് തന്നെ രൂക്ഷമായി നോക്കിക്കൊ ണ്ട് സംസാരിക്കുന്ന ആ സ്വർണ്ണ നിറമാർന്ന പെണ്ണുടലിനെ സുൽത്താൻ മതിവരാതെ അടിമുടി നോക്കിക്കൊണ്ടു പറഞ്ഞു...

'ഒരു രാജ്യം കീഴടക്കിയാൽ ആ രാജ്യത്തെ സർവ്വ സ്വത്തുക്കളും സാധനസാമഗ്രികളും വിജയിച്ചവനുള്ളതാണ്. ഇവിടെ ഞാനാണ് വിജ യിച്ചവൻ.എനിക്കു വേണ്ടത് നിന്നെ അടക്കമാണ്. പക്ഷേ ഭയപ്പെടേണ്ട..

വെറുമൊരു വെപ്പാട്ടിയായി നിന്നെ കൊണ്ടു പോകാൻ അല്ല ഞാൻ ഉദ്ദേശിക്കുന്നത്. നിന്നെ നാം വിവാഹം ചെയ്തു നമ്മുടെ സുൽത്താന ആക്കിയിട്ടാണ് കൊണ്ടു പോവുക.

റൂദാബീഗം...

അതാവും ഇനി നിന്റെ നാമം.'

കത്തിയെരിയുന്ന അവളുടെ വെള്ളിക്കണ്ണുകളിൽ നിറഞ്ഞു തുളു മ്പുന്നത് പകയോ പ്രതികാരമോ എന്ന് മനസ്സിലായില്ലെങ്കിലും സുൽ ത്താൻ തന്റെ തീരുമാനത്തിൽ നിന്നും അണുവിട പുറകോട്ടു ചലിക്കി ല്ലെന്ന് അയാളുടെ കുടിലമായ പുഞ്ചിരിയിൽ വ്യക്തമായിരുന്നു. കുറച്ചു മുന്നോട്ടേക്ക് വന്ന് അവളുടെ തൊട്ടടുത്തു നിന്ന് അയാൾ റൂദാറാണി യെ ഒന്നു കൂടി അടിമുടി നോക്കി തൃപ്തിയടഞ്ഞു.

രക്തത്തിൽ കുതിർന്ന അവളുടെ ശരീരം നേർത്ത രാവുടുപ്പിൽ തെ ളിഞ്ഞു കാണാമായിരുന്നു. ആ മുലക്കാമ്പുകളുടെ ദൃഢതയും മുഴുപ്പും തന്നെ വെല്ലുവിളിക്കുന്നത് പോലെ അയാൾക്ക് തോന്നി. തരിച്ചുണരു ന്ന ദേഹത്തെ നിയന്ത്രിച്ചുകൊണ്ട് സുൽത്താൻ ഉച്ചത്തിൽ കൽപ്പിച്ചു.

'ഇവളെ നമ്മുടെ അന്തപുരത്തിലേക്ക് മാറ്റുക. ഇവൾക്ക് സമ്മതമ ല്ലെങ്കിൽ ഇന്നുമുതൽ നമ്മുടെ അന്തപുരത്തിൽ തന്നെയാവട്ടെ ഇനി യുള്ള വാസം...'

'സമ്മതമാണ്...'

കൂടിനിന്ന് സർവരും ഒരു നിമിഷം നിശ്ശബ്ദരായി നിന്നുപോയി.

കേട്ട വാക്കുകളെ വിശ്വസിക്കാൻ കഴിയാതെ അവളുടെ കണ്ണുകളി ലേക്ക് നോക്കിയ സുൽത്താന്റെ മുന്നിൽ തുറന്നുവന്ന ആ വെള്ളിക്ക ണ്ണുകൾ അയാളെ തന്നെ ഉറ്റു നോക്കിക്കൊണ്ട് തുടർന്നു പറഞ്ഞു.

'എനിക്ക് സമ്മതമാണ്... പക്ഷേ വിവാഹത്തിനു മുൻപ് ഞങ്ങളുടെ സ്വപ്നമായ പടവു കിണറിന്റെ പണി പൂർത്തിയായിരിക്കണം. അതെ ന്നു പൂർത്തിയാകുന്നുവോ അന്ന് വിവാഹത്തിന് സമ്മതം.'

ബെഗ്ദ കുറച്ചുനിമിഷം ആലോചിച്ചു.

ഇതൊരു കുറഞ്ഞ ആവശ്യം ആയിട്ടാണ് അയാൾക്ക് തോന്നിയത്. കാരണം തീർച്ചയായും ഈ കിണറിന്റെ പണി പൂർത്തിയാക്കേണ്ടത് തന്റെ കൂടി ആവശ്യമാണ്. ഈ കിണറിനു വേണ്ടി മാത്രമാണ് ഇപ്പോൾ ഈ യുദ്ധം തന്നെ നടന്നത്. ചതിയിലൂടെ എങ്കിൽ ചതിയിലൂടെ എങ്കി ലും ഈ ജലസംഭരണി പിടിച്ചടക്കുകയായിരുന്നു തന്റെ ലക്ഷ്യം.

ആ സ്ഥിതിക്ക് ഈ കിണറിന്റെ പണിപൂർത്തിയാക്കുക തന്റെ ഉത്ത രവാദിത്തമാണ്.

എങ്കിലും ഇപ്പോൾ സുൽത്താൻ എന്ന നിലയിൽ തനിക്കുനേർക്ക് അവൾ വെച്ച വ്യവസ്ഥ തീർച്ചയായും താൻ സ്വീകരിക്കണം എന്ന് അ യാൾക്ക് അറിയാമായിരുന്നു.

അവൾക്ക് നേരെ വലതുകൈ നീട്ടിക്കൊണ്ട് അയാൾ പറഞ്ഞു..

'സുൽത്താൻ മഹമൂദ് ബെഗ്ദ എന്ന ഞാൻ ഇതാ വാക്കു നൽകുന്നു.. റാണി റൂദാബായിയുടെ ആവശ്യം ഞാൻ പൂർണ്ണമനസ്സോടെ അംഗീക രിച്ചിരിക്കുന്നു. പടവുകിണറിന്റെ പണി തീരുന്ന ദിവസം നമ്മുടെ അടു ത്ത വിവാഹം റാണി റൂദാബായിയുമായിട്ടായിരിക്കും. അതുവരെ റാ ണിക്ക് അവരുടെ അന്തപുരത്തിൽ തന്നെ തുടരാം.'

തനിക്കു നേർക്കു നീണ്ടു വന്ന വലതുകൈ ഒന്ന് സ്പർശിക്കുക പോലും ചെയ്യാതെ അയാളെ പുച്ഛത്തോടെ ഒന്നു നോക്കിക്കൊണ്ട് തോ ഴിമാരുടെ അകമ്പടിയോടെ തലയുയർത്തിപ്പിടിച്ച് റാണി റൂദാബായി ന ടന്നു നീങ്ങി...

19

റാണിക്കു പിറകിലായി പ്രിയപ്പെട്ടവന്റെ ശവമഞ്ചവും ഏന്തി, ഏങ്ങി കരഞ്ഞുകൊണ്ട് ഒരുപാട് ജനങ്ങൾ അവളെ അനുഗമിച്ചു.

അന്ന് വൈകുന്നേരം സുൽത്താന്റെ സേന കീഴടക്കിയ കൊട്ടാരത്തി ന്റെ പിറകിലെ നദിക്കരയിൽ റാണ വീരസിംഗിന്റെ ശരീരം ചിതയിലേ ക്ക് വെച്ചു. സ്വന്തം രാജ്യത്തെ ജനങ്ങളെ സേവിച്ചും. സ്വന്തം പ്രണയി നിയെ സ്നേഹിച്ചും. മതിവരാതെ ആ ധീരയോദ്ധാവ് കൊടും ചതിയിൽ അകപ്പെട്ട് മരണത്തെ പുൽകി. പക്ഷേ പ്രണയത്താൽ ജ്വലിച്ച അവന്റെ ആത്മാവ് ഒരിക്കലും ആ ഭൂമി വിട്ടുപോകാൻ കൂട്ടാക്കിയില്ല.

തന്റെ ജനങ്ങൾക്ക് വേണ്ടുവോളം ജലം, എന്ന സ്വപ്നം തീർച്ചയാ യും യാഥാർത്ഥ്യമാകും എന്നു തിരിച്ചറിഞ്ഞ ആ ആത്മാവ് പൂർണ്ണമാ യും തന്റെ ശ്രദ്ധ, അപകടത്തിലേക്ക് വീണുപോകുമെന്ന് മനസ്സിലാക്കി

കൊണ്ട് പലതും മനസ്സിൽ ആസൂത്രണം ചെയ്യുന്ന തന്റെ പ്രിയപ്പെട്ട പത്നിയിലേക്ക് മാത്രമായി ചുരുക്കി.

കത്തിയെരിയുന്ന ചിതയിലേക്ക് നോക്കി വെളുത്ത വസ്ത്രങ്ങൾ അണിഞ്ഞ്...

ആടയാഭരണങ്ങൾ ഇല്ലാതെ അഴിച്ചിട്ട സ്വർണ്ണ വർണ്ണമാർന്ന തലമുടിയിൽ... ജ്വലിച്ചു നിൽക്കുന്ന വെള്ളിക്കണ്ണുകളോടെ അവൾ ചലനമറ്റു നിൽക്കുമ്പോൾ...

തൊട്ടരികിലായി പ്രണയിച്ചുകൊതിതീരാത്ത ഒരാത്മാവ് അവളിലേക്ക് ചേരാനായി കൊതിച്ച്... അവളെ മാത്രം ഭ്രമണം ചെയ്തു തുടങ്ങിയിരുന്നു. കണ്ണുകളടച്ചു നിൽക്കുകയായിരുന്ന അവളിലേക്ക് പ്രിയപ്പെട്ടവന്റെ ഗന്ധം. മറ്റാർക്കും കാണാൻ കഴിയുന്നില്ലെങ്കിലും ആ സാമീപ്യം ആ ഗന്ധം... അവൾക്കു മാത്രം സുപരിചിതമായിരുന്നു...

റാണി റുദാബാദിയുടെ ചുണ്ടുകളിൽ ഒരു ചെറുപുഞ്ചിരി മിന്നി മാഞ്ഞു. രാത്രികളിലും പകലുകളിലും തനിക്കായി കേഴുന്ന....തനിക്കു ചുറ്റും ഭ്രമണം ചെയ്യുന്ന... മതിവരാത്ത പ്രണയത്തിൽ വെന്തുരുകുന്ന. ആ ആത്മാവിന്റെ സാന്നിധ്യം അനുഭവിക്കാൻ അവൾക്കു മാത്രം കഴിഞ്ഞു. സദാസമയവും തന്നെ ഭ്രമണം ചെയ്യുന്ന ആ ആത്മാവിനോടുള്ള വിശ്വാസത്തിലാവാം മാസങ്ങൾക്കു ശേഷം...

'കിണറിന്റെ പണി തീർന്നിരിക്കുകയാണ്. പൗർണ്ണമി നാളിലാണ് വിവാഹം. പൂജ കഴിഞ്ഞ് കിണർ ജനങ്ങൾക്കായി തുറന്നു കൊടുത്തതിനുശേഷം അടുത്ത ചടങ്ങ് വിവാഹമാണ് എന്നറിയിക്കാൻ പറഞ്ഞിട്ടുണ്ട്. എന്ന ദൂതുമായി സുൽത്താൻ മഹ്മൂദ് ബെഗ്ദ ദൂതനെ അയച്ചിട്ടും ഒരു നേർത്ത മന്ദഹാസവുമായാണ് അവൾ കല്ലുപോലെ ഉറച്ചുനിന്നത്...'

തോഴിമാർ റൂദാ ബായിയെ അണിയിച്ചൊരുക്കുകയാണ്. റാണ വീർ സിംഗ് മരണമടഞ്ഞ് മാസങ്ങൾക്ക് ശേഷം ഇന്നാണ് റൂദ റാണി പുറത്തേക്ക് ഇറങ്ങുന്നത്. ഇന്നലെവരെ വെളുത്ത വസ്ത്രങ്ങൾ ധരിച്ച് വെറും നിലത്ത് കിടന്ന് ഉപ്പും മധുരവും നെയ്യും ഉപേക്ഷിച്ച് ഒരു യോഗിനിയെ പോലെ ജീവിച്ച റാണി ഇന്ന് ഒരു നവവധുവിനെപ്പോലെ ഒരുക്കപ്പെട്ടിരിക്കുന്നു.

അവൾ ധരിച്ചിരിക്കുന്ന പട്ടുവസ്ത്രംനിറയെ രത്നകല്ലുകളാണ്. കഴുത്തിനുചുറ്റും കൈകളിലും, നീളമുള്ള ഉടുപ്പിന്റെ ഓരോ ഇഞ്ചിലും രത്നക്കല്ലുകൾ തുന്നിപ്പിടിപ്പിച്ചിരിക്കുന്നു. കഴുത്തിന് ചുറ്റും മുടിയിൽ വെറുതെ ഇട്ട ഷാളിൽ പോലും നിറയെ രത്നങ്ങളാണ്. അവളുടെ ഇഷ്ടപ്രകാരമാണ് വസ്ത്രങ്ങൾ തയ്യാറാക്കിയിരിക്കുന്നത്.

നേർത്തതും എന്നാൽ ഏറ്റവും മുന്തിയതുമായ പട്ടുവസ്ത്രങ്ങൾ, രത്നം പതിപ്പിച്ച അരപ്പട്ടയും തോൾ വളകളും ഇന്ദ്രനീലവും വജ്രവും കൊണ്ട് തയ്യാറാക്കിയ ആഭരണങ്ങളും, സുഗന്ധദ്രവ്യങ്ങൾ പൂശി ഉണ ക്കി വിരിച്ചിട്ട കനത്തമുടിക്കെട്ടിനെ മറച്ചുകൊണ്ട് തലയിലൂടെ ഒരു നേർ ത്ത പട്ടുതുണിയും.

ഒറ്റനോട്ടത്തിൽത്തന്നെ അതിമനോഹരിയായ ഒരു സുൽത്താനയു ടെ ലക്ഷണമൊത്ത കന്യക തന്നെ.

'നമ്മുടെ നാട് മുഴുവൻ ആഘോഷ തിമിർപ്പിൽ ആണ് റാണി! പട വു കിണറിന് 'റൂദാറാണി കി വാവ്' എന്നാണത്രേ പേരിട്ടിരിക്കുന്നത്. അഞ്ചുനിലയിൽ പണിതീർത്തിരിക്കുന്ന ഒരു മഹാത്ഭുതം തന്നെയാണ് വാവ്.'

ഒരുക്കുന്നതിനിടയിൽ നിർത്താതെ സംസാരിച്ചുകൊണ്ടിരിക്കുന്ന തോ ഴിമാരിൽ ഒരുവളോട് ആലോചനയോടെ റൂദ ചോദിച്ചു.

'എല്ലാവർക്കും ജലശേഖരണത്തിനുള്ള സൗകര്യങ്ങൾ ചെയ്തി ട്ടില്ലേ?'

'അതേ റാണി... എത്രപേർക്ക് വേണമെങ്കിലും ഇറങ്ങി ജലശേഖര ണം നടത്താനുള്ള സൗകര്യങ്ങളോടുകൂടിയാണ് വാവ് നിർമ്മിച്ചിരിക്കു ന്നത്. അവിടുത്തെ ആഗ്രഹം പോലെ തന്നെ അതിനകത്ത് ഒരുപാട് വി ശ്രമ മന്ദിരങ്ങളും, സമ്മേളന മുറികളും, കലാപ്രകടനങ്ങൾക്കുള്ള വേ ദികളും ഒരുക്കിയിട്ടുണ്ട്...'

ഒരു പുഞ്ചിരിയോടെ റൂദാറാണി കണ്ണുകൾ അടച്ചു. ദീർഘശ്വാസമെ ടുത്ത അവളിലേക്ക് പ്രിയപ്പെട്ടവന്റെ ഗന്ധം...

തൊട്ടടുത്തുനിന്ന് തന്നെ നോക്കി കരുത്തോടെ പുഞ്ചിരിക്കുന്ന ആ കാപ്പിപ്പൊടിക്കണ്ണുകളിലെ കത്തുന്ന പ്രണയത്തിന് തെല്ലും മങ്ങൽ ഏറ്റി ട്ടില്ല. ആത്മസംതൃപ്തിയോടെ റാണി എഴുന്നേറ്റ് നിന്ന് തോഴിമാരോട് പറഞ്ഞു.

'നമുക്ക് പുറപ്പെടാൻ സമയമായി... എത്രയും വേഗം തയ്യാറെടുപ്പു കൾ പൂർണമാവട്ടെ.'

അന്തപുരത്തിൽ നിന്നും പുറത്തേക്ക് കാലെടുത്തു വയ്ക്കുന്ന അ തേ നിമിഷം തന്നെ റൂദാറാണിയെ ഒരു നനുത്ത കാറ്റ് വന്നു പൊതി ഞ്ഞു കഴിഞ്ഞിരുന്നു. അത്രയും സമയം ചിന്താഭരിതമായിരുന്ന അവളു ടെ വെള്ളിക്കണ്ണുകൾ വല്ലാത്തൊരു നിശ്ചയദാർഢ്യത്തോടെ തിളങ്ങി. കൊട്ടാരത്തിനു പുറത്ത് ഏഴു വെള്ളക്കുതിരകളെ പൂട്ടിയരഥം അവൾ ക്കായി തയ്യാറായി നിൽക്കുകയായിരുന്നു.

ധരിച്ചിരിക്കുന്ന വസ്ത്രങ്ങളുടെയും ആഭരണങ്ങളുടെയും ഭാരം കാ രണം റൂദാറാണിക്ക് തനിച്ച് നടക്കാൻ കഴിയുന്നുണ്ടായിരുന്നില്ല. ഇരുവ ശത്തുനിന്നും തൊഴിമാർ ഉയർത്തിപ്പിടിച്ച നീണ്ടു വിടർന്നുകിടക്കുന്ന ഉ ടുപ്പിനിടയിലൂടെ റൂദാറാണി രഥത്തിലേക്ക് കാലെടുത്തുവെച്ചു. അദ്‌ല ജ് എന്ന ആ കൊച്ചു പട്ടണം നിറയെ ജനസമുദ്രം ആയിക്കഴിഞ്ഞിരു ന്നു. പുതുവസ്ത്രങ്ങൾ അണിഞ്ഞ്, ആടിയുംപാടിയും ആഹ്ലാദതിമിർ പ്പിൽ കുളിച്ചുനിൽക്കുന്ന ഒരു വലിയ ജനസമുദ്രം...

മഹമൂദ് ബഗ്ദ ഭരണം തുടങ്ങിയതിൽ പിന്നെ ആളുകൾ സന്തുഷ്ട രാണ്. കാരണം ഈ രാജ്യത്തെ റൂദാ റാണിയെ വിവാഹം കഴിക്കുന്ന തോടെ ബെഗ്ദയുടേത് കൂടിയാണ് ഇനി ഈ രാജ്യം.

അതുകൊണ്ടുതന്നെ റൂദാ റാണിയെ പ്രീതിപ്പെടുത്താനായി അദ്ദേ ഹം തുടക്കം മുതൽ തന്നെ നല്ലൊരു ഭരണമാണ് ജനങ്ങൾക്കിടയിൽ കാഴ്ചവച്ചത്.

ആദ്യത്തെ ഭയവും പതർച്ചയും ഒക്കെ പതുക്കെപ്പതുക്കെ ജനങ്ങ ളിൽ നിന്നും മാഞ്ഞു തുടങ്ങിയിരിക്കുന്നു. രാജാറാണയെ പോലെ തന്നെ പ്രജകളുടെ ക്ഷേമമാണ് തന്റെയും ലക്ഷ്യം എന്ന് സുൽത്താൻ തെളി യിക്കാൻ ശ്രമിക്കുകയാണ്. തെരുവുകളെല്ലാം മനോഹരമായി അലങ്ക രിച്ചിരിക്കുന്നു ഓരോ കവലകളിലും ഗായകർ പാടുന്നു. നർത്തകികൾ ആടുന്നു...

തൊഴിലാളികൾക്കും കച്ചവടക്കാർക്കും എല്ലാവിധ ആനുകൂല്യങ്ങ ളോടും കൂടി അവധി അനുവദിച്ചിരിക്കുന്നു.

വാവിനു മുന്നിൽ വന്നുനിന്ന് രഥത്തിൽ നിന്നും തൊഴിമാരുടെ സ ഹായത്തോടെ താഴേക്ക് ഇറങ്ങിയ റൂദാറാണി ചുറ്റോടുചുറ്റും നിറക ണ്ണുകളോടെ ഒന്നു വീക്ഷിച്ചു. തന്നെ പൊതിഞ്ഞു നിൽക്കുന്ന കാറ്റി ന്റെ സുഗന്ധം ഹൃദയംകൊണ്ട് ആസ്വദിച്ചുകൊണ്ട് അവൾ മന്ത്രിച്ചു.

'പ്രിയപ്പെട്ടവനെ..

നിന്റെസ്വപ്നം...

നമ്മുടെ സ്വപ്നം.. യാഥാർത്ഥ്യമായിരിക്കുന്നു...'

പടവു കിണറിന് ചുറ്റും മനോഹരമായ തോരണങ്ങൾ കൊണ്ട് അ ലങ്കരിച്ചിരിക്കുന്നു. നടക്കുന്ന പാതയിൽ നിറയെ പൂക്കൾ വിരിച്ചിരിക്കു ന്നു. കിണറിന് ചുറ്റും ഏക്കർ കണക്കിന് സ്ഥലത്ത് പച്ചപ്പുൽത്തകിടി മ നോഹരമായി തയ്യാറാക്കിയിരിക്കുന്നു. കിണറിലേക്ക് ഇറങ്ങുന്ന ഭാഗ ത്തെ വലിയ ഭിത്തിയിൽ 'റൂദാ റാണി കി വാവ്' എന്ന് കൊത്തി വെച്ചി രിക്കുന്നു. വാവിലേക്ക് ഇറങ്ങുന്ന ഭാഗത്തെ വലിയ ക്ഷേത്രം അക്ഷ

രാർത്ഥത്തിൽ കൊത്തുപണികളും ചരിത്ര സന്ദർഭങ്ങളും കൊണ്ട് സമ്പു ഷ്ടമാക്കിയിരിക്കുന്നു.

' ഇതെല്ലാം നിന്റെ കഠിനാധ്വാനമാണ് പ്രിയപ്പെട്ടവനെ.'

റാണിയുടെ ചുണ്ടുകൾ മന്ത്രിച്ചു.

അവൾക്കുള്ള മറുപടി എന്നപോലെ ആ ഇളം കാറ്റ് അവളെ ഒന്നു കൂടി വാരിപ്പുണർന്നു.

'റുദാ ബീഗം...

എന്റെ സുൽത്താനാ..

നിനക്ക് സ്വാഗതം...'

ഒരു വലിയ ജനക്കൂട്ടത്തിന്റെ അകമ്പടിയോടെ സുൽത്താൻ മഹ്‌മൂദ് ബെഗ്ദ റുദാറാണിക്ക് സ്വാഗതം അരുളി.

മറഞ്ഞു കിടക്കുന്ന മുഖാവരണത്തിനിടയിലൂടെ അവൾ അയാളെ തന്നെ ഒന്നു സൂക്ഷ്മമായി വീക്ഷിച്ചു. കറുപ്പും സ്വർണ്ണനൂലുകളും ഇട ചേർത്തുതുന്നിയ പ്രൗഢഗംഭീരമായ സുൽത്താന്റെ രാജകീയ വേഷ ത്തിൽ തന്റെ പ്രിയപ്പെട്ടവന്റെ, അധികാര ചിഹ്നങ്ങളായ കിരീടവും പാ ദുകങ്ങളും സ്വന്തമാക്കി,തലയുയർത്തിപ്പിടിച്ചു നിൽക്കുന്ന സുൽത്താൻ മഹ്മൂദ്ബെഗ്ദ.

'ഇതാണ് നിനക്കായുള്ള എന്റെ സ്ത്രീധനം. ഞാൻ നിനക്കു തരു ന്ന എന്റെ സമ്മാനം.

എന്റെ സുൽത്താന വെറുമൊരു വിധവയായിട്ടല്ല എന്റെ ജീവിതത്തി ലേക്ക് കടന്നുവരേണ്ടത്. നവരത്നങ്ങളെക്കാൾ ശോഭയോടെ ജ്വലിച്ചു നിൽക്കുന്ന ഈ സൗന്ദര്യത്തിന് അതിനുള്ള അർഹതയും അവകാശ വും ഉണ്ട്.'

ഇരുകൈകളുംനീട്ടി അയാൾ നയിച്ച വഴിയിലേക്ക് റുദാറാണി തോ ഴിമാരുടെ സഹായത്തോടെ ഇറങ്ങി നടന്നു...

പുരോഹിതന്മാരും മതമേലധ്യക്ഷരും സേനയിലെ ഉയർന്ന ഉദ്യോഗ സ്ഥരുമടങ്ങുന്ന അടങ്ങുന്ന ഒരു വലിയ ജനക്കൂട്ടം അവരെ അനുഗമി ച്ചു. അഞ്ചു നിലകളിലായി ഭൂമിക്കടിയിലേക്ക് ഒരു മനോഹരമായ കൊ ട്ടാരം തന്നെ പണിതുതീർത്തിരിക്കുന്നു. ഓരോ നിലകൾ ചവിട്ടി താഴേ ക്ക് ഇറങ്ങുമ്പോഴും റാണി ചുറ്റും വീക്ഷിച്ചു കൊണ്ടേയിരുന്നു.

ആദ്യത്തെ മൂന്നുനില ഹിന്ദു വാസ്തുവിദ്യാപ്രകാരമാണ് പണി ചെ യ്യിച്ചിരിക്കുന്നത്. അത് റാണയുടെ മരണത്തിനു മുൻപ് വരെ ഉള്ള താണ്.

പിന്നീട് സുൽത്താൻ ചെയ്യിച്ചത് കൊണ്ടാവാം ബാക്കിയുള്ള രണ്ട്

നിലകളും മുസ്ലിം വാസ്തുവിദ്യ പ്രകാരമാണ് ചെയ്തിട്ടുള്ളത്. എങ്കി ലും അവളുടെ ആഗ്രഹം പോലെ ഓരോ നിലകളിലും വിശ്രമ മന്ദിരങ്ങ ളും, സാംസ്കാരിക നിലയങ്ങളും, വിനോദ ശാലകളും, ദേവീദേവന്മാ രുടെ ചരിത്ര സംഭവങ്ങളും നിറഞ്ഞു നിൽക്കുന്നു.

താഴേക്ക് ഇറങ്ങുംതോറും താപനിലയിൽ വളരെ വ്യത്യാസം അനു ഭവപ്പെടുന്നുണ്ട്. പുറത്തെ ചൂടിനെ അപേക്ഷിച്ച് എത്രയോ തണുപ്പാ ണ് താഴത്തെ നിലകളിൽ..

സങ്കീർണമായ കൊത്തുപണികൾ ഉള്ള വലിയ തൂണുകളിൽ നിർ മ്മിച്ച അഷ്ടഭുജാകൃതിയിലുള്ള ആ പടവുകിണർക്കൊട്ടാരം ഏറ്റവും താ ഴത്തെ നിലയിൽ നിന്ന് റൂദാബായി മുകളിലേക്ക് നോക്കിക്കണ്ടു. ദേവീ ദേവന്മാരുടെയും നർത്തകരുടെയും സംഗീതജ്ഞരുടെയും കൊത്തുപ ണികളും പൈതൃകവും ഹൈന്ദവ പുരാണങ്ങളും സംസ്കാരവും ചി ത്രീകരിക്കുന്ന മനോഹരങ്ങളായ മൂന്നു നിലകൾ ഏറ്റവും മുകളിൽ. തി കച്ചും നൂതനമാർന്ന മുസ്ലിം വാസ്തു ശാസ്ത്ര വിദ്യാപ്രകാരം നിർമ്മി ച്ചിരിക്കുന്ന രണ്ടു നിലകൾ താഴെ.

സംതൃപ്തി നിറഞ്ഞ അവളുടെ മുഖത്തെ പുഞ്ചിരി ആ നേർത്ത ചു നരിക്കിടയിലൂടെ തെളിഞ്ഞു കണ്ട സുൽത്താൻ സന്തോഷത്തോടെ കൽ പ്പിച്ചു.

'ഇത് റാണിക്ക് വേണ്ടിയുള്ളതായതു കൊണ്ട് ഹിന്ദു ആചാരപ്രകാ രം തന്നെ പൂജ തുടങ്ങട്ടെ.'

പൂജ തുടങ്ങിയതോടെ പടവ് കിണറിന് വേണ്ടി ഏറ്റവും കൂടുതൽ അധ്വാനിച്ച തൊഴിലാളികളെ ആദരിച്ചു തുടങ്ങി.

ഈ വാവിന് വേണ്ടി ഏറ്റവും കൂടുതൽ ബുദ്ധിയും സമയവും ആശ യവും പ്രയോഗിച്ച അഞ്ചു മേസ്തിരിമാരെ ഒരുമിച്ച് ആദരിക്കുന്ന ചട ങ്ങായിരുന്നു അത്.

പട്ടുവസ്ത്രങ്ങളും സ്വർണ്ണനാണയങ്ങളും അടങ്ങിയ കിഴിയും സ്ഥാ നമാനങ്ങളും കൊണ്ട് അവരെ ആദരിച്ച ശേഷം സുൽത്താൻ പറഞ്ഞു.

'ഈ പടവു കിണർ ലോക അത്ഭുതങ്ങളിൽ ഒന്നായി തീർന്നിരിക്കു കയാണ് ഇപ്പോൾ. നമ്മുടെ പ്രിയപ്പെട്ട റാണിക്കുവേണ്ടി നാം നിർമിച്ച ഈ കിണറിന്റെ മറ്റൊരു പതിപ്പ് നാം പറയുന്ന ഒരിടത്ത് നിർമ്മിക്കാ മോ?'

സന്തോഷത്തോടെ അഞ്ചു മേസ്തിരിമാരും പരസ്പരം നോക്കി. തങ്ങ ളുടെ കഴിവിൽ അഭിമാനം കൊണ്ടു കൊണ്ട് അവർ പറഞ്ഞു.

'തീർച്ചയായും പ്രഭോ... ഞങ്ങൾ തയ്യാറാണ്.'

പറഞ്ഞു തീരുന്നതിനു മുൻപ് അഞ്ചുപേരുടെ തലകളും നിലത്ത് വീണുരുളുന്നത് കണ്ട് റൂദാഭായി പകച്ചു പോയി. അവർക്കു പിറകിൽ നിന്ന സുൽത്താന്റെ സേവകർ വാൾ ഉറയിലേക്ക് ഇടുന്നത് കണ്ടപ്പോഴാണ് അവരെ ക്രൂരമായി കൊന്നു കളയുകയായിരുന്നു എന്ന് കൂടിനിന്ന ജനങ്ങൾക്ക് മനസ്സിലായത്..ഇതെല്ലാം കണ്ടുകൊണ്ട് നിൽക്കുകയായിരുന്ന തോഴിമാർ ഞെട്ടലോടെ കരയുന്നുണ്ടായിരുന്നു..കണ്ടു നിന്നവരെല്ലാം അറിയാതെ അലറിവിളിച്ചുപോയി. അത്രയേറെ ദാരുണമായ സംഭവമായിരുന്നു അവിടെ അരങ്ങേറിയത്.

'ഈ കിണർ എന്റെ റാണിക്കുവേണ്ടി നാം നിർമിച്ചതാണ്.. ഇതിന് മറ്റൊരു പതിപ്പ് ഇനി വരാൻ പാടില്ല. അതിനുവേണ്ടി ആലോചിക്കുന്നവർക്ക് ഒരു മുൻകരുതലായി ഈ അഞ്ചു മേസ്തിരിമാർക്കും കിണറിന്റെ തൊട്ടു മുന്നിൽ തന്നെ ശവകുടീരം ഒരുങ്ങട്ടെ.'

സുൽത്താന്റെ ആജ്ഞ ശിരസാ വഹിച്ച് അഞ്ച് കബന്ധങ്ങളും അവരുടെ ശിരസ്സുകളും എടുത്തുകൊണ്ട് ഭടന്മാർ മുകളിലേക്ക് പോകുന്നത് പുരോഹിതരും ബാക്കി അവിടെ കൂടി നിൽക്കുന്ന ജനങ്ങളും ഒരു മരവിപ്പോടെ കണ്ടുനിന്നു.

ഇത്രയും ഞെട്ടിക്കുന്ന ഒരു സംഭവം അവിടെ അരങ്ങേറിയിട്ടും, കൂടി നിൽക്കുന്ന സകല ജനങ്ങളും വാവിട്ടു കരഞ്ഞിട്ടും, റൂദാ റാണിയിൽ മാത്രം ഒരു ചെറു ചലനം പോലും ഉണ്ടായിട്ടില്ല, എന്ന് സുൽത്താൻ അത്ഭുതത്തോടെ തിരിച്ചറിഞ്ഞു. ഒരു മന്ദസ്മിതത്തോടെ അയാൾ മന്ത്രിച്ചു.

'അക്ഷരാർത്ഥത്തിൽ മഹാറാണി തന്നെ.'

പൂജാ കർമ്മങ്ങൾ അതിന്റെ അന്തിമഘട്ടത്തോട് അടുക്കുകയാണ്.

എല്ലാം കണ്ടുകൊണ്ട് കൂടിനിൽക്കുന്ന ഉയർന്ന ഉദ്യോഗസ്ഥരും റൂദാ റാണിയും സുൽത്താനും അവളുടെ തോഴിമാരും കൈകൂപ്പി കണ്ണുകൾ അടച്ചു.

'വാവിന്റെ പ്രാരംഭ പൂജാ ഘട്ടങ്ങൾക്കുശേഷം വിവാഹ ചടങ്ങുകളാണ് ഇനി നടക്കാൻ പോകുന്നത്. വിവാഹത്തിനുശേഷം തുടർച്ചയായ ഏഴു ദിവസങ്ങൾ രാജ്യത്ത് ആഘോഷമാണ്.'

സർവ്വസൈന്യാധിപന്റെ വാക്കുകൾ കേട്ടുകൊണ്ട് നിശ്ചലയായി നിൽക്കുന്ന റാണിയുടെ മുഖത്തെ ചുണരി നേർത്ത കാറ്റിൽ ഇളകുന്നുണ്ടായിരുന്നു..ജപം തീർത്ത് തേങ്ങയുടച്ചു പ്രാർത്ഥിച്ച് പൂജാകർമ്മങ്ങൾ പൂർത്തിയാക്കി എഴുന്നേറ്റ പുരോഹിതർ സുൽത്താനോടും റാണിയോടുമായി പറഞ്ഞു.

'കർമ്മങ്ങൾ കഴിഞ്ഞിരിക്കുന്നു! ഇനി ഈ നാടിന് വറ്റാത്ത ഈ ജ

ലസ്രോതസ്സ് വേണ്ടുവോളം ഉപയോഗിക്കാം.'

സുൽത്താന്റെ മുഖം അഭിമാനവും സന്തോഷവും കൊണ്ട് തിളങ്ങി.. തലയുയർത്തിപ്പിടിച്ച് അയാൾ കൽപ്പിച്ചു.

'നമ്മുടെ നവവധുവിനായി നാം കൊടുത്ത സ്ത്രീധനമാണ് ഇത്. അതുകൊണ്ടുതന്നെ ഇവിടെവെച്ച് തന്നെയാവട്ടെ വിവാഹച്ചടങ്ങുകൾ..'

ഇത്രയും സമയം നേർത്തു വീശുകയായിരുന്ന കാറ്റിന്റെ ശക്തി വ ല്ലാതെ കൂടുകയായിരുന്നു. അവിടെ കൂടി നിൽക്കുന്നവരുടെ വസ്ത്രങ്ങ ളെ ഉലച്ചുകൊണ്ട് കാറ്റ് ശക്തിയായി വീശി അടിച്ചു. മുകളിലേക്ക് നോ ക്കിയ പ്രധാന പുരോഹിതൻ സുൽത്താനോട് പറഞ്ഞു.

'വേഗം ആവാം പ്രഭോ....

ശുഭലക്ഷണമായി മഴ പെയ്തേക്കാം..'

'എങ്കിൽ ചടങ്ങുകൾ തുടങ്ങു...'

സുൽത്താന്റെ കൽപ്പനയെ തുടർന്ന് വിവാഹ ചടങ്ങുകൾക്ക് ആരംഭം കുറിക്കാൻ തുനിയുന്ന പുരോഹിതരോട് റൂദാഭായി ഇടയിൽ കയറി പറ ഞ്ഞു.

'സ്വാമിമാരെ! എനിക്ക് ഒരു അപേക്ഷയുണ്ട്...'

എല്ലാവരും ചെയ്തുകൊണ്ടിരിക്കുന്ന പ്രവർത്തികൾ നിർത്തി റാണി യെ തന്നെ ശ്രദ്ധിച്ചു.

'ഈ വാവിലെ ജലത്തിൽ ആദ്യമായി നിങ്ങൾ സ്നാനം ചെയ്യണം! അങ്ങനെയാണെങ്കിൽ ഒരിക്കലും ഈ വെള്ളം അശുദ്ധി ആവില്ല. ഇട യ്ക്കിടെ ശുദ്ധീകരിക്കേണ്ടി വരികയുമില്ല.'

റാണിയുടെ ആവശ്യം തികച്ചും ന്യായമാണെന്ന് മനസ്സിലായ സുൽ ത്താന്റെ സമ്മതത്തോടെ സ്വാമിമാർ ആദ്യത്തെ വെള്ളത്തിൽ ഭക്തി പൂർവ്വം സ്നാനം ചെയ്തു.

ചുറ്റോട് ചുറ്റും ഉയരുന്ന പ്രാർത്ഥനാ മന്ത്രങ്ങൾ കേട്ടുകൊണ്ട് റൂദാ റാണി കണ്ണുകൾ അടച്ച് നിമിഷങ്ങളോളം നിന്നു.

തന്റെ മേനിയെ തഴുകുന്ന നനുത്ത കാറ്റിൽ പ്രിയപ്പെട്ടവന്റെ ഗന്ധം അവൾ തിരിച്ചറിയുന്നുണ്ടായിരുന്നു..ഒരു പുഞ്ചിരിയോടെ കൈകൂപ്പി കൊ ണ്ട് അവൾ ഓരോ അടി വച്ച് മുന്നോട്ടു നടക്കുമ്പോൾ.. ആ കാറ്റിന് ശക്തി കൂടി.

20

റൂദാറാണി കിണറിന് തൊട്ടുമുന്നിൽ വന്നു കൈകൂപ്പി നിൽക്കുന്ന ത് കൗതുകത്തോടെ നോക്കി നിൽക്കുകയായിരുന്ന സുൽത്താൻ മഹ്മൂ

ദ് ബെഗ്ദയുടെ മുഖത്തേക്കാണ് അവൾ കണ്ണുതുറന്നു നോക്കിയത്.

ആ തിളങ്ങുന്ന വെള്ളിക്കണ്ണുകൾ തന്നെ വിഡ്ഢിയാക്കിയ സന്തോ ഷത്തോടെ പുഞ്ചിരിക്കുന്നത് പോലെ സുൽത്താനു തോന്നി. എന്താണ് അവളുടെ മനസ്സിൽ എന്ന് ചിന്തിച്ചുകൊണ്ട് അയാൾ മുന്നോട്ടേക്ക് ആ യുന്നതിനു മുൻപ് തന്നെ...

നിറയെ കല്ലുകളും മുത്തുകളും പിടിപ്പിച്ച് അലങ്കരിച്ച ഒരു വലിയ മയിൽപീലി വാവിന്റെ അഗാധതയിലേക്ക് ആഴ്ന്നുപോയിക്കഴിഞ്ഞിരുന്നു.

ഒരു ഞെട്ടലോടെ സുൽത്താൻ മുന്നോട്ടേക്ക് കുതിച്ചു വെള്ളത്തി ലേക്ക് തന്നെ വെപ്രാളത്തോടെ നോക്കി. പക്ഷേ നിറയെ കല്ലുകളും മു ത്തുകളും പിടിപ്പിച്ച ആ വലിയ വസ്ത്രത്തിന്റെ ഭാരവുമായി റൂദാ റാ ണി കിണറിന്റെ അടിത്തട്ടിലേക്ക് താഴ്ന്നുപോയിക്കഴിഞ്ഞിരുന്നു.

'ആരവിടെ..! നീന്തൽ വിദഗ്ധരെ വിളിക്കൂ. റാണിയെ നമുക്ക് ജീവ നോടെ വേണം.'

നീല നിറമുള്ള ജലത്തിന്റെ അഗാധതയിലേക്ക് ആഴ്ന്നു പോകുമ്പോൾ ഇത്രയും സമയം തന്നെ പുണർന്നു നിൽക്കുന്ന നനുത്ത കാറ്റിന് ശ ക്തി കൂടുന്നതും അവയ്ക്ക് കരങ്ങൾ മുളയ്ക്കുന്നതും റൂദാ റാണി അ റിഞ്ഞു.

അവസാനശ്വാസം,എന്ന കഠിനവേദനയിൽ നിന്നും മുക്തി നേടുമ്പോ ഴേക്കും അവളെ റാണയുടെ കരങ്ങൾ ആഞ്ഞു പുണർന്നു കഴിഞ്ഞിരു ന്നു. എത്രയോ ജന്മങ്ങളുടെ വിരഹവേദനയ്ക്ക് ശേഷം, എന്നപോലെ റൂദാ റാണി പ്രിയപ്പെട്ടവന്റെ നെഞ്ചിലേക്ക് ആ ഗന്ധമറിഞ്ഞു പറ്റിച്ചേർ ന്നു. തന്റെ കരങ്ങൾക്കുള്ളിൽ നെഞ്ചോട് ചേർന്നു നിൽക്കുന്ന അവളു ടെ വെള്ളിക്കണ്ണുകളിലേക്ക് നോക്കി അവൾക്കു മാത്രം തെളിഞ്ഞു കാ ണാൻ കഴിയുന്ന ആ യുവകോമളൻ മന്ത്രിച്ചു...

'എന്റെ മയിൽപീലിപ്പെണ്ണേ......!'

കെട്ടിപ്പുണർന്ന് പരസ്പരം ജീവന്റെ ഗന്ധം നുകരുമ്പോൾ അവർ ക്കു പിറകിൽ റൂദാറാണിയുടെ ശരീരം നിശ്ചലമായി...

സുൽത്താന്റെ അലർച്ചയെ തുടർന്നു മന്ത്രി മുഖ്യൻ പുറത്തേക്കോ ടി നീന്തൽ വിദഗ്ധരെയും കൊണ്ടുവന്ന്, അവർ ആ ജലാശയത്തിലേ ക്ക് കുതിച്ച് റൂദാറാണിയെ എടുത്ത് ഉയർത്തിക്കൊണ്ടു വരുമ്പോഴേക്കും ആ മയിൽപീലി നനഞ്ഞു കുതിർന്നു ജീവനറ്റുപോയിരുന്നു.

ഒരലർച്ചയോടെ കണ്ണിൽകണ്ടതെല്ലാം തച്ചുതകർത്ത്...തട്ടിത്തെറിപ്പി ച്ച് പുറത്തേക്കിറങ്ങി തന്റെ കുതിരപ്പുറത്തേറി പറന്നു പോകുന്ന സുൽ ത്താൻ മെഹ്മൂദ് ബെഗ്ദയുടെ പിറകിലായി റൂദാ റാണീ കീ വാവിന് പു

റത്ത് അഞ്ചു ശവകുടീരങ്ങൾ കൂടി ഒരുങ്ങുകയായിരുന്നു.

*****

ഇത്രയും സമയം കോരിച്ചൊരിഞ്ഞ ഒരു മഴ പെയ്തുതോർന്നിരിക്കു ന്നു. വീശിയടിച്ച കാറ്റിൽ മണ്ഡപത്തിനകത്തേക്ക് പറന്നെത്തിയ മഴത്തു ള്ളികളിൽ നനഞ്ഞു കുതിർന്ന കേദാർനാഥ് കണ്ണുകൾ അടച്ചു പത്മാ സനത്തിൽ നിശ്ചലനായി ഇരുന്നു.

അവന്റെ അടഞ്ഞ കൺപോളകൾക്കിടയിലൂടെ പെയ്യാൻ വെമ്പിനിൽ ക്കുന്ന രണ്ടു നീർത്തുള്ളികൾ താഴേക്കിറ്റ് വീഴാൻ വിസമ്മതിച്ച് അങ്ങ നെ തന്നെ നിന്നു. ബോധമണ്ഡലത്തിലേക്ക് തിരിച്ചെത്തിയിട്ടും കണ്ണു കൾ തുറക്കാതെ വീണ്ടും വീണ്ടും കഴിഞ്ഞുപോയ നിമിഷങ്ങളെ ഒരു പവിത്ര മന്ത്രം പോലെ അവൻ മനസ്സിലിട്ട് ഉരുക്കഴിച്ചുകൊണ്ടിരുന്നു. അവന്റെ മനസ്സിൽ തിളച്ചുമറിഞ്ഞുകൊണ്ടിരുന്നത് അന്ന് ഈ കാവി ലെ കുളത്തിലെ ജലത്തിൽ കുതിർന്ന് തന്നെ പുണർന്ന പെൺ ശരീര മായിരുന്നു.

'എത്രയോ കാലം ഒരാത്മാവായി അകലെ നിന്നുമാത്രം കണ്ടു. കാ ത്തിരുന്നു... കാവലായി നിന്നു... കൈക്കുള്ളിൽ ഏറ്റുവാങ്ങിയ പെൺ ശരീരം.

അവളുടെ ഗന്ധം...

തന്റേതു മാത്രമായിരുന്ന ആ വെള്ളിക്കണ്ണുകൾ...

ഒരു നിമിഷം.... കേദാർനാഥ് നടുക്കത്തോടെ കണ്ണുകൾ വലിച്ചു തു റന്നു...

'ആ വെള്ളിക്കണ്ണുകൾ...അത്...? അതിപ്പോഴും തന്റേത് തന്നെയല്ലേ..?'

ചുണ്ടിൽ ചോര പൊടിഞ്ഞ അന്നത്തെ ചുംബനത്തിനിടയിൽ രാകേ ഷ് പിടിച്ചു മാറ്റിയ ആ പെണ്ണുടലിന്റെ തിളങ്ങുന്ന കണ്ണുകൾക്ക് വെള്ളി നിറമായിരുന്നു.

അതെ... അതവൾ തന്നെയാണ്... ഉദയന്നൂർ കോവിലകത്തെ കൊ ച്ചുതമ്പുരാട്ടി...

ആര്യാംഹി...

എന്റെ മയിൽപീലിപ്പെണ്ണ്...

അവന്റെ കൺപീലികളിൽ തുളുമ്പി നിന്നിരുന്ന രണ്ടു കണ്ണുനീർ ത്തുള്ളികൾ വളർന്നു തിങ്ങിത്തുടങ്ങിയ താടിരോമങ്ങളിലേക്ക് ഇറ്റുവീ ണ് അപ്രത്യക്ഷമായി.

'അതേ പ്രഭോ.. അങ്ങയുടെ റാണി തന്നെയാണ് തമ്പുരാട്ടിക്കുട്ടി. അവൾ മറ്റൊരാളുടേതല്ല. മറ്റൊരാൾക്ക് വേണ്ടി അവളെ എത്ര പാക

പ്പെടുത്തിയാലും ആ ബന്ധം നിലനിൽക്കില്ല.'

തൊട്ടുമുന്നിൽ കേഗിയുടെ സ്വരം കേട്ട് കേദാർ തനിക്കു മുന്നിൽ, തന്നെയും കാത്തിരിക്കുന്ന യാഥാർത്ഥ്യങ്ങളിലേക്ക് കണ്ണുകൾ തുറന്നു.

തനിക്ക് മുന്നിൽ കാണുന്ന ഉണങ്ങിച്ചുരുണ്ട വൃദ്ധനായ കേഗിയുടെ കറുത്ത കണ്ണുകളിലേക്ക് കേദാർ നിമിഷങ്ങളോളം നോക്കിനിന്നു. തനി ക്കുചുറ്റും എന്തൊക്കെയാണ് നടക്കുന്നത് എന്ന ആലോചനയിൽ ഒരു വല്ലാത്ത ഭ്രമത്തിൽ അമർന്നുപോയി കേദാർ. അവനപ്പോൾ തന്റെ പ്ര ണയത്തെ കാണണമെന്ന് തോന്നി.

തന്നോടൊപ്പം. തനിക്കുവേണ്ടി ജീവൻ പോലും ത്യജിച്ച ആ മയിൽ പീലി പെണ്ണ് തന്നെ ആവുമോ തമ്പുരാട്ടിക്കുട്ടി?

'എനിക്ക്... എനിക്കവളെ കാണണം കേഗി! ഇല്ലെങ്കിൽ ഞാൻ മരി ച്ചു പോകും...'

'ശാന്തനാകൂ പ്രഭോ... അമ്മ നമ്മളെ കൈവിടില്ല...'

ശ്രീകോവിലിനു നേർക്കുതിരിഞ്ഞ് മുട്ടുകുത്തി കണ്ണുകൾ അടച്ചു നിന്ന കേദാറിന്റെ മനസ്സിലെ വേദന അവന്റെ നയനങ്ങളിൽ നിന്നും ര ണ്ടിറ്റ് കണ്ണുനീർത്തുള്ളികളായി നിലത്തേക്ക് വീണു.

*****

വെള്ളത്തിനടിയിൽ ശ്വാസം കിട്ടാതെ പിടഞ്ഞു കൊണ്ടിരിക്കുകയാ യിരുന്നു ആര്യാഹി. അവസാനത്തെ ശ്വാസത്തിന്റെ കണികയും തീർ ന്നു നിശ്ചലമാകുന്ന തന്റെ ശരീരം വാരിപ്പുണരുന്ന ആ കരുത്തുറ്റ കര ങ്ങളും വിശാലമായ വക്ഷസും...

തിളങ്ങുന്ന കാപ്പിപ്പൊടിക്കണ്ണുകളിലെ നിറഞ്ഞു തുളുമ്പുന്ന പ്രണ യവുമായി അവൻ തന്നോട് മന്ത്രിക്കുകയാണ്...

'റൂദാ...എന്റെ മയിൽപീലിപ്പെണ്ണേ...'

നനഞ്ഞു കുതിർന്നു നിൽക്കുന്ന തന്റെ ശരീരത്തെ വാരിപ്പുണർന്ന് തന്നിലേക്ക് മുഖംതാഴ്ത്തിയ അവന്റെ കണ്ണിൽനിന്നും രണ്ട് ചുടു നീർ ത്തുള്ളികൾ തന്റെ കഴുത്തിലേക്ക് ഇറ്റ് വീണു..

ഒരു ഞെട്ടലോടെ കണ്ണുതുറന്ന ആര്യാഹി വലതുകൈ ഉയർത്തി ക ഴുത്തിനു താഴെ തൊട്ടുനോക്കി. അവിടെ അനുഭവപ്പെട്ട നനവിൽ തൊ ട്ട് കൈയുയർത്തിയ അവളെ ആ കണ്ണുനീർത്തുള്ളികളുടെ ചൂട് വല്ലാ തെ പൊള്ളിച്ചു തുടങ്ങിയിരുന്നു. കഴിഞ്ഞുപോയ കാഴ്ചകൾ മനസ്സിന് നൽകിയ വേദനയും വിരഹവും സന്തോഷവും വേർതിരിച്ചറിയാൻ കഴി യാതെ അവൾ പൂജാമുറിയിൽ അങ്ങനെ തന്നെ ഇരുന്നു.

'എന്നോ താൻ ഒരുപാട് കൊതിച്ചുകാത്തിരുന്നു. തന്നിലേക്കെത്തും

മുൻപ് മാഞ്ഞുപോയ ആ ഗന്ധം. അതായിരുന്നു അന്ന് കാവിനുള്ളിൽ നിന്നും തന്നിലേക്ക് വീണ്ടും വന്നണഞ്ഞത്.'

അവൾ പതുക്കെ എഴുന്നേറ്റ് സ്വയം അറിയാതെ ഇടനാഴിയിലേക്കു ള്ള വഴിയിലേക്ക് നടന്നു. അവിടെനിന്നും പുറത്തേക്കിറങ്ങി.

ആരോ വിളിക്കുന്നുണ്ട്. ഏറ്റവും പ്രിയപ്പെട്ടവൻ. സമയം രാത്രിയാ വുകയാണ്...

കേദാറിന് ശ്വാസംമുട്ടുന്നത് പോലെ തോന്നി. കൽമണ്ഡപത്തിലെ വെറുംനിലത്ത് അവൻ കണ്ണുകളടച്ച് കിടന്നെങ്കിലും, നിദ്രാദേവി അവ നെ അനുഗ്രഹിച്ചതേയില്ല. കണ്ണുകൾ അടയ്ക്കുമ്പോഴും തുറക്കുമ്പോ ഴും നെഞ്ചിലും മുന്നിലുമായി അവൾ പുഞ്ചിരിച്ചു കൊണ്ടിരിക്കുന്നു. ഒ രേയൊരു പ്രാവശ്യം ഒന്നു കണ്ടില്ലെങ്കിൽ ശ്വാസം കിട്ടാതെ മരിച്ചുപോ കുന്നതുപോലെ. എവിടെനിന്നോ അവൾ തനിക്കുവേണ്ടി... തന്റെ കാ ലൊച്ചയും കാതോർത്തിരിക്കുന്നുണ്ട്...

എത്രയും വേഗം എത്തിപ്പെടണം. ഒരേയൊരു പ്രാവശ്യമെങ്കിലും കാ ണാതെ വയ്യ. കേദാർ മണ്ഡപത്തിൽ എഴുന്നേറ്റിരുന്ന് ചുറ്റും നോക്കി. കേഗി എവിടെയാണ് എന്നറിയില്ല. കുറച്ചുസമയം ധ്യാനത്തിൽ ഇരുന്ന അവന്റെ ഹൃദയം അതിദ്രുദം മിടിച്ചുതുടങ്ങിയിരുന്നു...

അവൾ വിളിക്കുകയാണ്... അവളുടെ ഗന്ധം... ആ സ്നേഹം... പ്ര ണയം തിളച്ചു മറിയുന്ന വെള്ളിക്കണ്ണുകൾ...

പരവശനായ കേദാർ എഴുന്നേറ്റുനിന്ന് ചുറ്റും നോക്കി. പിന്നെ മുന്നോ ട്ടേക്ക് നടന്ന് കുളത്തിലേക്ക് കാലെടുത്തുവെച്ച അവനു മുന്നിൽ നട പ്പാത ഉയർന്നു വന്നില്ല.

പക്ഷേ അതിനു കാത്തിരിക്കാനുള്ള ക്ഷമയില്ലാതെ കേദാർ വെള്ള ത്തിലേക്ക് എടുത്തുചാടി നീന്തിത്തുടങ്ങി.

21

കുളത്തിൽ നീന്തിക്കയറിയ കേദാർ ഒരു നിമിഷംചുറ്റുംനോക്കി. കൊ ട്ടാരത്തിനകത്തേക്ക് കടക്കുന്ന ഇടനാഴിയുടെ ഭാഗത്തേക്ക് തിരിയാതെ ഏതോ ഒരു ഉൾവിളിയിൽ എന്നപോലെ അവൻ നടന്നുചെന്നുനിന്നത് വലിയ മതിൽക്കെട്ടിനടുത്താണ്. രണ്ടുപേരുടെ ഉയരം ഉണ്ട് മതിലിന്, ഇതെങ്ങനെ അപ്പുറത്തേക്ക് കടക്കുമെന്ന ചിന്ത ഒരു നിമിഷം കേദാ റിൽ സംശയമായി ഉണർന്നെങ്കിലും. അവൻ അറിയാതെതന്നെ കാലു കൾ പുറകോട്ടേക്ക് നീങ്ങി. പുറകോട്ടുവലിഞ്ഞു. മുന്നോട്ടേക്ക് ആ ഞ്ഞുകുതിച്ച അവൻ നിമിഷനേരം കൊണ്ട് മതിലിനുമുകളിൽ എ

ത്തിയിരുന്നു.

അവിടെനിന്നും ഒരു കരണം കൂടി മറിഞ്ഞതോടെ അവൻ സുരക്ഷി തമായി കൊട്ടാരംവളപ്പിൽ കാലുകുത്തി.

ഈ ഇടങ്ങളെല്ലാം സുപരിചിതമാണെങ്കിലും ഇതൊക്കെ പുതുമ യായി തോന്നി കേദാറിന്. അവൻ കൊട്ടാര വളപ്പിനുള്ളിൽത്തന്നെ ചു റ്റിത്തിരിഞ്ഞുകൊണ്ടിരുന്നു.

ഇവിടെ എവിടെയോ ആണ് അവൾ ഉള്ളത്. പക്ഷേ തന്റെ മനസ്സ് കൊട്ടാരത്തിലേക്ക് ആകർഷിക്കപ്പെടുന്നില്ല എന്ന് അവന് മനസ്സിലാകു ന്നുണ്ടായിരുന്നു.

അതിനർത്ഥം അവൾ അവിടെ ഇല്ലെന്നാണ്..! പിന്നെ എവിടെയാ വും...?

കേദാർ ചുറ്റും നോക്കിക്കൊണ്ട് കുളപ്പുരയുടെ അടുത്തേക്ക് നീങ്ങി.

കുളപ്പുരയുടെ വാതിൽ തള്ളിത്തുറന്നു അകത്തേക്ക് പ്രവേശിച്ച കേ ദാറിനു മുന്നിൽ ഒരു വലിയ കല്യാണസൗഗന്ധിക വൃക്ഷം പടർന്നു പൂ ത്തുലഞ്ഞു നിൽക്കുന്നുണ്ടായിരുന്നു. അതിന്റെ വെളുത്ത പൂക്കളിൽ നിന്നുതിരുന്ന സുഗന്ധമാണ് അവിടമാകെ വ്യാപിച്ചിരുന്നത്. കുളപ്പടവി ലും ജലത്തിലുമായി നിറയെ പൂക്കൾ വീണുകിടക്കുന്നു.

തെളിഞ്ഞുവരുന്ന നിലാവിൽ വെളുത്ത പൂക്കൾ കൊണ്ട് ഒരു വലി യ കുടവിരിച്ചുനിൽക്കുന്നതുപോലെ.

അവൻ കല്യാണസൗഗന്ധികത്തിന്റെ ചുവട്ടിൽ പത്മാസനത്തിൽ ഇ രുന്ന് കണ്ണുകളടച്ച് പ്രിയപ്പെട്ടവളെ മനസ്സിലേക്ക് ആവാഹിക്കാൻ ശ്ര മിച്ചു...

നിമിഷങ്ങൾ കടന്നുപോയി. കണ്ണുകൾ അടച്ചു മന്ത്രിക്കുന്ന കേദാറി ന്റെ ചുണ്ടുകളിൽ പ്രണയാർദ്രമായ ഒരു പുഞ്ചിരി വിടർന്നു. പ്രാർത്ഥന യോടെ മിഴികൾ തുറന്ന അവനു മുന്നിൽ നിലാവ് തൂവെളിച്ചം പൊഴി ച്ചു തുടങ്ങിയിരുന്നു. ആ വെട്ടി തിളങ്ങുന്ന നിലാവെളിച്ചത്തിൽ അവ ന്റെ കണ്ണുകൾക്കു മുന്നിലേക്ക് അവൾ ഒഴുകി വരികയായിരുന്നു.

മഞ്ഞനിറമുള്ള ഒറ്റച്ചേലയുടുത്ത്. തിളങ്ങുന്ന സ്വർണ്ണ നിറത്തിലു ള്ള തലമുടിക്കെട്ട് അഴിച്ചു വിടർത്തിയിട്ടത് പുറകിലേക്ക് പറക്കുന്നു. ഒ രു സ്വപ്നത്തിൽ നിന്ന് എന്നവണ്ണം ചുറ്റും നോക്കുന്ന ആ വെള്ളി ക ണ്ണുകളിൽ തിളങ്ങുന്ന ഭ്രാന്ത് പിടിപ്പിക്കുന്ന പ്രണയം. കല്യാണ സൗഗ ന്ധികത്തിന്റെ വെളുത്ത പൂക്കൾ വിരിച്ചിട്ട ആ മെത്തയിലേക്ക് ആര്യാ ഹിത്തമ്പുരാട്ടി തന്റെ വലതുപാദം എടുത്തുവച്ചു.

എത്രയോ ജന്മങ്ങളായി കാത്തുനിന്ന നിമിഷം. കേദാറിന്റെ ഇടനെ

ഞ് ഒന്നുകുലുങ്ങി. തന്റെ മുന്നിൽ തെളിഞ്ഞുവരുന്ന ആ സുന്ദര സ്വപ് നത്തിലേക്ക് അവൻ കണ്ണുകൾ തുറന്നു വീണ്ടും വീണ്ടും നോക്കി.

അർദ്ധനിദ്രയിലാണ് അവൾ എന്നു തോന്നുന്നു. പരിഭ്രമവും പ്രണ യവും മിന്നി മറയുന്ന ആ വെള്ളി കണ്ണുകൾ ചുറ്റും തിരഞ്ഞ് തന്റെ കണ്ണിലേക്ക് എത്തിയ നിമിഷം കേദാർ ഒന്നുലഞ്ഞുപോയി.

കണ്ടകാഴ്ച വിശ്വസിക്കാനാവാതെ ആര്യാഹി അവിടെത്തന്നെ തറ ഞ്ഞുനിന്നുപോയി.

വെളുത്തപൂക്കൾ വിരിച്ചിട്ടമെത്തയിൽ പത്മാസനത്തിൽ ഇരിക്കുക യായിരുന്ന യുവാവ് അവളെക്കണ്ടപ്പോൾ പതുക്കെ എഴുന്നേറ്റു. പ്രണ യവും ദാഹവും തിളങ്ങിനിൽക്കുന്ന ആ കാപ്പിപ്പൊടി കണ്ണുകൾ കൊണ്ട് അവൻ തന്നെ നോക്കുമ്പോൾ ജന്മജന്മാന്തരങ്ങൾക്കപ്പുറത്തേക്ക് താൻ വീണു പോകുന്നതുപോലെ ആര്യാഹിക്ക് തോന്നി. വിറക്കുന്ന പാദങ്ങൾ മുന്നോട്ടേക്ക് വച്ചുകൊണ്ട് അവൾ അവനെത്തന്നെ കണ്ണിമയ്ക്കാതെ നോക്കി.

നനഞ്ഞ ഒറ്റമുണ്ടു മാത്രം ധരിച്ച. അസാമാന്യ ശരീരവിരിവുള്ള ഒരു യുവാവ്. അത് കേദാർ അല്ല.അവനോട് വിദൂര സാദൃശ്യം മാത്രമുള്ള മ റ്റൊരു രൂപമായി പരിണമിച്ചിരിക്കുന്നു. കഴുത്തോളം വളർന്നിറങ്ങിയ കട്ടി യുള്ള മുടിയിഴകൾ. വളർന്നിറങ്ങിയ താടി.

തിളങ്ങുന്ന കണ്ണുകളും കട്ടിയുള്ള പുരികവും എടുത്തു നിൽക്കു ന്നു. കഴുത്തിലും കൈകളിലും ധരിച്ചിരിക്കുന്ന രുദ്രാക്ഷം അവന്റെ ശ രീരവിരിവിന് കുറച്ചുകൂടി മാറ്റുകൂട്ടി. വിശാലമായ തോളുകളിൽ തിള ങ്ങുന്ന വെള്ളത്തുള്ളികൾ പോലും നിലാവിൽ തെളിഞ്ഞുകാണുന്നു.

അവൾ അടുത്തേക്ക് വരും തോറും കേദാറിന് ശരീരം അടിമുടി വിറ ക്കുന്നതുപോലെ തോന്നി.

ഇനിയൊരുനിമിഷം പോലും കാത്തിരിക്കാനാവില്ല...

ശ്വാസമാണ് മുന്നിൽ...

ജീവശ്വാസം...

'ദേവീ...'

എന്നൊരു വിളിയോടെ കരങ്ങൾ വിരിച്ച അവന്റെ നെഞ്ചിലേക്ക് ഒരു പാട് ദൂരം പറന്നു തളർന്ന ഒരു വെൺ പ്രാവിനെപ്പോലെ ആര്യാഹി തമ്പുരാട്ടി പറന്നു വന്നു ചിറകുകൾ ഒതുക്കി.

ജന്മജന്മാന്തരങ്ങൾക്കപ്പുറം...

തന്നെ നെഞ്ചോട് ചേർത്ത് വാരിപ്പുണർന്ന നനഞ്ഞു കുതിർന്ന ആ നെഞ്ചിലേക്ക് ഒരിക്കൽക്കൂടി അവൾ പറ്റിച്ചേർന്നു.

വെട്ടിത്തിളങ്ങുന്ന നിലാവ് പൊഴിക്കുന്ന വെൺപ്രഭയിൽ അവൾ ധ രിച്ചിരിക്കുന്ന മഞ്ഞച്ചേലയ്ക്കും അവളുടെ ശരീരത്തിനും അരയ്ക്കു താഴെ വരെ പടർന്നു കിടക്കുന്ന മുടിക്കെട്ടിനും ഒരേ നിറമായിരുന്നു.

തന്റെ കൈക്കുള്ളിൽ വന്നണഞ്ഞ ജീവശ്വാസത്തെ വാരിപ്പുണർന്നു കൊണ്ട് കേദാർ നെഞ്ചോടമർത്തി ഇറുകെ... പുണർന്നു.

അവൾ തന്റെ കൈക്കുള്ളിൽ ഒതുങ്ങുമ്പോൾ തിളച്ചുമറിയുന്ന ഒരു ജലാശയം പെട്ടെന്ന് നിശ്ചലമായതുപോലെ കേദാറിന്റെ പിടഞ്ഞുകൊ ണ്ടിരിക്കുന്ന ഹൃദയമിടിപ്പ് ശാന്തമാകുന്നത് അവനറിഞ്ഞു.

തന്റെ നെഞ്ചിൻ കൂടിനുള്ളിലേക്ക് മുഖമണച്ച ഇണക്കിളിയുടെ മുഖം ഇരുകൈകൾ കൊണ്ടും വാരിയെടുത്ത് കേദാർ ആ കണ്ണുകളിലേക്ക് ഉ റ്റുനോക്കി. എത്രയോ ജന്മങ്ങൾക്കപ്പുറം തന്നെ കൊതിപ്പിച്ച തിളങ്ങുന്ന ആ വെള്ളിക്കണ്ണുകൾ. ഓരോ നിമിഷവും തനിക്കായി കാത്തിരിക്കു മ്പോൾ അവയിൽ വിടരുന്ന ഭാവഭേദങ്ങൾ.

ഒന്ന് തൊട്ടപ്പോൾ പൂത്തുലഞ്ഞു തന്നിലേക്ക് പടർന്നുകയറാൻ വെ മ്പിയ തുടുത്തു മലർന്ന ചൊടിയിതളുകൾ...

അവളുടെ വിരലുകൾ സ്വയമറിയാതെ തന്നിലേക്ക് ഉയർന്നു വന്ന്... തന്റെ മുടിയിഴകളിൽ മുറുകുമ്പോൾ... കേദാറിന് സർവ്വ നിയന്ത്രണ വും വിട്ടു പോവുകയായിരുന്നു..

ഒന്ന് ശ്വാസമെടുക്കാൻ പോലും മറന്നുകൊണ്ടവൻ നൂറുകണക്കിന് വർഷങ്ങളായി ദാഹിച്ചു തളർന്നവന്റെ പരവേശത്തോടെ...

തനിക്ക് മുന്നിൽ വിടർന്നു വിതുമ്പുന്ന ആ താമരദളങ്ങളിലേക്ക് ചൊ ടികൾ അമർത്തി കൊണ്ട് ഏറ്റവും ആഗ്രഹത്തോടെ അവയിൽ മൃദുവാ യി സ്പർശിച്ചു.

ഒന്ന് കിടുങ്ങി വിറച്ചുകൊണ്ടവൾ... തന്നിലേക്ക് പടർന്ന്. മുടിയിഴക ളിൽ വിരൽ കോർത്ത് അവളിലേക്കമർത്തി.

തന്റെ ചുണ്ടുകളെ ആ താമര ദളങ്ങൾക്കിടയിലേക്ക് വലിച്ചെടുത്തു കൊണ്ട് മന്ത്രിക്കുന്നത് കേദാർ വ്യക്തമായയും കേട്ടു..

'എന്റെ പ്രാണനേ..!'

ലജ്ജയും ദാഹവും കലർന്ന ആ സ്വരം. അതവന്റെ സകല നാഡീ വ്യൂഹങ്ങളിലും അഗ്നിപോലെ പടർന്നു കയറിക്കഴിഞ്ഞിരുന്നു.

സർവ്വ നിയന്ത്രണവും വിട്ട് കേദാർ കൈവിട്ടുപോയ തന്റെ പ്രണയ ത്തെ വീണ്ടും കൈക്കുള്ളിലേക്ക് വാരിയെടുത്തു കൊണ്ട് അമർത്തിയ മർത്തി ചുംബിച്ചു.

താഴ്ന്നുപോയ ജലത്തിനടിയിൽ നിന്നും ശ്വാസം കിട്ടാൻ എന്നപോ

ലെ അവനിലേക്ക് ഒന്നുകൂടി ചേർന്നുയർന്ന ആര്യാഹിയുടെ ഇരു കവി ളുകളിലും ചേർത്തുപിടിച്ച് കേദാർ അവളുടെ നെറ്റിയിലും കൺപോള കളിലും മൂക്കിൻതുമ്പിലും കവിളുകളിലും കഴുത്തിലും തുരുതുരെ ചും ബിച്ചു. സ്വർണ്ണ വർണ്ണമാർന്ന മിനുത്ത കഴുത്തിലൂടെ ഒഴുകി നീങ്ങിയ ചുണ്ടുകളുടെ ഭ്രാന്തമായ ദാഹത്തിൽ അവളുടെ ചുമലിലുള്ള ഒറ്റച്ചേല ഊർന്നു പോയതറിഞ്ഞ ആര്യാഹി ഒരു ലജ്ജയോടെ ഞെട്ടിപ്പിടഞ്ഞ് തിരിഞ്ഞുനിന്നു.

തനിക്കു മുന്നിൽ ഇരുകൈകളും ഉയർത്തി മാറിടം മറച്ച്. പുറം തിരി ഞ്ഞു നിൽക്കുന്ന. കൊത്തിവെച്ച ദേവതാ ശില്പത്തിലേക്ക് കണ്ണുതുറ ന്ന കേദാർ ഞെട്ടിത്തരിച്ചുപോയി.

അവളുടെ ചുമലിനു താഴെയായി പുറംഭാഗത്ത് ഇടതുവശത്ത് ഒരു മയിൽപീലി ടാറ്റു ചെയ്തിരുന്നു...

വിറയ്ക്കുന്ന കരങ്ങൾകൊണ്ട് അവളെ വാരിയണച്ച് പുറകിൽ നി ന്നും ചുവന്നു വിറച്ചു തളർന്നു നിൽക്കുന്ന അവളുടെ ചുമലിലൂടെ മു ഖംതാഴ്ത്തിക്കൊണ്ടവൻ ആ മയിൽപീലിയിൽ അമർത്തി ചുംബിച്ചു കൊ ണ്ട് മന്ത്രിച്ചു.

'റൂദാ... എന്റെ മയിൽപ്പീലിപ്പെണ്ണേ...'
*****

രണ്ട് വർഷം കടന്നു പോയിരിക്കുന്നു.
'കർപ്പൂരഗൗരം കരുണാവതാരം
സൻസാർസാരം ഭുജഗേന്ദ്രഹരം
സദാവസന്തം ഹൃദയാരവിന്ദേ
ഭവം ഭവാനിസഹിതം നമാമി'

കാശി വിശ്വനാഥദർശനവും കഴിഞ്ഞു കാശിനാഥനെയും ചുമലിൽ എടുത്ത് നയനയെ തന്നോട് ചേർത്തുപിടിച്ച് അമ്പലത്തിൽ നിന്നും പുറ ത്തേക്കിറങ്ങുമ്പോൾ രാകേഷിന്റെ കണ്ണ് നനഞ്ഞിരുന്നു. അവന്റെ മന വും മിഴിയും സ്വയം അറിയാതെച്ചുറ്റിനും ആരെയോ തിരയുന്നുണ്ടായി രുന്നു.

ആൾ തിരക്കിലൂടെ നയനയെ തന്നോട് ചേർത്തുപിടിച്ച് ഇടുങ്ങിയ തെരുവിലൂടെ ഘട്ടുകളിലേക്ക് നടക്കുമ്പോൾ രാകേഷ് അവളോട് ചോ ദിച്ചു.

'അവരെവിടെ ഉണ്ടാകും എന്നാണ് പറഞ്ഞത്?'
'അഹല്യ ഘട്ടിൽ... എന്നാണ് പറഞ്ഞത്...'

നടന്നിറങ്ങി ചെല്ലുമ്പോൾ തന്നെ വെള്ളത്തിൽ ഇറങ്ങി ബലിയിട്ട് കരയിലേക്ക് വരുന്ന ഒരുപാട് ആളുകൾക്കിടയിലൂടെ കൈനീട്ടി കാണി ച്ചുകൊണ്ട് കുഞ്ഞു കാശി ഉച്ചത്തിൽ വിളിക്കുന്നുണ്ടായിരുന്നു....

'ബാബാ... ബാബാ...'

അവൻ ബദ്രിയെ വിളിക്കുന്ന പേരാണത്.

ചുറ്റും നോക്കിയ രാകേഷ് അവന്റെ കൈ നീണ്ടു കാണിക്കുന്ന ഭാഗ ത്തേക്ക് മുഖം തിരിച്ചു. അവിടെനിന്നും ബദ്രിക്ക് ബലിയിട്ടു കഴിഞ്ഞ് പടവുകൾ കയറിവരുന്ന അച്ഛനെയും മകനെയും കാണാമായിരുന്നു.

രാകേഷ് കൈയുയർത്തി കാണിച്ചതോടെ കേദാർ കുഞ്ഞിനെയും കൊണ്ട് അവർക്ക് അടുത്തേക്ക് വന്നു. നയന പെട്ടെന്ന് തന്നെ കുഞ്ഞി നെ വാങ്ങി നനഞ്ഞത് തുടച്ച് ഉടുപ്പ് മാറ്റിച്ചുകൊണ്ട് ചോദിച്ചു.

'ആര്യ എവിടെ...?'

'അവൾ മണികർണ്ണികയിൽ ഉണ്ടാകും എന്ന് പറഞ്ഞു. അങ്ങോട്ടേ ക്ക് നടന്നിട്ടുണ്ട്.'

ഏട്ടത്തി നീട്ടിയ കാവിയുടുത്ത് ചുമലിലൂടെ ഒരു കാവി ഷാലു പുത ച്ച് കേദാറും രാകേഷും നയനയും കുഞ്ഞുങ്ങളോടൊപ്പം മണികർണ്ണി ക ഘട്ടിലേക്ക് നടന്നു.

ചുറ്റും ജ്വലിക്കുന്ന ചിതകൾക്കിടയിൽ... പച്ചമാംസം കത്തിയെരിയു ന്ന ഗന്ധവും ശ്വസിച്ചു കൊണ്ട് ആര്യ എന്തോ തിരയുന്നതുപോലെ ചു റ്റും നോക്കിക്കൊണ്ട് പതുക്കെ നടന്നു.

'നീ അറിയുന്നുണ്ടോ ബദ്രി....

അതോ നീ പറഞ്ഞതുപോലെ നീ തന്നെയാണോ എനിക്ക് മകനാ യി വന്നത്.?'

'താൻ എന്താണ് നോക്കുന്നത്?'

ചുമലിൽ കേദാറിന്റെ കൈ പതിഞ്ഞപ്പോഴാണ് ആര്യ സ്വബോധ ത്തിലേക്ക് തിരിച്ചുവന്നത്.

'അറിയില്ല...'

'മ്മാ.... ആമ്മാ...'

കുഞ്ഞു ബദ്രിയുടെ വിളി കേട്ട് തിരിഞ്ഞു നോക്കിയ ആര്യ താഴ ത്തെ പടിയിൽ നയനയുടെ കയ്യിലിരുന്ന് തനിക്ക് നേർക്ക് കൈ നീട്ടുന്ന ബദ്രി നാഥനെ കണ്ട് അങ്ങോട്ടേക്ക് ഇറങ്ങിച്ചെന്നു. അവളുടെ മനസ്സി ലെ ചുട്ടുപഴുത്ത വേദനകൾക്കു മുകളിലൂടെ തണുത്ത കാറ്റ് വീശിത്തു ടങ്ങിയിരുന്നു. നീട്ടിപ്പിടിച്ച അമ്മയുടെ കയ്യിലേക്ക് ചാടി വീണുകൊണ്ട് അവളുടെ ഇരു കവിളിലൂടെയും കൈകോർത്തു പിടിച്ച് കുഞ്ഞുബദ്രി

ആര്യയുടെ കവിളിൽ മെല്ലെമെല്ലെ ഉമ്മവച്ചു. നയനയുടെ കണ്ണുകൾ അപ്പോഴും എരിയുന്ന ചിതകൾക്കിടയിലൂടെ അന്നത്തെ അഘോരിയെ തിരയുകയായിരുന്നു. എല്ലാ പ്രതീക്ഷകളും അവസാനിച്ച് വെറുതെ മു ന്നോട്ടു പോയിക്കൊണ്ടിരുന്ന ജീവിതത്തിന് അർത്ഥം ഉണ്ടാക്കിത്തന്ന ആ വാക്കുകൾ...

'കാശി മഹാദേവനെ മടിയിലിരുത്തി പ്രാർത്ഥിക്കാനായി... നിന്റെ ഭർ ത്താവിന്റെ രക്തത്തിൽ നിനക്കു പിറക്കുന്ന ഒരാൺകുഞ്ഞുമായി ഒരു വരവു കൂടി വരിക.'

ഇനിയും കാണില്ലെന്ന് മനസ് വീണ്ടും വീണ്ടും പറയുമ്പോഴും നയ നയുടെയും രാകേഷിന്റെയും കണ്ണുകൾ അഘോരിക്കായി തിരയുന്നു ണ്ടായിരുന്നു...

'നമുക്ക് പോയാലോ? ഗംഗാരതിക്ക് സമയമായി...'

രാകേഷ് പറഞ്ഞത് കേട്ട് അവനോടൊപ്പം കേദാറും നയനയും ഭാ ര്യയും കുഞ്ഞുങ്ങളെയും കൊണ്ട് ദശാശ്വമേധഘട്ടിലേക്ക് നടന്നു. ഗം ഗാരതി കഴിഞ്ഞ് രാത്രിയോടെ തിരക്കുപിടിച്ച തെരുവുകളിലൂടെ കൈ പിടിച്ച് നടന്നു നീങ്ങുന്ന നയനയ്ക്കും രാകേഷിനും നൂറടിയോളം പുറ കിലായി ചിതാഭസ്മം വാരിപൂശി വെളുത്ത നിറമായ ദേഹത്തോടെ... കഴുത്തിൽ നിറയെ തലയോട്ടികൾ അണിഞ്ഞ. ശ്വാസത്തിൽ പോലും ചുടല ഗന്ധം നിറച്ച ആ അഘോരി എന്തോ ജപിച്ചുകൊണ്ട് നടന്നു വ രുന്നുണ്ടായിരുന്നു...

♦

(അദ്‌ലാജ് സ്റ്റെപ്പ് വെല്ലിന്റെ ചരിത്രമൊഴിച്ചാൽ ഇത് തികച്ചും ഭാവനയിൽ വിരിഞ്ഞ ഒരു ഫാന്റസി കഥ മാത്രമാണ്. അദ്‌ലാജ് സ്റ്റെപ്പ് വെല്ലിന്റെ ചരിത്രം വായിച്ചപ്പോൾ നോവലിസ്റ്റിന്റെ മനസ്സിൽ വിരിഞ്ഞ ഒരു ഫാന്റസിലോകം.)

www.ingramcontent.com/pod-product-compliance
Lightning Source LLC
Chambersburg PA
CBHW051449130726
47987CB00005B/2250